இந்த புத்தகத்தின் பெயர், "தி காட்ஸ் மஸ்ட் பி கிரேசி" (The Gods Must Be Crazy) என்ற 1980 நகைச்சுவை திரைப்படத்திலிருந்து வருகிறது, இந்த படத்தில் விமானத்திலிருந்து கீழே வீசப்படும் ஒரு வெற்று கோகா-கோலா பாட்டில் ஆபிரிக்க பழங்குடியின சமூகத்தின-ர் மத்தியில் விழுகிறது. தெய்வத்தின் பரிசாக பாவிக்கப்படும் அது, கிராமவாசிகள் மத்தியில் சண்டையை ஏற்படுத்துவதால், அந்த பழங்குடியின தலைவர் அதை உலகின் ஒரு மூலைக்குக் கொண்டு சென்று தெய்வத்திடமே திரும்ப ஒப்படைக்க முடிவெடுக்கி-றார். நான் என்னுடைய சொந்த கோக்-பாட்டில் உருவகத்தின் வழியாக, புதிய பேரரசி-ன் விடியலைப் பார்க்கிறேன். இன்னும் அதிக தாமதம் ஆவதற்குள் இப்போதைய இந்த பேரரசை (அதாவது முதலாளித்துவம் மற்றும் நிறுவனங்களை) மீட்டமைக்க இந்த புத்த-கம் ஓர் ஒளிவிளக்காக சேவையாற்றும்.

ரூஸ்வெல்ட்களின் அவையை மீண்டும் கொண்டு வர பிரார்த்தனை

"அவர்கள் ஜெருசலேம் வந்துவிட்டார்கள். அவர் தேவாலயத்தில் பிரவேசித்து, ஆலயத்திலே விற்கிறவர்களும் வாங்குகிறவர்களுமாகிய யாவரையும் வெளியே துரத்தி, காசுக்காரரு-டைய மேசைகளையும் புறா விற்கிறவர்களின் ஆசனங்களையும் கவிழ்த்திவிட்டார். ஒரு-வரும் தேவாலயத்தின் வழியாக யாதொரு பண்டத்தையும் கொண்டு போக விடமாட்டார். அவர்களைப் பார்த்து ''என்னுடைய வீடு எல்லா தேசத்தவர்களுக்குமான ஜெபவீடு என்று சொல்லப்படும்' என்று எழுதப்பட்டிருக்கிறது அல்லவா? ஆனால் நீங்களோ இதைக் கள்ளர் குகையாக்கினீர்கள் என்று கூறி அவர்களுக்கு உபதேசித்தார். அதைக் கேட்ட வேதபாரக-ர்களும் பிரதான ஆசாரியர்களும், அவரைக் கொல்ல வகை தேடினார்கள், ஆகிலும் ஜன-ங்களெல்லாரும் அவருடைய உபதேசத்தைக் குறித்து ஆச்சரியப்பட்டபடியினாலே அவரு-க்குப் பயந்திருந்தார்கள்." (மாற்கு 11:15-18, ஈஎஸ்வி)

www.Tiger-Rider.com

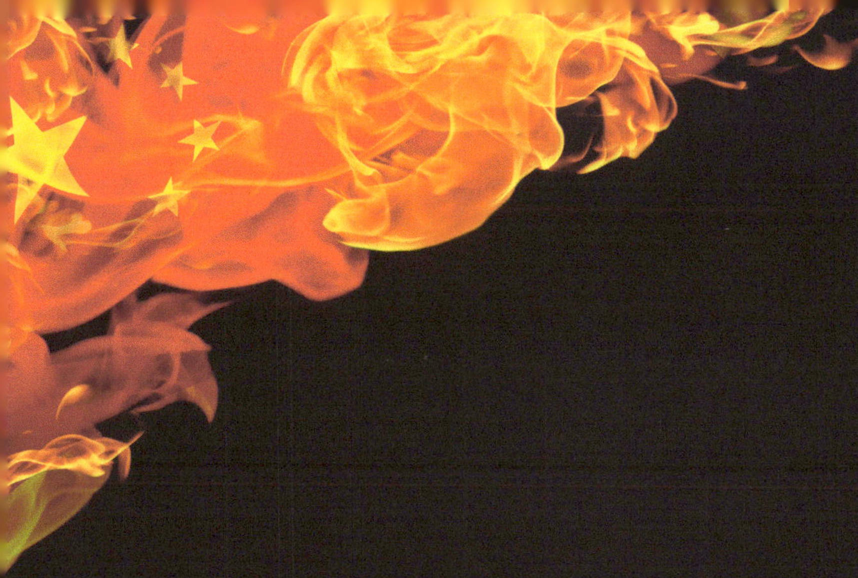

> “இங்கே உள்நாட்டில் பாதுகாப்பு இல்லை என்றால்,
> உலகில் நீடித்த அமைதி இருக்காது.”
>
> — பிராங்க்ளின் டெலானோ ரூஸ்வெல்ட்

இதை நான் எழுதிக் கொண்டிருக்கும் வேளையில், அராஜகம் கட்டவிழ்ந்து கொண்டிருக்கிறது; சிகாகோவின் மையப்பகுதியில் உள்ள என் வீட்டின் முன்னால் ஓர் உள்நாட்டுப் போர் நடந்து கொண்டிருக்கிறது. சிகாகோ நகர சபையில் இருந்து வந்த ஒரு பதிவு செய்யப்பட்ட அழைப்பை மேற்கோளிடுவதானால், "இது 'நடைமுறை அளவில் ஒரு போர்க்களமாக' உள்ளது", அங்கே 'ஏகே-47 ஆயுதங்கள் ஏந்திய கும்பல் கறுப்பின மக்களைச் சுட்டுத் தள்ளப் போவதாக அச்சுறுத்தி கொண்டிருந்தார்கள்.' அவர்கள் போலீஸை நோக்கி சுடுகிறார்கள்."

இதற்கு மத்தியில், மேயர் அலுவலகத்தில், இந்த பிரச்சினையைத் தீர்ப்பதற்காக கூட்டப்பட்ட நகர கவுன்சிலின் மூலோபாய விவாதம், நிலைகுலைந்த சிராக்[1] பனானா குடியரசை[2] (Chi-Raq banana republic) நினைவுபடுத்தும் விதமாக கன்னாபின்னாவென்று கூச்சலால் கலைக்கப்பட்டது. எனது இந்த நூற்றாண்டு கால தேசத்தில் இப்படி பாதுகாப்புக் கவசங்கள்[3] வைக்கப்பட்டிருந்தால் நம் கடைகளுக்கு என்ன எதிர்காலம் இருக்கும் என்று எனக்கு மலைப்பாக இருக்கிறது? உலகின் மிகவும் நேர்த்தியான பிரபல ஐவரி கோபுரங்களில் ஒன்றும் கூட (பிரிட்டானிக்காவின் கடைசி தலைமையங்கள்) தனியார் பாதுகாப்புப் படையால் பாதுகாக்கப்படும் அளவுக்குப் பாதுகாப்பில்லாமல் போய் விடும் போல் தெரிகிறது.

என் அன்புக்குரிய அமெரிக்காவுக்காக மட்டுமல்ல, பரந்தளவில் பார்த்தால் மனிதகுலத்திற்காகவும், ஓர் ஆலோசகராக பாதுகாவலராக இருக்க நான் உலகில் எல்லோருக்குமான ஒரு உறுதிமொழியை ஏற்றேன். நம் எல்லோரையும் உயிர்வாழ்வு அச்சுறுத்தல்களில் இருந்து பாதுகாக்கும் ஓர் உத்தேசமான, பொறுப்பான, பாதுகாப்பான உள்கட்டமைப்பு பற்றி மற்றவர்களுக்குப் புரிய வைக்கும் தார்மீக பொறுப்பு எனக்கு இருப்பதாக நான் நம்புகிறேன்.

உள்ளடக்கம்

x

அத்தியாயங்களின் முன்னோட்டம்

மத்திய சாம்ராஜ்யத்தின் வரவிருக்கும் வளர்ச்சி

மத்திய சாம்ராஜ்யத்தின் விடியல்

நமது பேரரசைச் சுற்றிலும் அபாயங்கள், அதனோடு சேர்ந்து அதன் நிறுவன விஷயங்களின் உயிர்வாழ்வும் அச்சுறு-த்தலில் உள்ளது. நாம் சரியான விதத்தில் செயல்படாவிட்டால், அகோரப் பசி கொண்ட அடுத்த பேரரசு (மத்திய சா-ம்ராஜ்யம்[4]), அமெரிக்காவிடம் இருந்தும் மற்றும் 2008 பொருளாதார சுனாமிக்குப் பின்னர் அது நிதியியல் ரீதியாக காலனித்துவப்படுத்திய இன்னும் நூற்றுக் கணக்கான மற்ற நாடுகளிடம் இருந்தும் தவணைகளை வசூல் செய்ய வி-ரைவிலேயே தண்டல்காரர்களை அனுப்பத் தொடங்கிவிடும்.

தெய்வங்களின் திருவிளையாடல்கள்

இந்த புத்தகத்தின் ஆரம்ப பகுதியில், நான் யதார்த்தத்தின் கரடுமுரடான பாதை வழியாக; அதாவது கிழக்கின் கம்யூ-னிச தொட்டிலில் இருந்து மேற்கின் முதலாளித்துவத்தின் கல்லறை வரை; நான் புலி வாகனனாக பவனி வந்ததைக் கூறுகிறேன். இது, மூலதனத்தின் மர்மம்: மேற்கில் ஏன் முதலாளித்துவம் வெற்றி பெறுகிறது, மற்ற எல்லா இடங்களில் ஏன் தோற்கிறது (The Mystery of Capital: Why Capitalism Triumphs in the West and Fails Everywhere Else) என்ற ஹெர்னா-ண்டோ டி சோடொவினது (Hernando de Soto) புத்தகத்தை அடிப்படையாக வைத்து விவரிக்கப்படுகிறது.

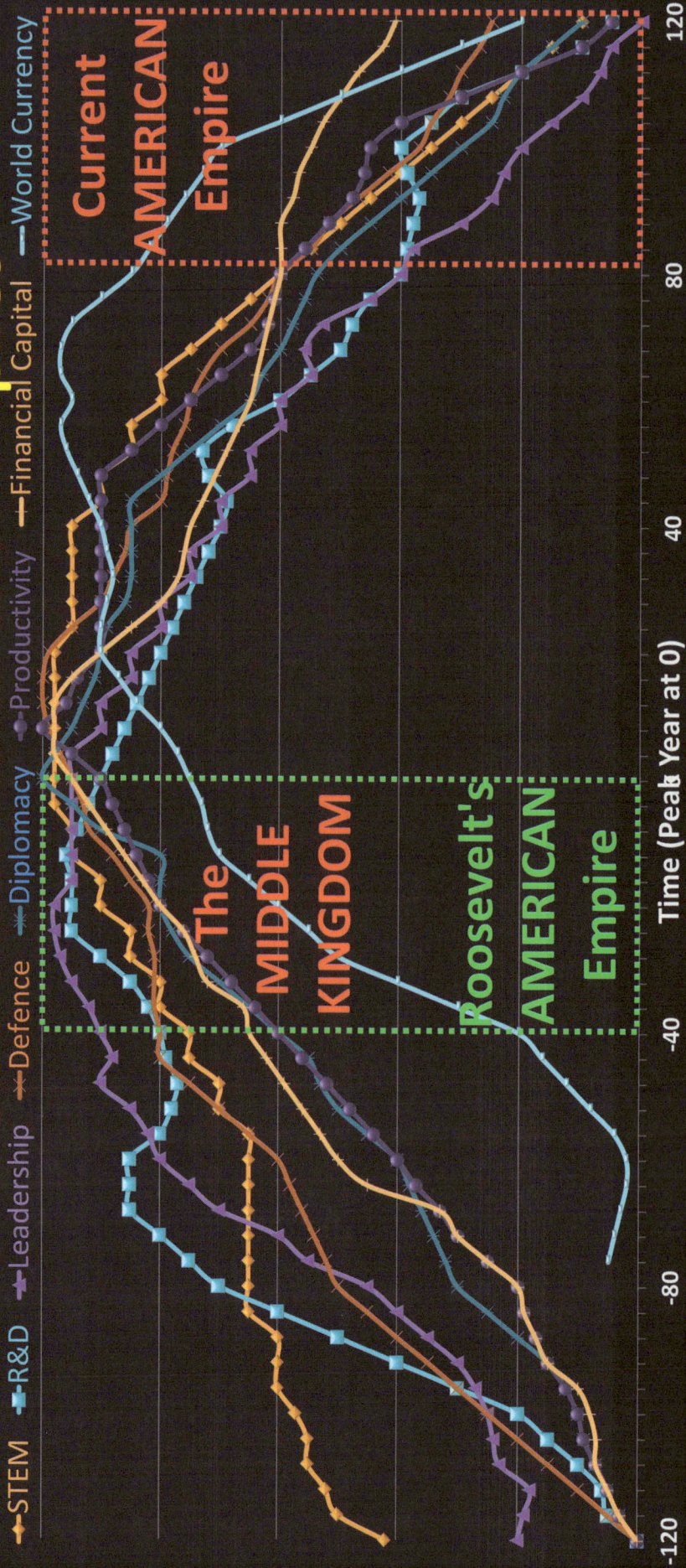

The Gods Must be Crazy!
The Rise & Fall Measures of Empires
STEM
R&D
Leadership
Defence
Diplomacy
Productivity
Financial Capital
World Currency
Current AMERICAN Empire
The MIDDLE KINGDOM
Roosevelt's AMERICAN Empire
-120
-80
-40
40
80
120
Time (Peak Year at 0)

ரூஸ்வேல்ட்களின் அவையைத் திரும்ப கொண்டு வர ஒரு முன்மொழிவு

இந்த புத்தகத்தின் இரண்டாம் பகுதியில், எதிர்வரவிருக்கும் நான்காம் ரீஹ்ஹிடமிருந்து[5] (Fourth Reich) எப்படி தப்பிப்பது என்பதை விவரிக்க, நான் பேரரசில் இருந்து நிறுவனங்கள் வரையில் புதிய இயல்புக்கான (The New Normal) முன்னோக்கை கையில் எடுக்கிறேன். கடந்த ஐந்து நூற்றாண்டுகளில், டச்[6] மற்றும் பிரிட்டிஷ்[7] கிழக்கிந்திய நிறுவனங்கள் போன்ற மிகப்பெரும் நிறுவனங்களில் நாம் பார்த்துள்ளதைப் போல, நிறுவனங்களின் உயிர்வாழ்வானது, அவற்றைத் தாங்கிப் பிடித்திருக்கும் ஞானத்தந்தைகளின், அதாவது உலக பேரரசுகளின் வளர்ச்சி மற்றும் வீழ்ச்சியோடு பின்னிப் பிணைந்துள்ளது.

ரூஸ்வெல்டின் புதிய உடன்படிக்கையைத்[8] திரும்ப கொண்டு வர பரிந்துரைக்கிறேன். பல நிறுவனங்களும் கடனுக்கு அடிமையாகி, நிதி-உபாயங்களின் கூடாரத்தில், வெதுவெதுப்பான எண்ணெய் குளியலில்[9] நீந்தும் தவளைகளின் கதிக்கு ஆளாகியுள்ளன என்ற என் கற்பனையை நான் பாதுகாக்கிறேன்.

★ ★

The Gods Must Be Crazy!
Gaggle of Financial-Engineering Frogs in Debt
Nonfinancial Corporate Business; Debt Securities; Liability, Level (Trillion $)
Source: Board of Governors of the Federal Reserve System(FRED, Q1 2021)
2
1
0

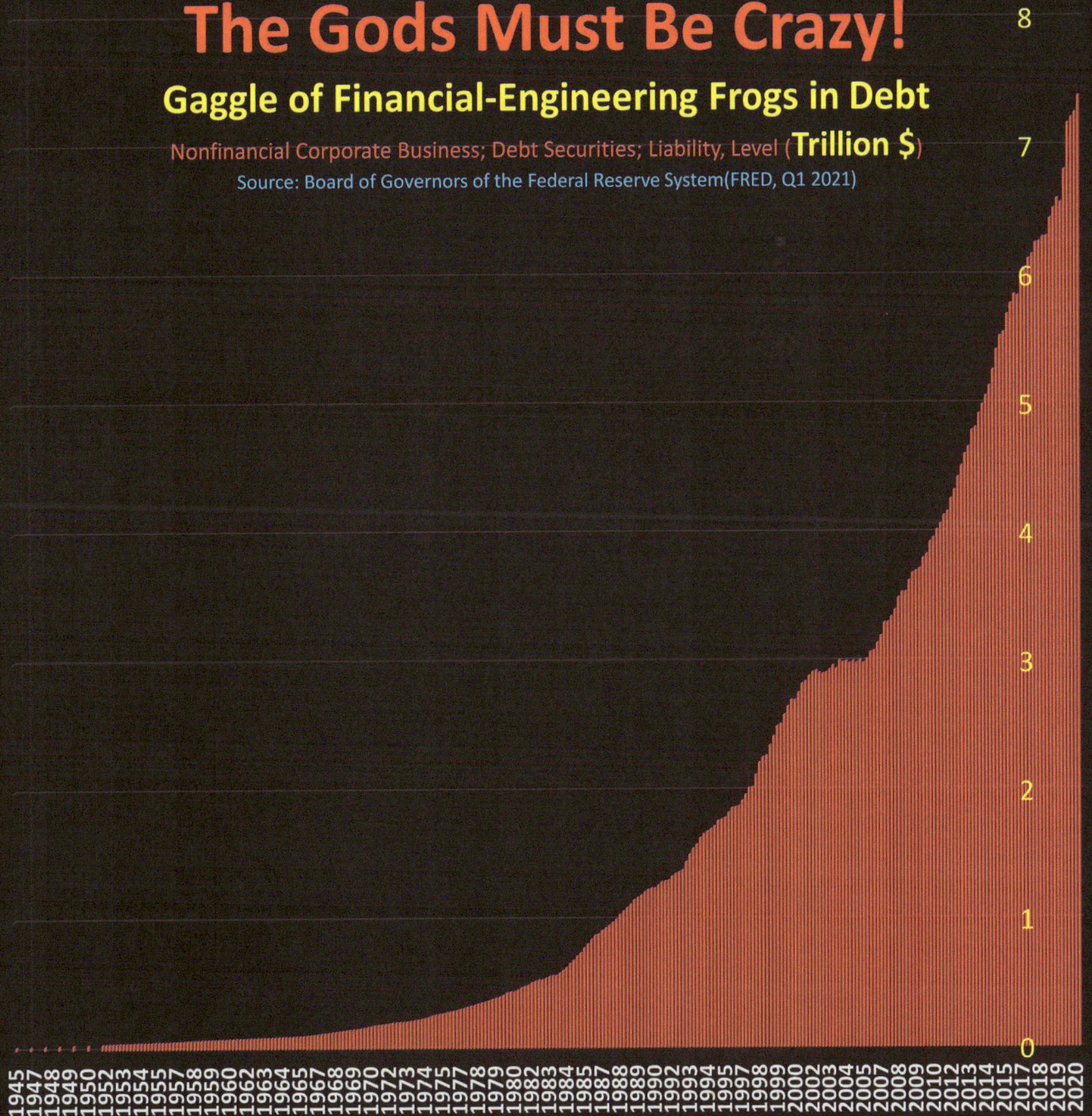

இந்த அலை ஓயும் போது, இந்த நிறுவனங்களில் பலவும், கீழுள்ள அட்டவணையில் காட்டி உள்ளவாறு, அறிவுசார் சொத்துரிமையைக் (IP - Intellectual Property) கவ்விய கழுகுகளின் பிடியில் நிர்கதியாக கேட்பாரற்று இருக்கும்:

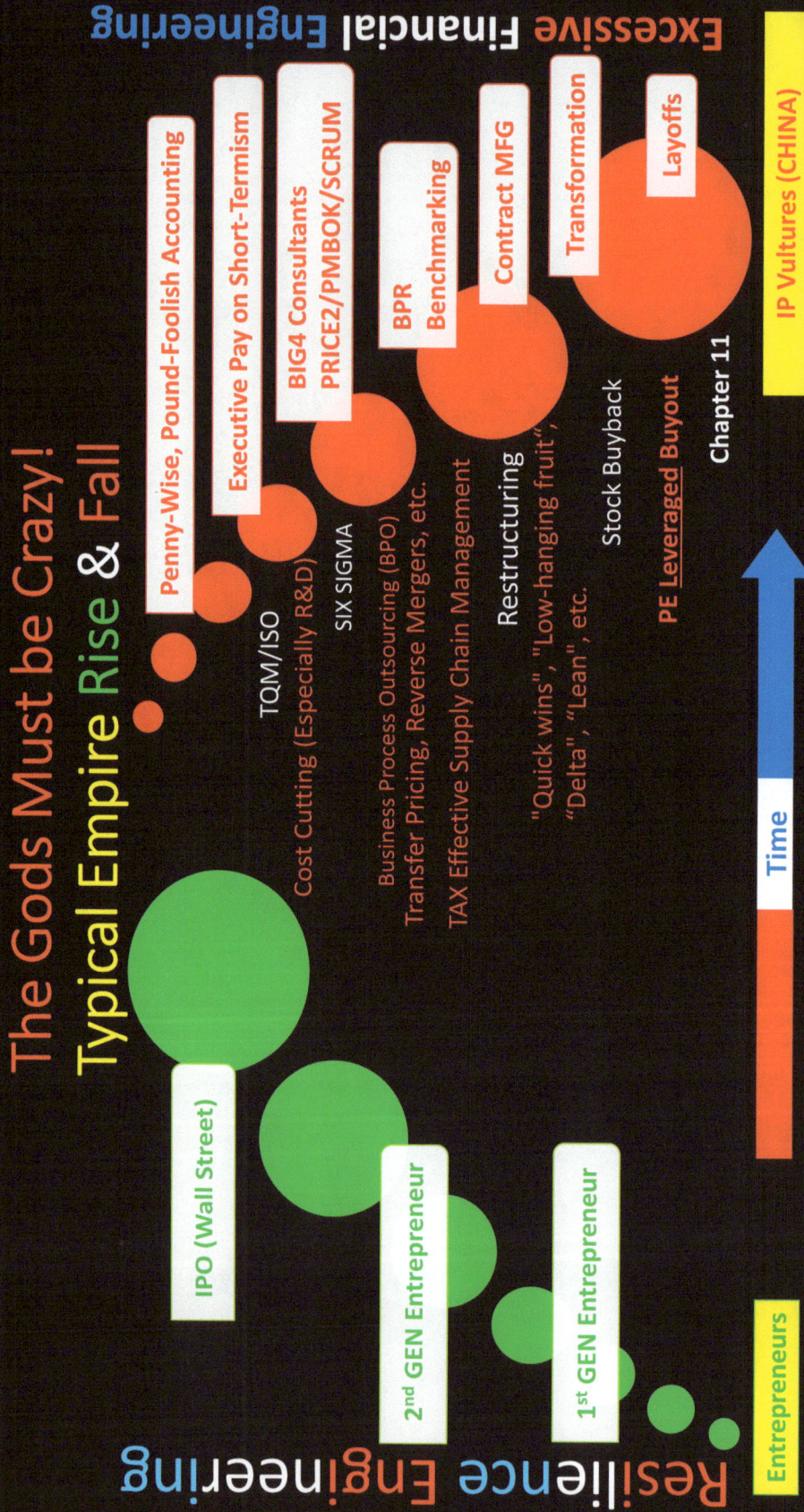

The Gods Must be Crazy!
Typical Empire Rise & Fall

Excessive Financial Engineering

- Penny-Wise, Pound-Foolish Accounting
- Executive Pay on Short-Termism
- BIG4 Consultants PRICE2/PMBOK/SCRUM
- BPR Benchmarking
- Contract MFG
- Transformation
- Layoffs
- IP Vultures (CHINA)

- TQM/ISO
- Cost Cutting (Especially R&D)
- SIX SIGMA
- Business Process Outsourcing (BPO)
- Transfer Pricing, Reverse Mergers, etc.
- TAX Effective Supply Chain Management
- Restructuring
- "Quick wins", "Low-hanging fruit", "Delta", "Lean", etc.
- Stock Buyback
- PE Leveraged Buyout
- Chapter 11

Time

Resilience Engineering

- IPO (Wall Street)
- 2nd GEN Entrepreneur
- 1st GEN Entrepreneur
- Entrepreneurs

Ay Yi Yai Yi! We are in the middle of The New World Order!

மத்திய சாம்ராஜ்யத்தின் விடியல்

DR CONG
Land corridors
Maritime corridors
Chinese infrastructure investments
Railroad lines (existing)
Railroad lines (planned/ under construction)
Ports with Chinese engagement (existing)
Ports with Chinese engagement (planned/ under construction)

"போர்க்கலை அரசுக்கு அதிமுக்கியம். அது வாழ்வா சாவா விஷயம். அது பாதுகாப்பை அல்லது சீரழிவை நோக்கிய ஒரு பாதை. ஆகவே அது யோசிக்க வேண்டிய விஷயமாகிறது. அதைப் பற்றிய எந்த விபரத்தையும் அலட்சியப்படுத்தி விட முடியாது."

சன் சூ எழுதிய போர்க் கலை நூலில் இருந்து. (கி.மு. 476-221)

Gods Must Be Crazy!
Conservative Estimate of Chinese Debt + Equity
Source: CHINA'S OVERSEAS LENDING, Sebastian Horn, Carmen Reinhart and Christoph Trebesch(KIEL WORKING PAPER NO. 2132)
In percent of recipient GDP
0 - 1%
1 - 5%
5 - 10%
10 - 20%
>20%
No Data
Note: China's activities are secretive and captured only about 50% of total Chinese overseas loans.
Includes debt claims from direct lending, trade advances, FDI debt instruments and portfolio holdings of foreign bonds and equity claims from foreign direct investment and portfolio holdings of foreign equity instruments.

மத்திய சாம்ராஜ்யமான சீனா, அமெரிக்காவிடம் இருந்தும், ஒரு நூறுக்கும் அதிக நாடுகளிடம்[10] இருந்தும் வசூலிக்க வேண்டியதை வசூலிக்க அதன் கொடைக்கூலி வேட்டையர்களை அனுப்புவதற்கு வசதியாக, நாம் எப்போது நம் வாய்ப்புகளை ஒன்றுக்கும் உதவாத வகையில் தவற விடுவோம் என்று ஆர்வத்தோடு காத்துக் கொண்டிருக்கிறது. அரசாங்கப் பாதுகாப்பு கவசத்தால் பாதுகாக்கப்பட்டிருக்கும், சீனப் பெருநிறுவனங்கள், குறைந்தபட்சம் 10 ட்ரில்லியன் டாலர் இராஜதந்திர கடன் வலைப்பொறிகளுடன்[11] நாடுகள் மீது நிதியியல் ரீதியாக செல்வாக்கு செலுத்தி உலகைத் திறம்பட காலனித்துவப்படுத்தி வருகின்றன. புதிய வகை பெல்ட் & சில்க் சாலை திட்டம்[12] (Belt and Silk Road Initiative) மற்றும் பிற உயர்-தொழில்நுட்ப உள்கட்டமைப்பு பெருந்திட்டங்கள் 22 ஆம் நூற்றாண்டு சீன வெளிவேஷத்திற்கு முதன்மை எடுத்துக்காட்டுகளாகும். இத்தகைய ஒட்டுண்ணித்தனமான மற்றும் உறுதிப்படுத்த முடியாத இராஜதந்திர கடன் வலைப்பொறிகளில் சில, மேலாதிக்க நோக்கங்களையும் அரசு இறையாண்மை மீதான சவால்களையும் தனக்குப் பின்னால் ஒளித்து வைத்திருக்கலாம். அவை சீனாவின் புவிசார் மூலோபாய நலன்கள் மற்றும் இராணுவ பரிமாணங்களுக்கு உதவ பயன்படுத்தப்படுகின்றன.

"உலக வர்த்தகத்தில் சீனாவின் மிகப்பெரும் பங்குடன் ஒப்பிட்டால், உலக நிதியத் துறையில் அதன் பங்கு மிக மிக குறைவாகவே உள்ளது. … 1949-2017 க்கு மத்தியில், சீனாவின் மூலதன ஏற்றுமதி விபரங்களில், 5000 கடன்கள் மற்றும் 150 க்கும் அதிகமான நாடுகளுக்கு வழங்கிய நிதியுதவிகள் மட்டுமே புதிய தகவல்களாக இடம் பெற்றுள்ளன. முன்னேறிவரும் நாடுகளுக்கு சீனா கடன் வழங்கியதில் 50%, சர்வதேச நாணய நிதியம் (IMF) அல்லது உலக வங்கிக்குத் தெரிவிக்கப்படவில்லை. கொள்கை கண்காணிப்புகளை, விலை நிர்ணய அபாயங்களை, மற்றும் கடன் அளவு மீதான பகுப்பாய்வுகளை இந்த "பின்புல கடன்கள்" சீர்கெடுக்கின்றன. சீனா வெளிநாடுகளுக்குக் கடன் வழங்குவது கிட்டத்தட்ட முழுமையாக அதிகாரப்பூர்வமானது (அதாவது அரசு கட்டுப்பாட்டில் நடக்கிறது) என்பதால், எல்லைக் கடந்து பாயும் தனியார் பணத்தை முறையாக "முன்னிழுக்கும்" "பின்னிழுக்கும்" உந்துசக்திகள் ஒரே விதத்தில் இருப்பதில்லை."

— உலக பொருளாதாரத்திற்கான கெய்ல் அமைப்பு (Kiel Institute - 2020) —

கெய்ல் (KIEL) அறிக்கை மதிப்பீடுகளின்படி, 2017 இல், சீனாவின் எல்லைக்கு வெளியே உள்ள அதன் மொத்த நிதிய உரிமைகோரல்கள் உலக மொத்த உள்நாட்டு (GDP) உற்பத்தியில் 8% க்கும் அதிகமாக உள்ளது. அமெரிக்க மொத்த உள்நாட்டு உற்பத்தியில் குறைந்தது 7%, ஜெர்மன் மொத்த உள்நாட்டு உற்பத்தியில் 10% மற்றும் இங்கிலாந்து மொத்த உள்நாட்டு உற்பத்தியில் 7% மதிப்புள்ள இந்த ஒவ்வொரு நாடுகளின் பத்திரங்கள் மற்றும் கருவூல சொத்துக்கள் மட்டுமாவது சீனா வசம் உள்ளது. உண்மையில், ஒட்டுமொத்தமாக பார்த்தால் யூரோப்பகுதியில் கணிசமான அடித்தளத்தைக் கொண்டுள்ள சீனா, அப்பகுதியின் மொத்த உள்நாட்டு உற்பத்தியில் 7% ஐ கணக்கில் கொண்டுள்ளது (இது பத்திரங்களில் 850 பில்லியன் அமெரிக்க டாலருக்குச் சமம்).

உலகின் மற்ற பகுதிகளில் சீனா குறைந்தது 5 ட்ரில்லியன் டாலர் கடன் உரிமை கோரிக்கைகளைக் கேட்க முடியும் என்பதோடு, சீனாவின் நிதி "கருணை" பெறும் நாடுகளின் பங்கு 2017 இல் கிட்டத்தட்ட 80% ஐ எட்டியுள்ளது. இந்த வியத்தகு அதிகரிப்பு அமைதி கால வரலாற்றில் முன்னோடியில்லாதது என்பதோடு, முதலாம் மற்றும் இரண்டாம் உலகப் போரை அடுத்து அமெரிக்கா வழங்கிய கடனுடன் இதை ஒப்பிட முடியும்..

குறிப்பாக கோவிட்-19 பெருந்தொற்றில் நோய்வாய்ப்பட்ட உலக பொருளாதார நிலையைக் கருத்தில் கொண்டு பார்த்தால், துரதிர்ஷ்டவசமாக, 2017 இன் இந்த மிதமான புள்ளிவிவரங்களே கூட இப்போது காலாவதியாகி விடுகின்றன. சீனாவின் வேகமாக அதிகரித்து வரும் கடன் வழங்கல் மற்றும் முதலீட்டின் மீது கோவிட் -19 இன் தாக்கத்தைப் பொறுத்திருந்து தான் பார்க்க வேண்டும்.

ஒரு காலத்தில், சர்வதேச நாணய நிதியம் (IMF) மற்றும் உலக வங்கி போன்ற அமைப்புகளை நிறுவிய அமெரிக்கர்கள், உலகின் மிகப் பெரிய கடன் வழங்குநர்களாக இருந்தார்கள். அவர்களின் கடன் வழங்கும் முறை முழுமையாக உலகிற்குத் தெரியப்படுத்தப் பட்டிருந்ததுடன், அதனுடன் ஒரு குறிப்பிட்ட அளவு வெளிப்படைத்தன்மையும், நெறிமுறைகள் மற்றும் தொழில்முறைகளும் இருந்தன. ஆதார வளங்கள் இல்லாமல் சபிக்கப்பட்ட நாடுகளின் ஊழல் அரசாங்கங்கள் மற்றும் போராளிகள் குழுக்களுடன் பேச்சுவார்த்தை நடத்தும் போதும் கூட குறிப்பாக இதுவே தான் வழக்கமாக இருந்தது.

பாரிஸ் கிளப்பில் உள்ள பொருளாதார ஒத்துழைப்பு மற்றும் மேம்பாட்டு அமைப்பின் (OECD) உறுப்பு நாடுகளும் மற்றும் சர்வதேச நாணய நிதியம் மற்றும் உலக வங்கி போன்ற பிற புகழ்பெற்ற அமைப்புகளும் நீண்ட கால கடன் சலுகை விதிமுறைகளுடன் அதிக கவனத்துடனே பணம் வழங்குகின்றன. பாரிஸ் கிளப் கடன்களில் பல OECD ஆல் வரையறுக்கப்பட்டவாறு, அதிகாரப்பூர்வ வளர்ச்சி உதவி வடிவில் உள்ளன, மேலும் குறைந்தபட்சம் 25% மானிய அம்சத்தைக் கொண்டுள்ளன. இந்த கடன்கள் பெரும்பாலும் 30 ஆண்டுகள் வரையில் முதிர்வுகளையோ மற்றும் கிட்டத்தட்ட அசல் மீதான எந்த அபாயத்தையோ கொண்டிருக்காது.

ஏற்கனவே நிதி ஆதாரங்களின் பற்றாக்குறையால் திண்டாடிக் கொண்டிருக்கும் நாடுகளின் நெறிமுறை குறைந்த நிர்வாக அமைப்புகளுடனும் மற்றும் போராளிகள் குழுக்களுடனும் சீனா பின்புல உடன்படிக்கைகளைச் செய்வதில் ஈடுபட்டுள்ளதாகவும் பரவலாக புரிந்து கொள்ளப்படுகிறது. இதற்கும் மேல், சீனாவின் அரசு வங்கிகள் பொதுவாக பணத்தைக் கடனாக பெறும் அரசுக்கு வழங்குவதற்குப் பதிலாக, நேரடியாக அந்த திட்டத்திற்குப் பொறுப்பான சீன ஒப்பந்ததாரருக்கே வழங்குகின்றன. சீன உழைப்பு சக்தி மற்றும் மூலப்பொருட்கள் இவற்றுடன் சீன ஒப்பந்த நிறுவனங்களே பயன்படுத்தப்படுவதால், கடன் பெறும் நாட்டை விட சீனாவுக்கே கணிசமாக அதிக பலன்கள் கிடைப்பதை உறுதிப்படுத்தும் ஒரு சுழற்சியை இது ஏற்படுத்துகிறது.

இத்தகைய இரகசியமான மற்றும் மூடிய-வட்டத்துக்குள் செய்யப்படும் தந்திரங்கள், சொத்திருப்புகளின் உரிமையை வேகமாக கைப்பற்றக் கூடிய இராஜதந்திர கடன்-வலைப்பொறி வடிவமாகி விடுகின்றன. சீனாவுக்கு ஒரு வெளிவேஷமாக அமையும் இதைக் கொண்டு, ஆதாயத்திறனைப் பெற்று நிதிய காலனித்துவத்தை அனுபவிக்க முடியும், அதேவேளையில் கடன் சுமையைக் கடன் பெறும் நாடுகளின் எதிர்கால தலைமுறையினர் மீது இறக்கி வைக்கும் விதத்தில் கடமைப்பாடுகளை அந்நாட்டின் வரி செலுத்துவோரிடம் தள்ளி விடுகிறது. இப்போது மிகவும் அதிகமாக கடன் பெற்றுள்ள 50 நாடுகள், ஆவணப்படுத்தப்பட்ட வெளிநாட்டு கடனில் சராசரியாக மொத்தம் அண்மித்து 40% ஐ சீனாவிடம் இருந்து பெற்றுள்ளன.

சீனாவின் அதிகாரப்பூர்வ கடன் வழங்கல், சீன கம்யூனிஸ்ட் கட்சியின், அதாவது அரசின், கட்டுப்பாட்டில் உள்ளது. இந்த கடன் வழங்கல் நடவடிக்கையில் மூன்றில் இரண்டு பங்கு, வெளிநாட்டு நிதிய மையங்களில் உள்ள சீன வங்கிகளின் வெளிநாட்டு துணை நிறுவனங்கள் மூலமாக செல்கிறது. பெரும்பாலும் அடமான வைப்புகளைக் கொண்டிருக்கும் இந்த கடன்கள், கண்காணிக்க முடியாதவாறு, கிட்டத்தட்ட மிகவும் இரகசியமாக நடக்கின்றன.

வழங்கப்படும் கடன்களில் பெரும்பாலானவை நிதியியல் ரீதியில் வறிய, ஊழல் நிறைந்த மற்றும் திறமையற்ற தலைமையால் நடத்தப்படும் ஆனால் செழிப்பான ஆதாரவளங்களைக் கொண்ட நாடுகளுக்குப் போகிறது. வட்டி மற்றும் அசலைத் திரும்ப செலுத்துவது என்பது பெரும்பாலும் அந்த நாடுகளின் வளங்களைக் கொண்டு உத்தரவாதப்படுத்தப்பட்டு இருக்கும். அரசுகளுக்கு இடையிலான வழக்கமான கடன்களைப் போல இல்லாமல், இந்த உடன்படிக்கைகள் மத்தியஸ்த உட்பிரிவுகளுடன் ஒளிவு மறைவான வணிகக் கடன்களாக உள்ளன. இதன் விளைவாக, திருப்பிச் செலுத்தும் தொகை, திவால்நிலை அல்லது மறுசீரமைப்பு (restructuring information) குறித்த தகவல்கள் பொதுக் களத்திற்கே வருவதில்லை.

எடுத்துக்காட்டாக, 1970 களில் ஏற்பட்ட சிண்டிகேட் கடன் வளர்ச்சி 1980 களின் முற்பகுதியில் நிதி நெருக்கடிகளின் அலையை உண்டாக்கியது. அப்போது, மேற்கத்திய வங்கிகள் ஆபிரிக்கா, ஆசியா மற்றும் இலத்தீன் அமெரிக்காவில் உள்ள வறிய ஆனால் வளம் நிறைந்த நாடுகளுக்கு அதிகளவு வெளிநாட்டு மூலதனத்தைப் பாய்ச்சின. மெலிதாக இழையோடிய இறையாண்மை திவால்நிலையுடன் இணைந்திருந்த அந்த பொருளாதார மந்தநிலைமைகளைத் தீர்க்க ஒரு தசாப்தத்திற்கும் அதிக காலமானது. இப்போது அதே நாடுகளில் பல, ஊழல் தலைமையினால் மற்றும் அதிக வெளிப்படைத்தன்மை இன்றி அல்லது அதிக மேற்பார்வை இல்லாமல், சீன சுறாக்களுக்கு இரையாகி வருகின்றன.

பெரிதும் கடன்பட்ட வறிய நாடுகள் (Highly-indebted Poor Countries) என்ற அந்தஸ்தை அடைவதற்கு நெருக்கத்தில் இருந்த போது, அவற்றில் சில நாடுகள் கோவிட்-19 காலத்திற்கு முன்னரே கூட கடன் செலுத்தவியலா நிலையில் இருந்தன.

கோவிட்-19 ஆல் மிகவும் கடுமையாக பாதிக்கப்பட்டுள்ள நாடுகள், பெயரிட்டு சொன்னால் இலத்தீன் அமெரிக்கா மற்றும் வறிய ஆபிரிக்கப் பகுதிகள், சீனா உடனான அவற்றின் கடன்களைத் திரும்பச் செலுத்தும் திறனை முற்றிலுமாக இழந்துவிடும் அல்லது திண்டாடும் என்பதில் சந்தேகமில்லை. பொருளாதார மந்தநிலை விரைவாக பண்டங்களின் முறிவில் (commodity breakdown) போய் முடிகிறது, ஆதார வள உற்பத்தியும் பாதிக்கப்படும். பணமும் இல்லாமல் ஆதார வளங்களும் இல்லாமல், நிதியியல் எதிர்காலமே இருண்ட நிலையில், அந்நாடுகள் மீது சீனா ஒரு பொருளாதார பிடியை வைத்துள்ளது.

கோவிட் -19 க்குப் பிந்தைய சீனாவின் புதிய காலனித்துவ உத்தி என்ன என்பதைப் பார்ப்பது சுவாரஸ்யமாக இருக்கும். ஆதார வளங்களை அடமானமாக கொண்டுள்ள, அதுவும் இப்போது மதிப்பிழந்து வரும் நிலையில், வெளியில் தெரியாமல் வழங்கப்பட்ட, ஊழல் தலைமைகளால் கையொப்பமிடப்பட்ட, அந்த அடகுக்கடை கடன்களை அது எப்படி திரும்ப பெறும்?

Gods Must Be Crazy!

Conservative Estimate of Chinese Direct Loans (2017)

Source: CHINA'S OVERSEAS LENDING, Sebastian Horn, Carmen Reinhart and Christoph Trebesch(KIEL WORKING PAPER NO. 2132)

Note: China's activities are secretive and captured only about 50% of total Chinese overseas loans. The debt estimates are based on loan-level data. They exclude Chineseportfolio debt holdings and short-term trade debt. GDP data is from the IMF World Economic Outlook.

In percent
of recipient GDP

0 – 1%
1 – 5%
5 – 10%
10 – 25%
25 – 100%
No Data

The Gods Must Be Crazy!

Characteristics of Chinese Loan

Source: CHINA'S OVERSEAS LENDING, Sebastian Horn, Carmen Reinhart and Christoph Trebesch(KIEL WORKING PAPER NO. 2132)

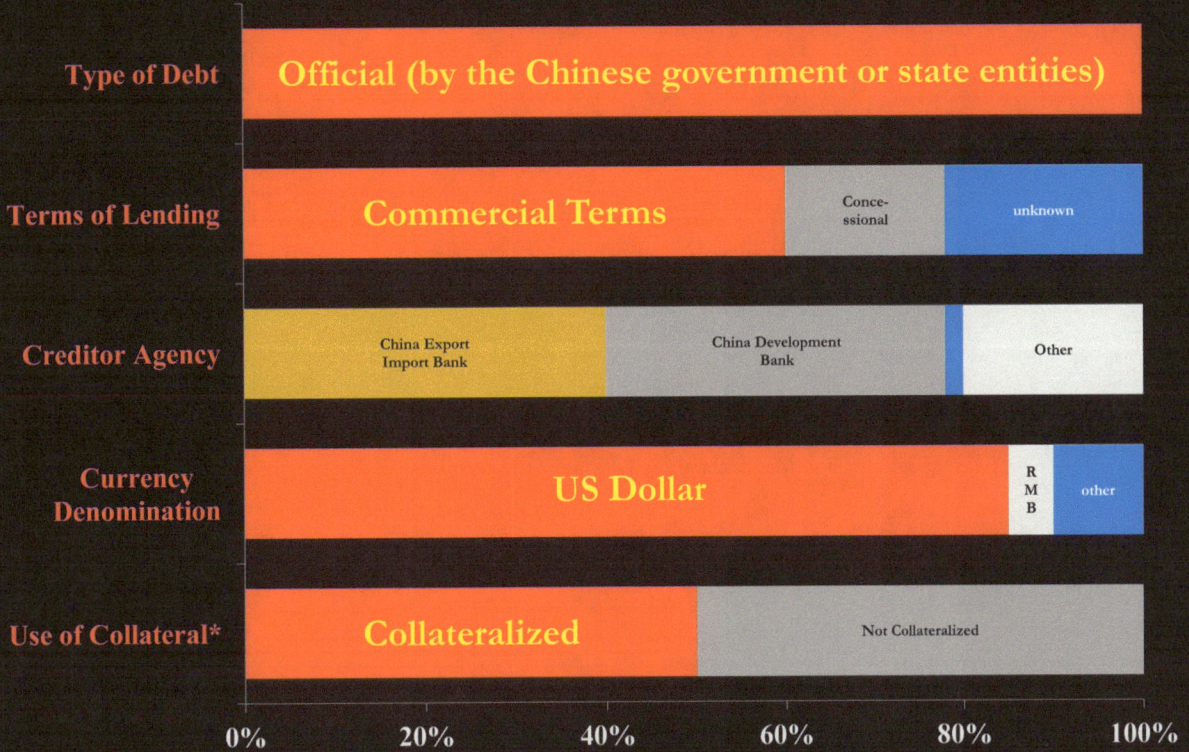

Type of Debt
Official (by the Chinese government or state entities)
Terms of Lending
Commercial Terms
Conce-ssional
unknown
Creditor Agency
China Export Import Bank
China Development Bank
Other
Currency Denomination
US Dollar
RMB
other
Use of Collateral*
Collateralized
Not Collateralized
0%
20%
40%
60%
80%
100%

1900 களின் மத்தியில் இரண்டாம் உலகப் போருக்குப் பின்னர், அமெரிக்கா ஐரோப்பிய நாடுகளின் மீட்சிக்கு உதவுவதற்காக பொருளாதார மற்றும் தொழில்நுட்ப உதவிகளுடன் சேர்ந்து அதேயளவுக்குச் சமமாக 100 பில்லியன் டாலருக்கும் அதிகமான தொகையை (அமெரிக்க மொத்த உள்நாட்டு உற்பத்தி $258 பில்லியன்) நிதியுதவியாக வழங்கியது. இந்த மார்ஷல்[13] திட்டத்திலிருந்து செழித்து தழைத்தோங்கிய ஒட்டுமொத்த உலகிலும், அமைதியும் நல்லிணக்கமும் 75 ஆண்டுகள் ஆட்சி செய்தன. ஆகவே சீனாவினால் பொருளாதார ரீதியாக காலனித்துவப்படுத்தப்பட்ட நாடுகளை மீட்க, புதிய மார்ஷல் திட்டங்களைச் செயல்படுத்துவதற்கான கூட்டணியை முன்னெடுக்க இது தான் சரியான நேரம்.

"பூனை வெள்ளையோ கருப்போ,
அது எலியைப் பிடித்தால் சரி."
சீனத் தலைவர் டங் சியாவுபிங் (Deng Xiaoping), (1978-1989)

டிஜிட்டல் காலனித்துவம்

அமெரிக்காவில் உள்ள நம் தொழில்நுட்ப நிறுவனங்கள் உலக டிஜிட்டல் உள்கட்டமைப்பின் குறிப்பிடத்தக்க பகுதியை, கடந்த எழுபத்தைந்து ஆண்டுகளாக, கட்டுப்பாட்டில் வைத்திருந்தன. ஆனால், சீனா அதன் "பெல்ட் அண்ட் ரோட் முன்முயற்சியை" (BRI) "டிஜிட்டல் சில்க் சாலை" (DSR)[14] திட்டமாக விரிவாக்கி வருகிறது. சீனா பல நாடுகளுடன் டிஎஸ்ஆர் (DSR) தொடர்புடைய ஒப்பந்தங்களில் கையெழுத்திட்டுள்ளது. மேலும் அதன் உள்கட்டமைப்பு திட்டங்கள், உலகம் முழுவதும் பெய்ஜிங் அதன் செல்வாக்கை விரிவாக்க உதவியாக, பெரியளவில் போட்டியே இல்லாமல், ஓர் அதிகாரத்தை நிலைநாட்டுவதாக உள்ளன. அத்திட்டம், மேற்கு நிறுவனங்களுடன் மல்லுக்கட்ட சீனத் தொழில்நுட்ப நிறுவனங்களுக்கான ஒரு டிஜிட்டல் கொல்லைப்புறமாக அமைந்துள்ளது. சீனத் தொலைத்தொடர்பு உபகரண உற்பத்தியாளர்கள், தகவல் சேமிப்பு உள்கட்டமைப்பு நிறுவனங்கள் மற்றும் டேட்டா மைய நிறுவனங்கள் முன்னணியில் பாய்ந்து கொண்டிருக்கின்றன. இந்த டிஎஸ்ஆர் திட்டம், ஸ்மார்ட் சிட்டி சென்சார்கள் மற்றும் டேட்டா பிளாட்பார்ம் ஏற்றுமதிக்கான பொருளாதார மற்றும் டிஜிட்டல் வாசற்கதவுகளைத் திறந்துவிடுவதால், இது தேசிய பாதுகாப்பு அச்சுறுத்தல்களாக ஆக வாய்ப்புள்ளது.

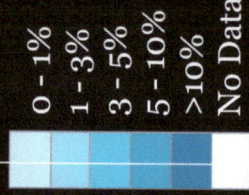

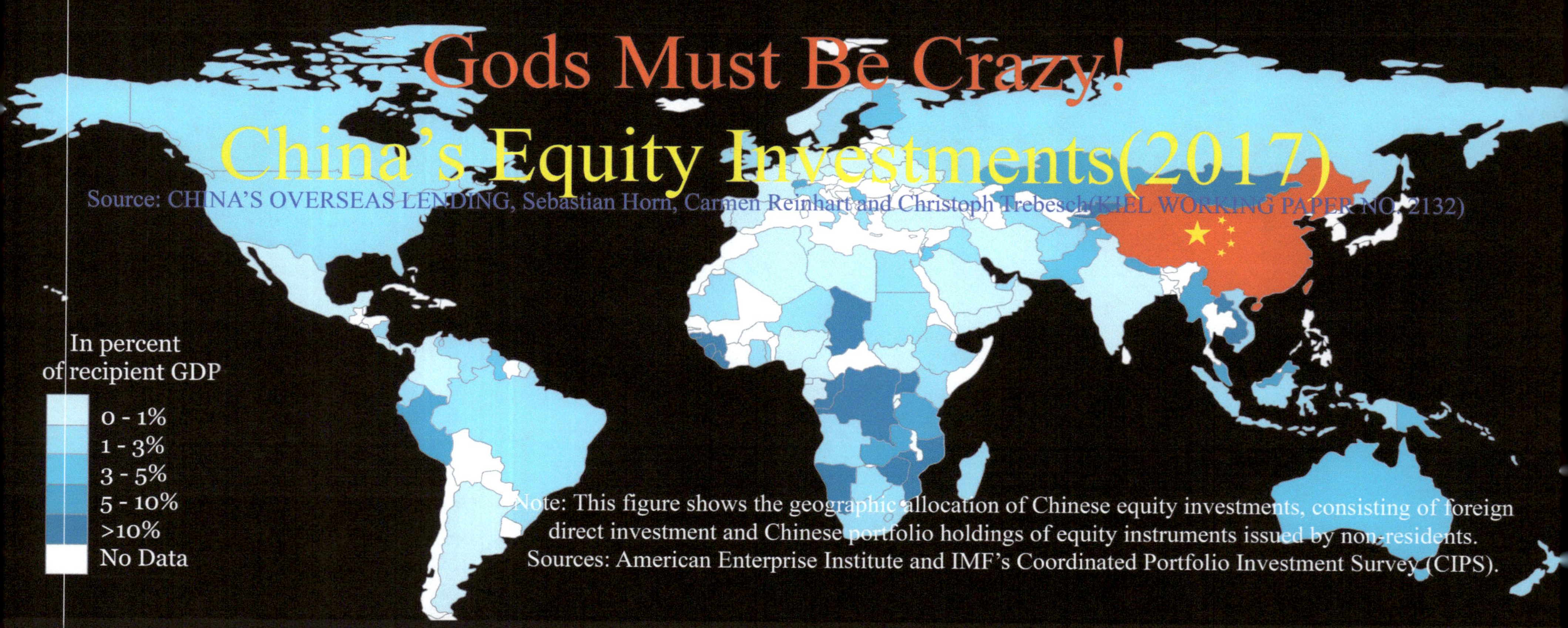

Gods Must Be Crazy!
China's Equity Investments(2017)
Source: CHINA'S OVERSEAS LENDING, Sebastian Horn, Carmen Reinhart and Christoph Trebesch(KIEL WORKING PAPER NO. 2132)
In percent of recipient GDP
0 - 1%
1 - 3%
3 - 5%
5 - 10%
>10%
No Data
Note: This figure shows the geographic allocation of Chinese equity investments, consisting of foreign direct investment and Chinese portfolio holdings of equity instruments issued by non-residents.
Sources: American Enterprise Institute and IMF's Coordinated Portfolio Investment Survey (CIPS).

சீனாவின் டிஜிட்டல் சில்க் சாலை திட்டத்தின் (DSR) நான்கு அம்சங்கள்:

1. டேட்டா மையங்கள் மற்றும் ஆப்டிக் ஃபைபர் கேபிள்கள் போன்ற டிஜிட்டல் உள்கட்டமைப்புகள், இணைய வழி செயல்பாட்டு உபகரணங்கள் (IoT - Internet of Things), 5ஜி மற்றும் 6ஜி போன்ற எதிர்கால தொழில்நுட்ப தளங்களுக்கு உதவுவது.
2. வளர்ந்து வரும் தொழில்நுட்பங்களுக்கான தரமுறைகள், விதிமுறைகள் மற்றும் நெறிமுறைகளை அமைக்கும் சர்வதேச அமைப்புகள் சம்பந்தப்பட்டுள்ளது.
3. மின்னணு பணப் பரிவர்த்தனை முறைகள், க்ரிப்டோகரன்சிகள் (cryptocurrencies) மற்றும் சுதந்திரமான டிஜிட்டல் வர்த்தக மண்டலங்கள் போன்ற மின்வர்த்தகம் சம்பந்தப்பட்ட தொழில்நுட்பங்களில் ஒருமுனைப்படுதல்.
4. "2025 சீன உற்பத்தி" (Made in China 2025) திட்டத்தின் பாகமாக "மத்திய சாம்ராஜ்யத்தை மீண்டும் மகத்தானதாக ஆக்கும்" சீன உத்தியாக உள்ளது. இந்த இலக்கை அடைய, அவர்கள் "ஆயிரம் திறமையாளர்களின் திட்டம்"[15] (Thousand Talents Plan - அதாவது, வெளிநாட்டிலுள்ள சீனாவின் அதிநவீன தொழில்நுட்ப வல்லுனர்களைத்[16] திரும்பக் அழைத்து வரும் திட்டம்) என்பதில் பலமாக முதலீடு செய்துள்ளனர்.

Gods Must Be Crazy!
Standing Credit Line at China's Central Bank
Source: CHINA'S OVERSEAS LENDING, Sebastian Horn, Carmen Reinhart and Christoph Trebesch(KIEL WORKING PAPER NO. 2132)
Note: This figure shows outstanding swap line agreements between China's central bank (PBoC) andforeign central banks.
Red shaded countries have a standing credit line agreement with the PBoC as of 2017.
In total, China has agreements with more than 40 foreign central banks for drawing rights of 550 billion USD.
The figure also considers the multilateral swap agreements within the so called Chiang Mai initiative and within the Contingent Reserve Arrangement of BRICS countries.

The Gods Must Be Crazy!
China's Investment
Strategy
Source: CHINA'S OVERSEAS LENDING, Sebastian Horn, Carmen Reinhart and Christoph Trebesch(KIEL WORKING PAPER NO. 2132)
PERCENTAGE
100
80
60
40
20
0
Equity Investment
Portfolio Debt (sovereign bonds)
Direcrt loans
Equity Investments
Direct loans
Equity Investments
Direct loans
Equity investments (FDI and equity purchases)
Short-term trade debt
Advanced Economies
Emerging Economies
Low-Income Countries

China's Global Infrastructure Footprint

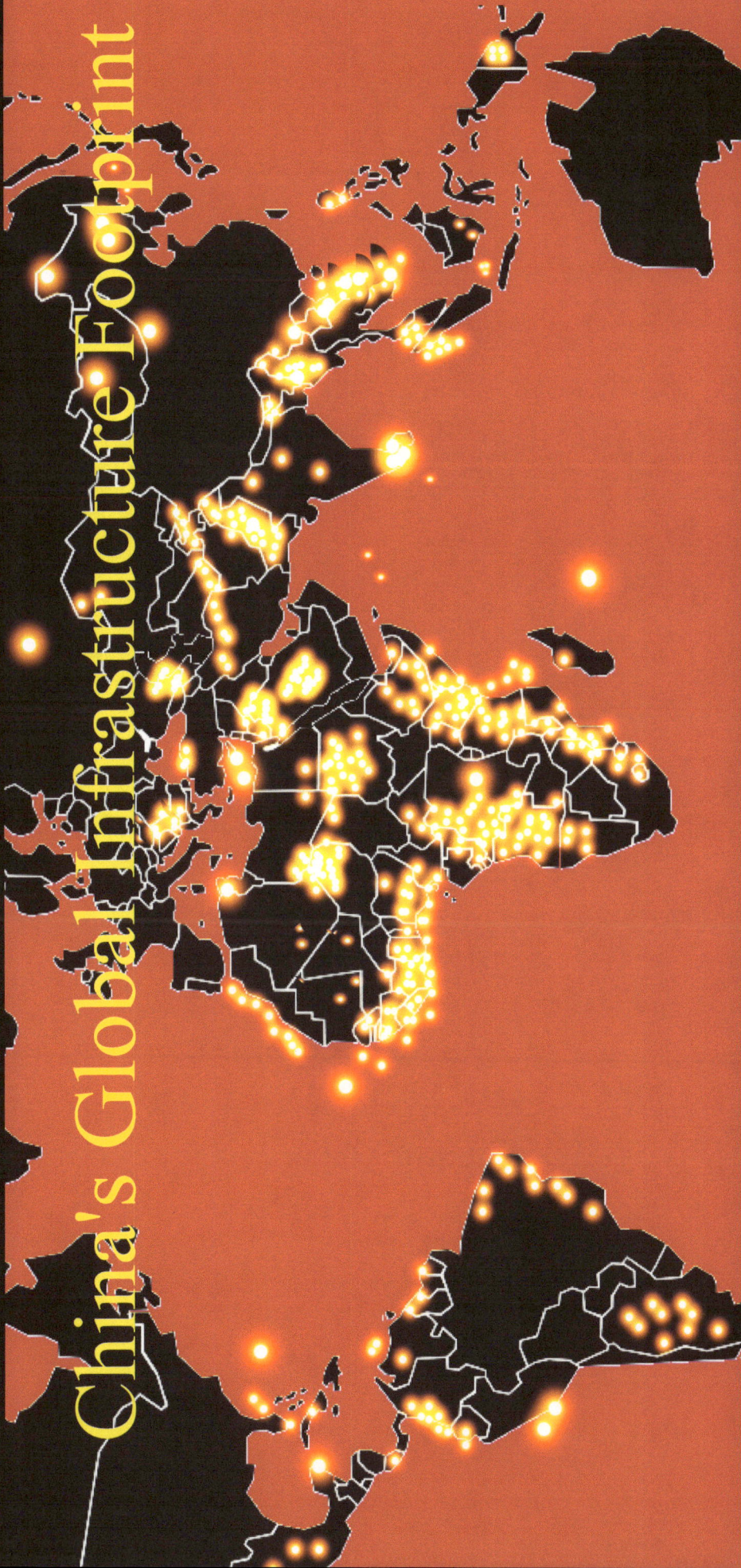

நிதியியல் ரீதியில் அரசு நிதியுதவி பெறும் ஹுவாய் (Huawei) மற்றும் ZTE[17] போன்ற வெளிவேஷ-சீன நிறுவனங்கள் தான் ஆபிரிக்காவின் பெரும்பாலான டிஜிட்டல் உள்கட்டமைப்புகளை உருவாக்கி வருகின்றன. அவற்றின் ஃபைபர் ஆப்டிக் கேபிள்கள் மத்திய ஆசியாவின் டிஜிட்டல் இணைப்புக்கான முதுகெலும்பாக மாறி வருகின்றன. இந்த டிஎஸ்ஆர் திட்டத்தில், கணிசமான டேட்டா பகுப்பாய்வு திறன்களைக் கொண்டு டேட்டாவைப் பிரித்தெடுப்பதன் மூலம், அதிமுக்கியமான டேட்டாக்களை அவர்களால் கைப்பற்ற முடியும் என்பதால், முக்கியமான சர்வதேச தலைவர்கள் மற்றும் நிறுவனங்களைக் கொம்ப்ரோமட்[18] (kompromat) பாணியில் கையாளவும் இது சீனக் கம்யூனிஸ்ட் கட்சிக்கு (CCP) ஆதாயமாக மாறிவிடும்.

இந்த கட்டமைப்பு, சீனக் கம்யூனிஸ்ட் கட்சிக்கு மிகப் பெரியளவில் அரசியல் செல்வாக்கு மண்டலத்தை வழங்கும். இவ்விதத்தில், கடன் பெறும் நாடுகளின் குடிமக்களையோ, அதன் இறையாண்மையையோ பொருட்படுத்தாமல், அவர்கள் அவர்களின் அரசியல் மற்றும் எதேச்சதிகார சித்தாந்தங்களுக்கான விதிமுறைகள் மற்றும் தரமுறைகளை அமைப்பார்கள். முக அடையாளம் காணும் தொழில்நுட்பம் (facial recognition) மற்றும் இணையவழி உளவுபார்ப்பு போன்ற அந்தரங்க உரிமைகளை மீறும் சீனத் தொழில்நுட்பங்கள், குடிமக்களைக் கண்காணிப்பதற்காக[19] ஏற்கனவே உலகெங்கிலும் பல நாடுகளில் பரவலாக பயன்படுத்தப்படுகின்றன.

சீன மின்-வர்த்தகத்திற்கு அப்பாற்பட்டு, இந்த டிஎஸ்ஆர் திட்டமானது, இணையவழி மருத்துவம், இணையவழி நிதி பரிவர்த்தனை மற்றும் ஸ்மார்ட் சிட்டி திட்டங்களுக்கும் உதவுகிறது. அரசு கட்டுப்பாட்டிலான இந்த டிஎஸ்ஆர் திட்டம், குவாண்டம் கம்ப்யூட்டிங், செயற்கை நுண்ணறிவு மற்றும் பிற அதிநவீன தொழில்நுட்பங்கள்[20] மூலமாக அதன் காலனித்துவ குடிமக்களின் டேட்டாவைப் பிரித்தெடுத்து கையாள முடியும் என்பதே இதில் மிகவும் எச்சரிக்கையூட்டும் அம்சமாக உள்ளது. பின்னர் இந்த தகவல் மக்களின் நலனுக்காக அல்லாமல் சீனாவின் நலனுக்காக பயன்படுத்திக் கொள்ள முடியும்.

> "உங்களுக்குப் புரியவில்லையா? VC கூறுகிறார், 'வெளியேறுங்கள், வெளியேறுங்கள்'. இந்தோசீனாவில் உள்ள எல்லா வெள்ளையின மக்களுக்கும் இது தான் 'கடைசி கெடு'. நீங்கள் பிரெஞ்சாக இருந்தாலும் சரி, அமெரிக்கராக இருந்தாலும் சரி, அனைவருக்கும் இது பொதுவானது. 'வெளியேறுங்கள்'. அவர்கள் உங்களை மறக்க நினைக்கிறார்கள். பாருங்கள், கேப்டன். பாருங்கள், இது ஒரு முட்டை, இது தான் உண்மை. [அதை உடைத்து, அந்த முட்டையிலிருந்து வெள்ளைக் கருவைக் கீழே கொட்டுகிறார்]வெள்ளைக் கரு வெளியேறிவிட்டது, ஆனால் மஞ்சள் கரு தங்கியுள்ளது!"

— பிரெஞ்சு குடியேற்ற பிரஜை, "அப்போகலிப்ஸ் நவ்"
(பிரான்சிஸ் ஃபோர்ட் கோப்போலாவின் 1979 ஆம் ஆண்டு திரைப்படம்)

போட்டித்திறன்

"ஒரே பாதை, ஒரு இணைப்பு" (One Belt, One Road - OBOR) போன்ற உள்கட்டமைப்பு அபிவிருத்திகள் மற்றும் "ஆசிய உள்கட்டமைப்பு முதலீட்டு வங்கி" (AIIB) போன்ற அமைப்புகள் மூலம் ஆசியாவில் அதன் முதலீடுகள் மற்றும் செல்வாக்கு மண்டலங்களை விரிவாக்குவதே இந்த புதிய சில்க் சாலை திட்டத்தின் முக்கிய நோக்கமாக உள்ளது. சீனக் கட்டுப்பாட்டில் உள்ள ஆசிய உள்கட்டமைப்பு முதலீட்டு வங்கி (AIIB) உலகின் மூன்று மிகப் பெரிய மதிப்பீட்டு அமைப்புகளில்[21] முதன்மை மதிப்பீட்டைக் கொண்டுள்ளது. 2015 இல், பெய்ஜிங்கைத் தளமாகக் கொண்ட இந்த அமைப்பின் ஆரம்ப முதலீடு, ஆசிய மேம்பாட்டு வங்கியின் (ADB) மூலதனத்தில் குறைந்தபட்சம் மூன்றில் இரண்டு பங்குக்குச் சமமாக இருந்தது. AIIB இன் ஆரம்ப முதலீடு உலக வங்கியின் முதலீட்டிலும் சுமார் பாதியாக உள்ளது. அமெரிக்கர்களால் ஸ்தாபிக்கப்பட்ட உலக வங்கி மற்றும் சர்வதேச நாணய நிதியத்தின் (IMF) அஸ்திவாரங்களுக்கு AIIB ஒரு நேரடி அச்சுறுத்தலாக அமைந்துள்ளது.

1960 இல், அமெரிக்க பொருளாதாரம் உலகின் மொத்த உள்நாட்டு உற்பத்தியில் 40% ஆக இருந்தது. இப்போதோ, 2020 சர்வதேச நாணய நிதிய மதிப்பீடுகளின்படி பார்த்தால், "வாங்கும் சக்தி சமநிலை" இல் (Purchasing Power Parity - PPP) அமெரிக்கா 15% ஐ விட குறைந்து விட்டது. இதற்கிடையில், PPP இல் சீனாவின் மொத்த உள்நாட்டு உற்பத்தி 20% ஆகும், இது தொடர்ந்து அதிகரித்தும் வருகிறது[22]. சீனாவின் மொத்த உள்நாட்டு உற்பத்தி கடந்த முப்பது ஆண்டுகளில் அதன் அளவை விட சுமார் பதினைந்து மடங்கு அதிகரித்துள்ளது. அதற்கு எதிர்விதமாக, அமெரிக்க மொத்த உள்நாட்டு உற்பத்தியோ வெறும் இரண்டு மடங்கு தான் அதிகரித்துள்ளது. இதற்கிடையில், அமெரிக்காவின் நிதி-சாரா உள்நாட்டு கடன்கள் விண்ணை முட்டி நிற்கின்றன. இது தற்போது 80 ட்ரில்லியன் டாலராகும், அதேவேளையில் அமெரிக்க பெடரலின் இருப்புநிலைக் கணக்கு (balance sheet) இப்போது 7 ட்ரில்லியன் டாலர் தாங்கொணா கடனைச் சுமந்து கொண்டிருக்கிறது.

"தனியார் துறையால் ஏற்பட்ட வருவாய் இழப்பும்—அதை நிரப்பப் பெறப்பட்ட எந்தவொரு கடனும்—முழுமையாகவோ அல்லது பகுதியாகவோ, தவிர்க்கவியலாமல் அரசு இருப்புநிலை கணக்கில் சேர்க்கப்படும். மிகப் பெரியளவிலான பொதுக் கடன் மட்டங்கள், நமது பொருளாதாரங்களின் நிரந்தர அம்சமாக மாறி விடும், தனியார் கடன் இரத்து செய்யப்படும் போது அந்த சுமையும் இத்துடன் சேர்ந்துவிடும்."

— மரியோ திராஹி, —
ஐரோப்பிய மத்திய வங்கியின் முன்னாள் தலைவர்

The Gods Must be Crazy!
The Crocodile from the Yangtze
IMF 2018 GDP in PPP (Trillion $)

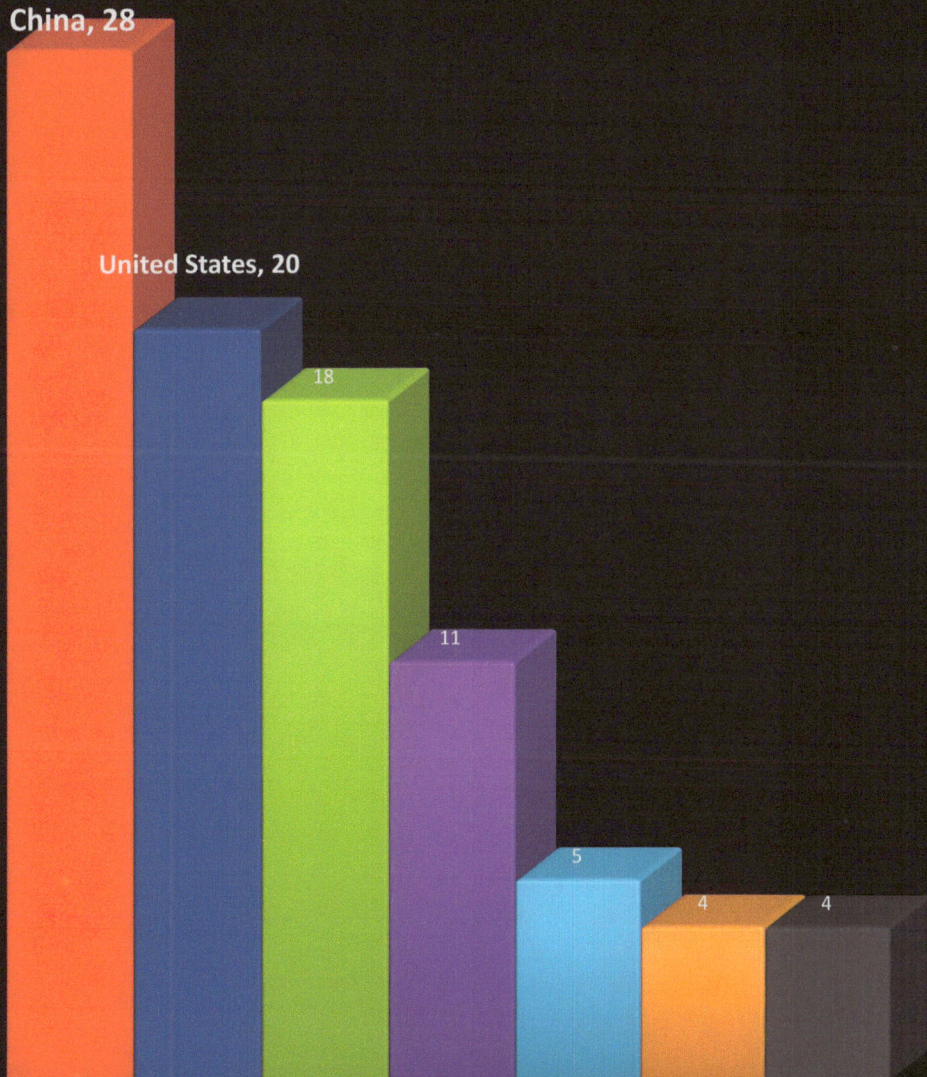

China, 28
United States, 20
18
11
5
4
4

China United States European Union India Japan Russia Germany

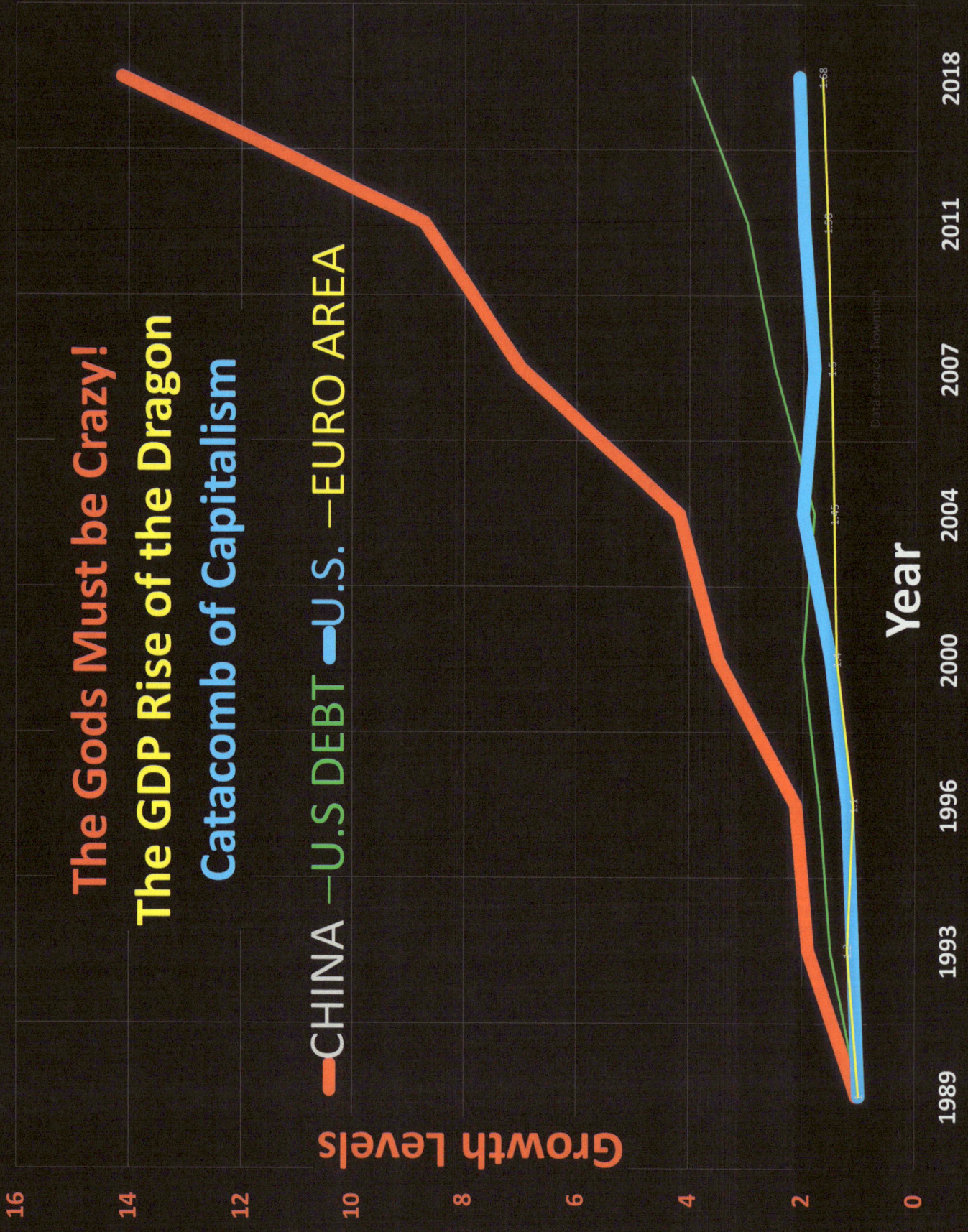

The Gods Must be Crazy!
The GDP Rise of the Dragon
Catacomb of Capitalism

CHINA —U.S DEBT —U.S. —EURO AREA

Growth Levels

Year

16 14 12 10 8 6 4 2 0

1989 1993 1996 2000 2004 2007 2011 2018

Data source: tow.mum

ஏற்கனவே, கோவிட்-19 ஐ கட்டுப்படுத்துவதற்காக மேற்கொள்ளப்பட்ட பரிதாபகரமான சமூக முடக்க நடவடிக்கைகளுடன் சம்பந்தப்பட்ட குழப்பமும் இருக்கிறது. வெந்தப் புண்ணில் வேல் பாய்ச்சுவது போல, செல்வவளத்தை வேக வேகமாக கோபுரத்தின் மேலடுக்குக்கு வாரிக் கொடுத்த நடவடிக்கையே கொரோனா வைரஸால் ஏற்பட்ட நிதியியல் ரீதியான பாதிப்பாக உள்ளது. உலகளாவிய நிதிய கடன் தீர்க்கும் திறன் இவ்வாறு உருகிக் கொண்டிருப்பது, கற்பனைக்கு எட்டாத கலகங்கள் மற்றும் கலவரங்களுக்குச் இட்டுச் சென்று (இதை தனிப்பட்டரீதியில் நானே சிகாகோவில் என் வீட்டுக்கு முன் பார்த்திருக்கிறேன்), உலகளவில் உள்நாட்டு போர்களைத் தூண்டுவதில் போய் முடியலாம். இத்தகைய உலகளாவிய சம்பவங்கள் கடந்த சில வாரங்களில் (அதாவது, மே -ஜூன் 2020 இல்) நாம் அனுபவித்ததை விடவும், இன்னும் அதிக தீவிரமானதாக இருக்கலாம், இறுதியில் அவை உலகெங்கிலுமான நிறுவனங்களின் அஸ்திவாரங்களையே ஆழமாக ஆட்டங்காண செய்யக்கூடும். அதே நேரத்தில், சீன நிறுவனங்களோ பழைய மேற்கத்திய தடுப்புகளைத் தாண்டி தாவிக் குதித்தோடி கொண்டிருக்கின்றன.

தேசிய பாதுகாப்பு

2017 இல், நாம் காலாவதியான இராணுவ தளவாடங்களுக்கும் ஆடம்பரமாக இராணுவத்தினருக்கும் பணத்தை வீணடித்துக் கொண்டிருந்த அதேவேளையில், சீன இராணுவமோ அமெரிக்க இராணுவ வரவுசெலவுத் திட்டக் கணக்கில் வெறும் 87% ஐ செலவிட்டது.[23] அவர்களின் கொல்லைப்புறமான ஆசிய-பசிபிக் பிராந்தியத்தில் தொடங்கி, நம்மை அகற்றுவதற்காக அவர்கள் சாத்தியமானளவுக்கு விரைவாக புத்திசாலித்தனமாகவும் மூலோபாய ரீதியாகவும் செலவிட்டிருந்தார்கள். சீனா, இரண்டு மில்லியனுக்கும் அதிகமான இராணுவத்தினரைப் பணியில் வைத்துள்ளது (அமெரிக்கா ஒரு மில்லியன்), எட்டு மில்லியன் பேரைக் கையிருப்பாக வைத்துள்ளது (அமெரிக்காவில் 800,000 பேர்), அதன் இராணுவத்திடம் 385 மில்லியனுக்கும் அதிகமான கூடுதல் துருப்புகள் உள்ளன (அமெரிக்காவில் 73 மில்லியனே உள்ளன.) அமெரிக்காவின் எல்லா அம்சங்களையும் சீனர்கள் புத்திசாலித்தனமாக ஆய்வு செய்துள்ள அதேவேளையில், அமெரிக்கர்களோ விமான நிலையங்கள் மற்றும் ஆடம்பரமான சுற்றுலா வலைப்பொறிகளில் சிக்கியதற்கு அப்பாற்பட்டு பெரும்பாலும் தங்கள் நாட்டின் எல்லைகளுக்கு வெளியே உலகம் அறியாதவர்களாக இருக்கிறார்கள். அமெரிக்க மக்கள், வலுவாக பலப்படுத்தப்பட்ட "மிகப் பெரிய, மிக மிகப் பெரிய அழகான சுவர்," கொண்ட பசுமை மண்டலங்கள் மற்றும் அவர்களின் மூடிய கனவுலக மாளிகைக்குள் மிக எளிதாக சிக்கிக் கொள்ளக்கூடியவர்களாக இருக்கிறார்கள்.

அமெரிக்க சுகாதாரத்துறை படுமோசமான, சமூகரீதியில் பொறுப்பற்ற, அன்னியப்பட்ட, ஆரோக்கியமில்லாத, (ஆண்டுக்குச் சுமார் 5 ட்ரில்லியன் டாலர் மதிப்பில்) உலகிலேயே #1 மருத்துவத்துறை ஊதாரிகளைக் கொண்ட அமைப்பாக உள்ளது. இந்த துறை "மருத்துவத்துறை கூட்டு குழுமங்களால்"[24] ஆட்படுத்தப்பட்டுள்ளது. மருந்து உற்பத்தி மற்றும் மருத்துவத்துறை பண்டிதர்கள் தங்களை முன்நிறுத்துவதற்காக 1998 இல் இருந்து வெறும் ஐந்து பில்லியன் டாலர் மட்டுந்தான் செலவிட்டுள்ளனர். கோவிட்-19 எடுத்துக்காட்டி உள்ளவாறு, ஜனாதிபதியின் பாதுகாப்புத்துறை உற்பத்தி சட்டம் இருந்தும் கூட, நமது சொந்த 3M முகக்கவசங்களுக்காகவும் மற்றும் அடிப்படை தனிநபர் மருத்துவ பாதுகாப்பு உடைகளுக்காகவும் (PPE) கூட சீனாவிடம் கையேந்தி நிற்கிறோம்.

"அமெரிக்காவில், மொத்த மருந்து பரிந்துரைகளில் 90% பொது மருந்துகளே பரிந்துரைக்கப்படுகின்றன, எடுத்துக் கொள்ளப்படும் ஒவ்வொரு மூன்று மாத்திரைகளில் ஒன்று இந்திய பொது மருந்து உற்பத்தி நிறுவனத்தால் தயாரிக்கப்படுகிறது. இந்தியா அதன் மருந்து உற்பத்தி மூலப்பொருட்களில் (API) சுமார் 68% சீனாவிடம் இருந்து பெறுகிறது."

KPMG மற்றும் இந்திய தொழில்துறை கூட்டமைப்பின் (CII) ஏப்ரல் 2020 ஆய்வு.

New Confirmed COVID-19 Cases per Day, normalized by population

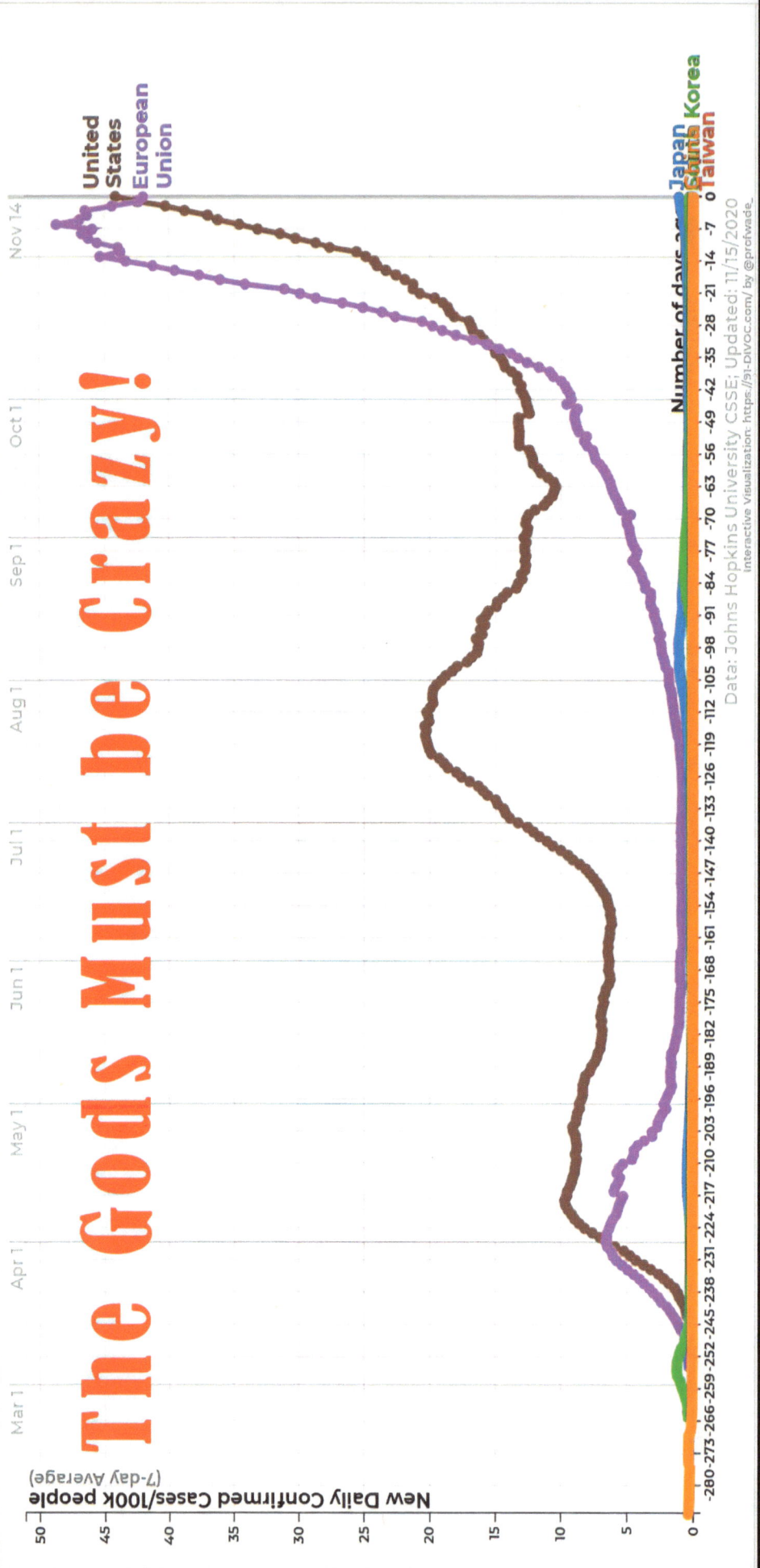

The Gods Must be Crazy!

New Daily Confirmed Cases/100k people (7-day Average)

United States
European Union

Japan
South Korea
Taiwan

Number of days

Mar 1, Apr 1, May 1, Jun 1, Jul 1, Aug 1, Sep 1, Oct 1, Nov 14

0 -7 -14 -21 -28 -35 -42 -49 -56 -63 -70 -77 -84 -91 -98 -105 -112 -119 -126 -133 -140 -147 -154 -161 -168 -175 -182 -189 -196 -203 -210 -217 -224 -231 -238 -245 -252 -259 -266 -273 -280

50 45 40 35 30 25 20 15 10 5 0

Data: Johns Hopkins University CSSE; Updated: 11/15/2020
Interactive Visualization: https://91-DIVOC.com/ by @profwade_

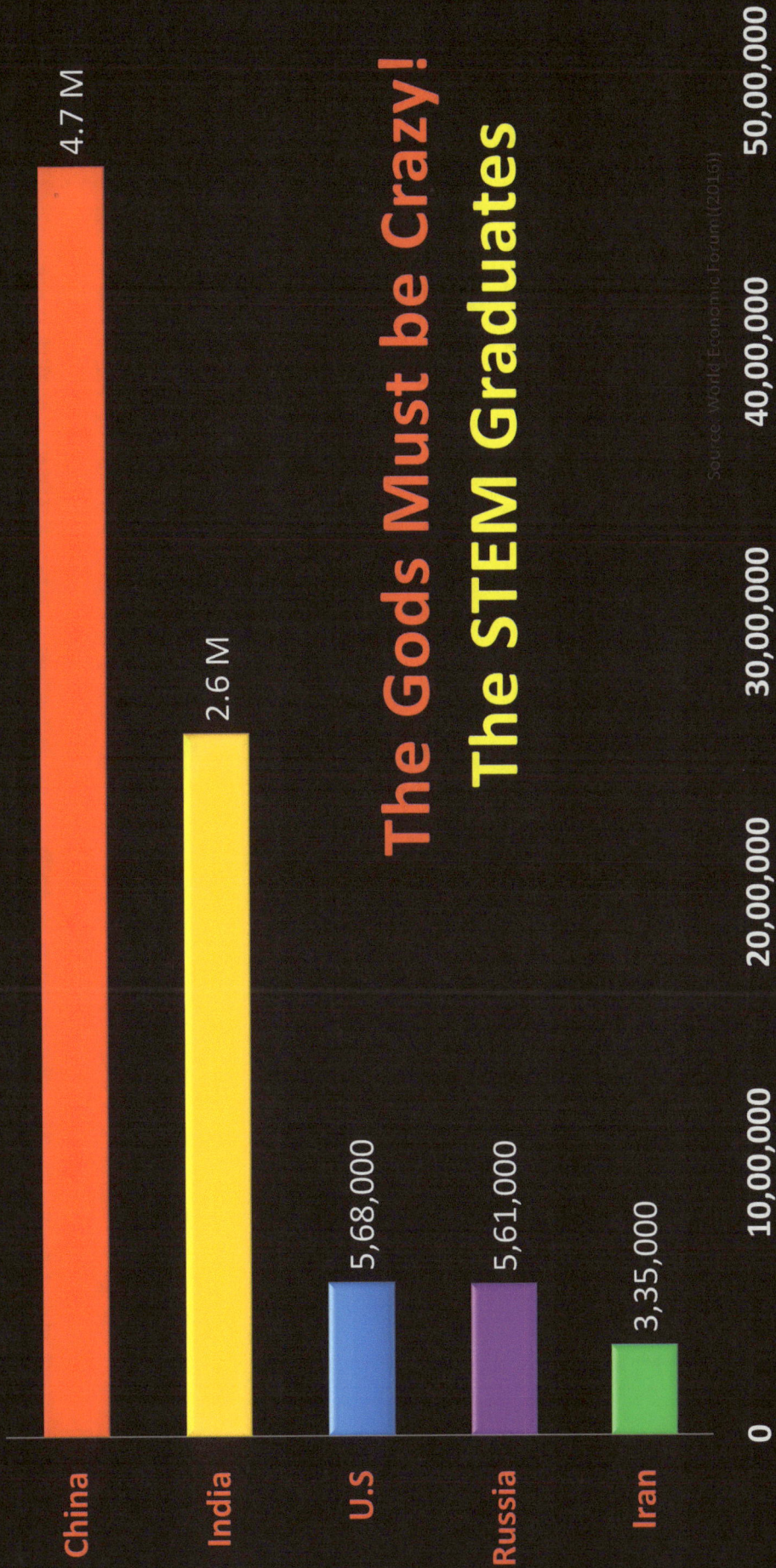

The Gods Must be Crazy!
The STEM Graduates

Country	STEM Graduates
China	4.7 M
India	2.6 M
U.S	5,68,000
Russia	5,61,000
Iran	3,35,000

Source: World Economic Forum (2016)

நவீனக் கல்வியறிவு

OECD அமைப்பின் தகவல்படி, கல்லூரிகளுக்கான பொன்முலாம் பூசிய அமெரிக்க நிதி ஒதுக்கீடு ஏறத்தாழ வேறெந்த நாட்டையும் விட அதிகமாகும். எந்த மறுஇலாபமும் இல்லாமல், "விளையாட்டு வெறி" போன்ற வீண்விரயங்கள், பொதுவாக கல்வி மதிப்பாக காட்டப்படுகிறது. துரதிருஷ்டவசமாக, சீனாவுடன் ஒப்பிட்டால் அல்லது இந்தியாவுடன் ஒப்பிட்டாலும் கூட அமெரிக்காவில் ஆண்டுதோறும் பட்டம் பெறும் பொறியாளர்களின் எண்ணிக்கை கணிசமானளவுக்குக் குறைவாக உள்ளது. காப்புரிமை முறையைக் கட்டமைப்பதற்காக சீனா 35 ஆண்டுகள் செலவிட்டுள்ளது. "ஐக்கிய நாடுகள் சபையின் உலக அறிவுசார் சொத்துடைமைகளுக்கான அமைப்பு" (WIPO) இன் தகவல்படி, 2018 உலகளாவிய காப்புரிமை பதிவுகளில் கிட்டத்தட்ட பாதி சீனர்கள் கணக்கில் உள்ளது, தொலைதொடர்பு மற்றும் கணினி தொழில்நுட்பம் முன்னணியில் இருக்க 1.54 மில்லியன் விண்ணப்பங்கள் பதிவு செய்யப்பட்டுள்ளன (அமெரிக்கா 600,000 க்கும் குறைவாக பதிவு செய்துள்ளது.)

2017 முதல் 2018 வரை, அமெரிக்கா 11,000 க்கும் அதிகமான மாணவர்களை இளங்கலைக் கல்வி படிப்புக்காக சீனாவுக்கு அனுப்பியது. இதற்கு பதிலாக, நமது மதிப்பார்ந்த பயிலகங்களில் உயர்-தொழில்நுட்ப முதுகலை பட்டங்கள், முனைவர் பட்டங்கள் மற்றும் இன்னும் பிறவற்றைப் படிக்க வந்துள்ள சீன மாணவர்கள் அமெரிக்காவில் படிக்கும் மொத்த சர்வதேச மாணவர்களில் (363,000) 30 சதவீதத்திற்கும் அதிகமாக இருக்கிறார்கள். சீனா ஒவ்வொரு வாரமும் புதிய பல்கலைக்கழகங்களைக் கட்டமைத்து வருகிறது, 2013 வாக்கில் STEM பாடப்பிரிவில் (அதாவது, விஞ்ஞானம், தொழில்நுட்பம், பொறியியல் மற்றும் கணிதக் கல்வி) 40 சதவீதம் பேர் பட்டம் பெற்றிருந்தனர், இது அமெரிக்க தரமுறைகளை விட இரண்டு மடங்கு அதிகம். இந்த மதிப்பீடுகளின்படி, சீன STEM பட்டதாரிகளின் எண்ணிக்கை 2030 ஆண்டுக்குள் சுமார் 300% அதிகரிக்கும்.

நவீனத்துறைசார் கல்வி அறிவு வரலாற்றுரீதியில் பேரரசுகள் மற்றும் அதன் நிறுவனங்களின் வளர்ச்சி - வீழ்ச்சியில் உந்து சக்தியாக இருந்துள்ளது. கல்வியறிவு சமூகத்தின் அஸ்திவாரம் என்பதோடு, அது பெரும்பாலான துறைகளைப் பலப்படுத்துகிறது. 2015 PISA அறிக்கையின்படி, அமெரிக்கா 100 வளர்ந்த உலக நாடுகளின் பட்டியலில் தொடர்ந்து கீழிருந்து 15 வது இடத்தில் இருந்து வருகிறது . இது சராசரிக்கும்-கீழ்நிலை கல்வியானது, வேலைவாய்ப்பின்மைக்கு வழிவகுக்கும் என்பதோடு, ஏற்றத்தாழ்வான சமூகத்திற்கும் வழிவகுக்கும். இவ்வாறு நியாயமின்றி கையாள்வது மக்களிடையே அமைதியின்மையை ஏற்படுத்தி, பொருளாதாரத்திற்கும் அதன் நிறுவனங்களுக்கும் பெரும் சேதாரத்தை ஏற்படுத்தி விடும்.

இதன் ஒரு விளைவாக, வயது வந்த அமெரிக்கர்களில் மூன்றில் ஒருவர் 23 வயதுக்குள் கைது செய்யப்படுகிறார். உலக மக்கள்தொகையில் சுமார் 4.4% ஐ அமெரிக்கா பிரதிநிதித்துவம் செய்கின்ற அதேவேளையில், உலகின் ஐந்து கைதிகளில் ஒருவர் அமெரிக்க சிறைகளில் இருக்கிறார். கருப்பினத்தவர்கள் வெள்ளையினத்தவர்களை விட ஆறு மடங்கு அதிகமாக சிறையில் அடைக்கப்பட்டிருக்கலாம்." இத்தகைய துரதிருஷ்டவசமான புள்ளிவிபரங்கள் தான் தொடர்ந்து நடக்கும் போராட்டங்கள் மற்றும் கலகங்களுக்கு காரணங்களாக உள்ளன.

> **இவ்வுலகில் உண்மையான அமைதியை அடைய வேண்டுமானால், குழந்தைகளுக்குக் கல்வி கற்பிக்கத் தொடங்க வேண்டும்.**
>
> மகாத்மா காந்தி

முதலாளித்துவ அமைப்புமுறை

ஒரு மீன் அதன் தலைப் பகுதியில் தொடங்கி கீழே வால் பக்கத்தை நோக்கி அழுகத் தொடங்கிவிட்டது. ஜனவரி 21, 2010 இல் உச்ச நீதிமன்றம் வழங்கிய சிட்டிசன்ஸ் யுனைடெட் தீர்ப்பு (Citizens United ruling), ரூஸ்வெல்ட்டின் முதலாளித்துவ மாதிரியின் சவப்பெட்டியில் அடித்த கடைசி ஆணியாக இருந்தது. சிட்டிசன்ஸ் யுனைடெட் தீர்ப்பு, தேர்தல்களில் பெருநிறுவனங்கள் வரம்பின்றி பங்களிப்புகள் செய்யக் கதவைத் திறந்துவிட்டது. அந்த பங்களிப்புகளில் பெரும்பாலானவை சூப்பர் PAC (Political Action Committees - அரசியல் நடவடிக்கை குழுக்கள்)[25] எனப்படும் பின்புலக் குழுக்களின் வழியாக சென்றன.

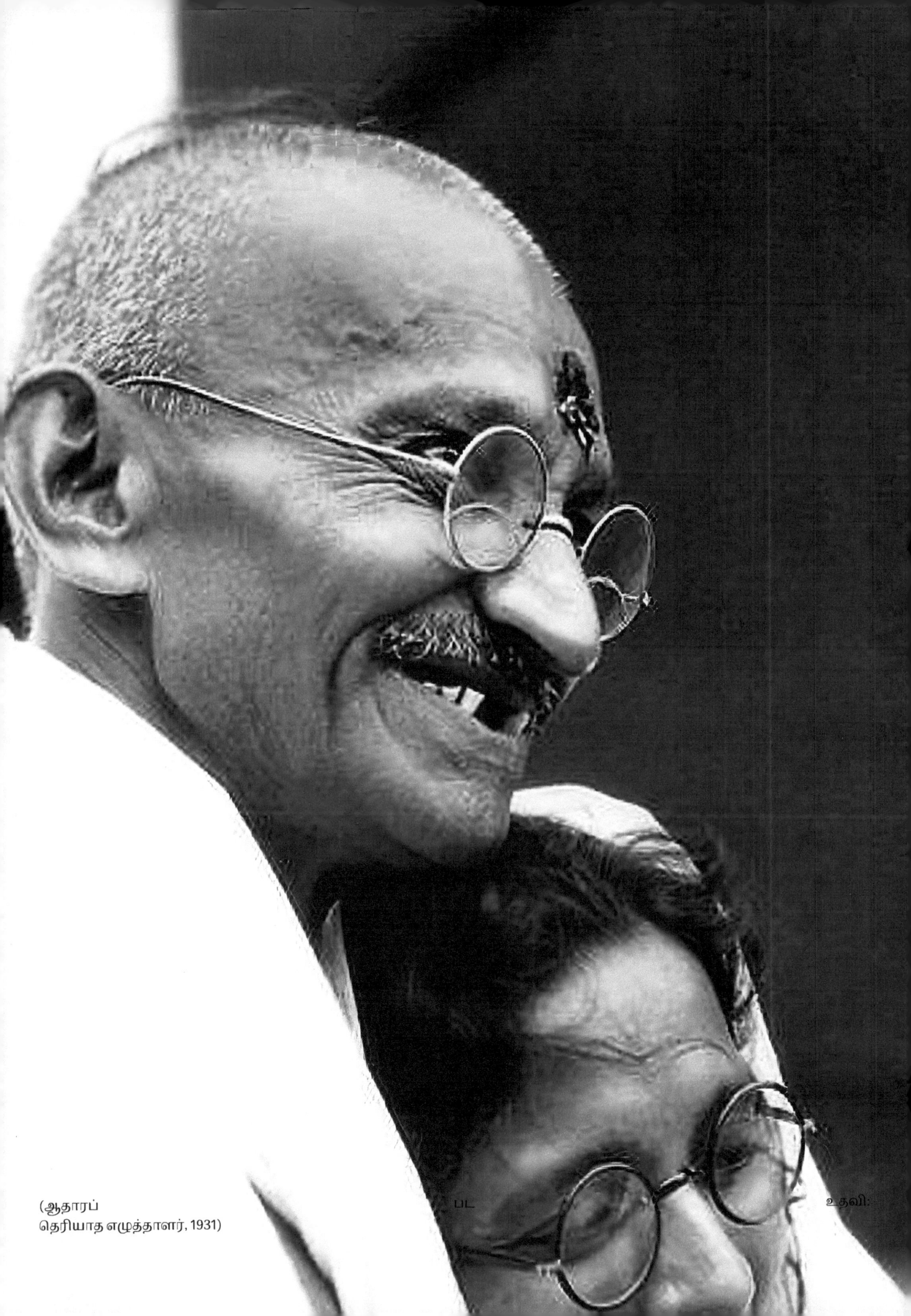

(ஆதாரப் பட உதவி: தெரியாத எழுத்தாளர், 1931)

நமது அரசியல் சதுப்பு நிலத்திலும் (வாஷிங்டன் டிசி) மற்றும் வால் ஸ்ட்ரீட்டிலும் நடந்த மாயஜால வித்தைகள், பெருநிறுவன செயலதிகாரிகளுக்கு வரிச் சலுகைகளையும், பிணையெடுப்புகள், மற்றும் போனஸ் தொகைகளையும் வழங்க உதவின, இவர்கள் பங்கு வாங்கிவிற்றல்கள் மற்றும் அதீத நிதி உபாயங்களை மேற்கொண்டதன் மூலம் அவர்களின் சொந்த பொன் முட்டையிடும் வாத்தையே (அவர்கள் நிறுவனங்களையே) அழித்தார்கள். 2009 இல் இருந்து 2019 வரையில், பங்குகள் வாங்கி விற்பதில் அமெரிக்கன் ஏர்லைன்ஸ் நிறுவனம் 13 பில்லியன் டாலர் செலவிட்டது, அதேவேளையில் அந்த காலக்கட்டத்திற்கான அதன் சுதந்திரமான பண ஓட்டம் எதிர்மறையாக இருந்தது. மொத்தம் உள்ள ஆறு முன்னணி ஏர்லைன் சேவைகளும் அந்த காலக்கட்டத்தில் திரட்டிய 49 பில்லியன் டாலரில் ஈக்விட்டி பங்குகள் வாங்கி விற்பதிலேயே 47 பில்லியன் டாலரைச் செலவிட்டன[26]. இன்றோ, ஒன்றும் அறியாத வரிசெலுத்துவோர்கள் தான் இந்த தனிநபர்களுக்குத் தொடர்ந்து பிணையளிக்கிறார்கள், இந்த நிதி உபாய குதிரைப் பந்தயம் இதையும் விரைவில் மூலதனமாக்கி, இழப்பையும் போனஸ்களாக மாற்றிக் கொள்ளும்.

"முதலாளித்துவவாதிகள் நம்மிடம் விற்கும் கயிற்றில் அவர்களையே நாம் தொங்க விடுவோம்."

— விளாடிமீர் இலிச் லெனின் —

இதற்கிடையே, சீன அரசாங்கமோ ஆராய்ச்சி & மேம்பாடு, புதிய ஆலைகள், உழைப்பு சக்திக்குக் கல்வியூட்டுதல், மேற்கின் சரிந்த நிறுவனங்களைப் பொறுக்கி எடுத்து அவற்றுக்கு நிதியுதவி செய்வதில் ட்ரில்லியன் கணக்கில் முதலீடு செய்கிறது (நம் வணிகமோ நிதிய சிக்கலில் உள்ளது). இத்தகைய கொந்தளிப்பான காலங்களில், சவூதி அரேபிய அரசின் பலவீனமான நிதி அமைப்புகள் கூட விற்பனைக்கு வந்துவிட்டன—முத்தாரம் பதித்த அமெரிக்க நிறுவனங்களின் பங்குகள் ஒரு சில மில்லியன் டாலர்களில் கூவிக்கூவி விற்பனை திருவிழாக்களில் விற்கப்படுகின்றன. நமது இரண்டாவது மிகப்பெரிய பாதுகாப்புத்துறை ஒப்பந்த நிறுவனம் போயிங் கூட இந்த வேட்டை பட்டியலில் இடம் பெறுகிறது. அது ஒரு தசாப்தத்தின் 58 பில்லியன் டாலர் பண ஓட்டத்தில் 43 பில்லியன் டாலரை பங்குகள் வாங்கி விற்பதில் செலவிட்டது[27]. நம் அதிபுத்திசாலி தலைவர்கள் அடிமட்ட விலையில் நம் நாட்டை விற்று கொண்டிருக்கிறார்கள். இது தேசிய பாதுகாப்பு பிரச்சினையாகும். வேண்டுமென்றே கண்களை மூடிக் கொள்ளும் அவர்கள், ஒன்றுக்கும் உதவாத சில உபகாரங்களை அப்பாவி வாக்காளர்களிடம் வீசியெறிந்து அவர்களைத் திசை திருப்பி விடுகிறார்கள்.

"தலைமை செயலதிகாரிகள் மற்றும் பொதுக்குழுக்கள் மத்தியில் போட்டித்திறன் குறைந்து வருவதற்கு பங்கு வாங்கிவிற்றல்கள் முக்கிய எடுத்துக்காட்டாக உள்ளன."

"மெயின் ஸ்ட்ரீட்டில் இன்று, மக்கள் தான் துடைத்தழிக்கப்படுகிறார்கள். இப்போது, பணக்கார தலைமை செயலதிகாரிகளோ, கொடுமையான ஆட்சி நிர்வாகம் செய்யும் பொதுக்குழுக்களோ அல்ல. மக்கள் தான் துடைத்தழிக்கப்படுகிறார்கள்."

"நாம் என்ன செய்திருக்கிறோம் என்றால், மோசமாக செயல்பட்டு வரும் தலைமை செயலதிகாரிகள் மற்றும் பொதுக்குழுக்களுக்குப் பாரபட்சம் பார்க்காமல் முட்டுகொடுத்திருக்கிறோம், இவர்களை வெளியேற்ற வேண்டும்."

"நாம் யாரைப் பற்றி பேசிக் கொண்டிருக்கிறோம் என்பதில் தெளிவாக இருங்கள். கொத்துக் கொத்தான பில்லியனிய குடும்ப அலுவலகங்களுக்குச் சேவையாற்றும் தனியார் முதலீட்டு நிதியங்களைக் குறித்து நாம் பேசிக் கொண்டிருக்கிறோம்.

அவர்களுக்கு என்ன கவலை? இந்த கோடையில் ஹாம்டன் குளிர்கால விடுதிகள் அவர்களுக்குக் கிடைக்காதா?"

"அமெரிக்காவில் ஒவ்வொரு ஆண், பெண் மற்றும் குழந்தைக்கும் பெடரல் ரிசர்வ் அரை மில்லியன் டாலர் வழங்கியிருந்தால் சிறப்பாக இருந்திருக்கும்."

— பில்லியனிய முதலீட்டாளரும், —
பயனர் அதிகரிப்பு பிரிவின் முன்னாள் பேஸ்புக் துணை
தலைவருமான சாமத் பாலிஹாபிடியா CNBC நேர்காணலில் கூறியது.

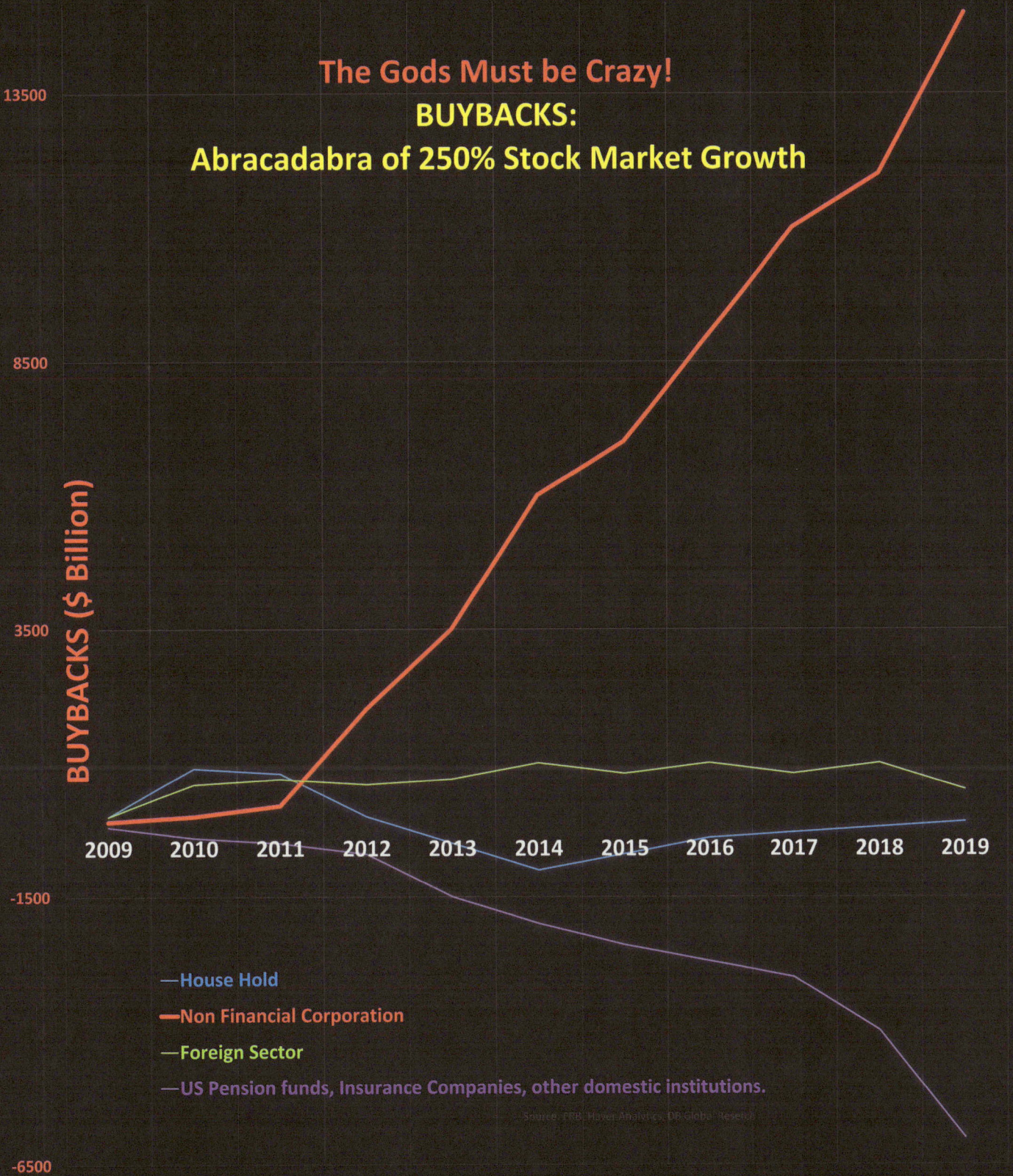

The Gods Must be Crazy!
BUYBACKS:
Abracadabra of 250% Stock Market Growth

BUYBACKS ($ Billion)

13500

8500

3500

-1500

-6500

2009 2010 2011 2012 2013 2014 2015 2016 2017 2018 2019

—House Hold

—Non Financial Corporation

—Foreign Sector

—US Pension funds, Insurance Companies, other domestic institutions.

Source: FRB, Haver Analytics, DB Global Research

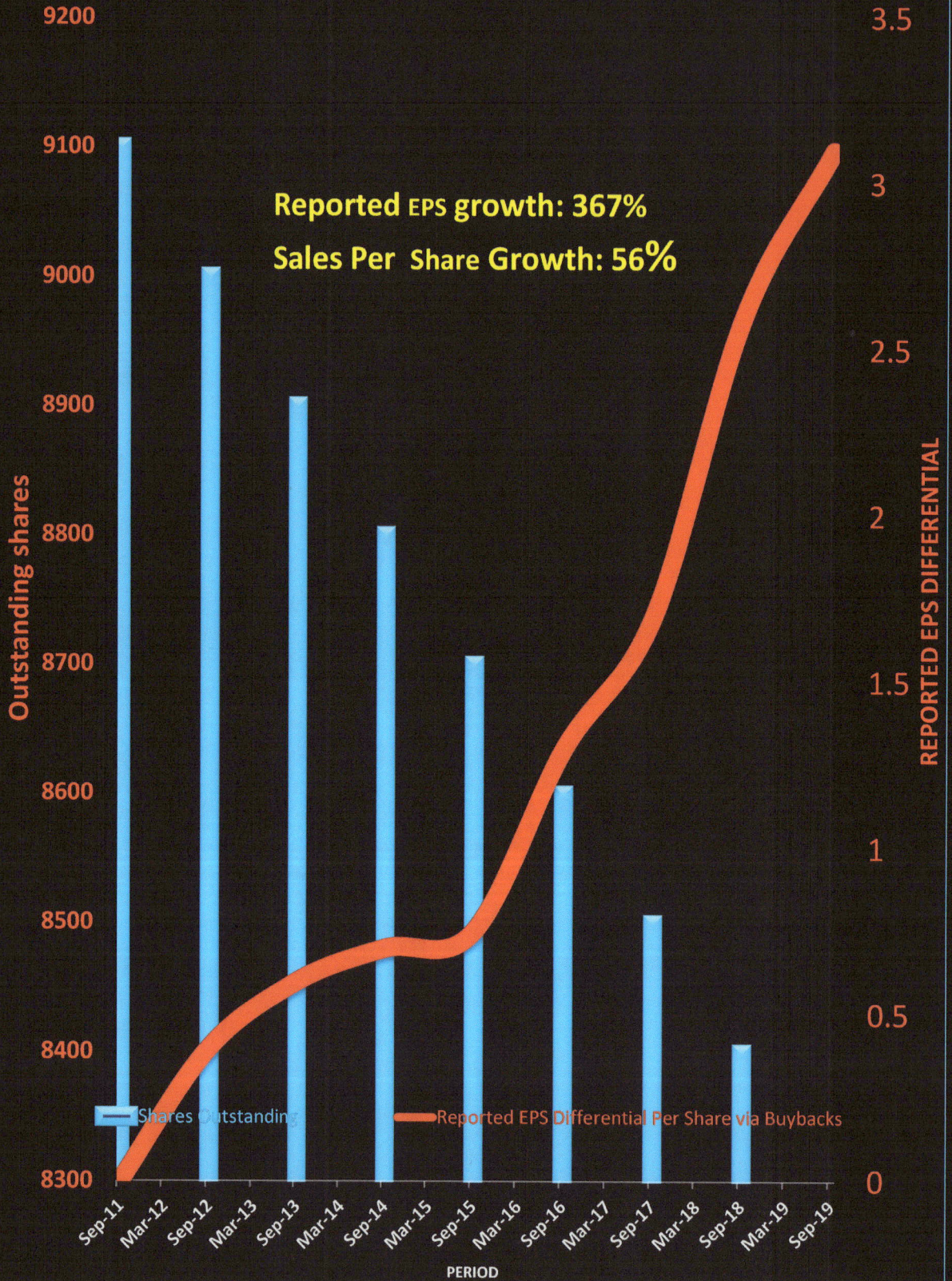

The Gods Must be Crazy!
BUYBACKS: The Accounting Gimmick!
Catacomb of Capitalism?
Reported EPS growth: 367%
Sales Per Share Growth: 56%
Outstanding shares
9200
9100
9000
8900
8800
8700
8600
8500
8400
8300
REPORTED EPS DIFFERENTIAL
3.5
3
2.5
2
1.5
1
0.5
0
Shares Outstanding
Reported EPS Differential Per Share via Buybacks
Sep-11
Mar-12
Sep-12
Mar-13
Sep-13
Mar-14
Sep-14
Mar-15
Sep-15
Mar-16
Sep-16
Mar-17
Sep-17
Mar-18
Sep-18
Mar-19
Sep-19
PERIOD
Source Data: Real Investm

உயரடுக்கு வர்க்க முறை

குறிப்பாக 2008 பொருளாதார பொறிவுக்குப் பின்னர் இருந்து, நமது உயரடுக்குகளும் மத்திய வங்கிகளும் மேற்கொண்ட நிதி உபாயங்களே, இன்றைய இந்த மிகப்பெரிய செல்வவள இடைவெளியை உருவாக்கியுள்ளன. இந்த புகழாரத்தில் பெரும்பான்மை பங்கு, மிதமிஞ்சிய முட்டாள்தனத்தின் தந்தை, 1987 முதல் 2006 வரை அமெரிக்க பெடரல் ரிசர்வின் முன்னாள் தலைவராக இருந்த அலன் கிரீன்ஸ்பானையே சாரும். வட்டி விகிதத்தால் இயக்கப்பட்ட நாணய கொள்கை, பணத்தை அச்சிட்டு புழக்கத்தில் விடும் (QE) நடவடிக்கை மூலமாக பணத்தை வாரியிறைத்தமை, நிதிய சொத்துக்களைக் கொள்முதல் செய்தது ஆகியவை முக்கிய எடுத்துக்காட்டுகளாகும். கடன் வாங்கிய பணம் இலவசம்/மலிவானது என்பதால் அது பங்குகளை வாங்கி விற்பதற்கும், இணைப்புகள் & கையகப்படுத்தல்கள் மற்றும் பல்வேறு நிதி உபாயங்களின் அருஞ்சாதனைகளைச் செய்வதற்கும் பயன்படுத்தப்பட்டது. இந்த அரங்கேற்றத்தில், பங்குச்சந்தை கடந்த தசாப்தத்தில் 250% க்கும் அதிகமான வளர்ச்சியைக் கண்டுள்ளது.

துரதிருஷ்டவசமாக, இந்த வரைபடத்தின் சிவப்புப் பகுதியில் காட்டப்பட்டுள்ளவாறு சலுகை பெற்ற சிலரால் மட்டுமே இலவச/மலிவான பணத்தை அணுக முடிந்தது. மிச்சசொச்சத்தை வழங்கியதற்கு அப்பாற்பட்டு, பரந்த பெரும்பான்மையினருக்கான (வரைபடத்தின் ஒரு சிறிய மஞ்சள் பகுதியைப் பார்க்கவும்) பங்கு குறைவாகவே இருந்தது. இலாபத்தை ஒரு சில உயரடுக்குகள் திறம்பட தனியார்மயமாக்கிய நிலையில், வரவிருந்த ஆண்டுகளின் வரி மற்றும் வட்டி கடன்களை அது சமூகமயமாக்கியது. சீனா அதன் கடன் வசூலிப்பாளர்களை அனுப்பும் போது, வரிச் சலுகைகளுடன் சொர்க்கபுரியில்[28] அமர்ந்திருக்கும் உயரடுக்குகள் அல்ல, வரி செலுத்தும் பெரும்பான்மையினரே இந்த கடன் வசூலிப்பு நடவடிக்கைகளின் நரகத்தில் சிக்குவார்கள்.

கடந்த மூன்று தசாப்தங்களில் வளர்ந்த பொருளாதாரங்களிலேயே அமெரிக்காவில் மட்டுந்தான் அடிமட்ட 50 சதவீதத்தினரின் சராசரி வருமானம் குறைந்துள்ளது. பின்னடைவைச் சந்தித்து விரக்தியடைந்த இந்த ஒயிட் காலர் தொழிலாள வர்க்கத்தைத் தான் ஜனாதிபதி ட்ரம்ப் 2016 தேர்தலில் அவருக்கு ஆதாயமாக கைப்பற்றினார். விலைமதிப்பின்றி இரத்தம் சிந்தியதற்கு அப்பாற்பட்டு, மத்திய கிழக்கு பாலைவனங்களில் பழங்குடி மதப் போர்களில் சண்டையிடுவதற்காக அமெரிக்கா 5 ட்ரில்லியன் டாலர்களுக்கு மேல் வாரியிறைத்தது, இதில் வெகு சிலர் பெரும் பணக்காரர்கள் ஆனார்கள். அந்த போர்கள் தவிர்க்கப்பட்டிருந்தால், அடிமட்ட 50 சதவீதத்தினரில் ஒவ்வொருவருக்கும் 30,000 டாலர் காசோலை கிடைத்திருக்கும். இதற்கு எதிர்முரணாக, சீனாவில் அடிமட்ட 50 சதவீதத்தினர் 3000 ஆண்டுகளில் மிகச் சிறந்த மூன்று தசாப்தங்களை அனுபவித்தனர். சுமார் 800 மில்லியன் சீனர்கள் வறுமையில் இருந்து விடுவிக்கப்பட்டனர், அதேசமயம் மில்லியன் கணக்கான அமெரிக்க நடுத்தர வர்க்க குடும்பங்கள் கோபுரத்தின் அடிப்பகுதிக்கு தள்ளப்பட்டு, உணவு வில்லைகள் மற்றும் பிற அரசு உதவிகளை நம்பியுள்ளன.

ரூஸ்வெல்ட் ஒரு மெரிடோகிரேடிக் சமுதாயத்தை (meritocratic society), அதாவது அதிகாரம் தகுதியின் அடிப்படையில் தேர்ந்தெடுக்கப்பட்டவர்களிடம் இருக்கும் ஒரு சமுதாயத்தை உருவாக்கினார். ஒரு புளூட்டோகிராட் ஜமீன்தார்[29] (plutocrat Zamindar) முறையாக மாறிய அது, பெரும் பேராசையில் மிதந்தது. சிறந்த வடிவமைப்பாளர்களால் நிர்வகிக்கப்படும் சீனா, மெரிடோகிரேடிக் முறையை நோக்கி நகர்ந்து வருகையில், நம் தலைவர்களோ நம் சமூகத்தின் அடிமடியில் திருப்தியற்றவர்களை ஆதாயமாக்கி, அவர்களுக்குக் குப்பையிலிருந்து எடுத்த எலும்பு துண்டுகளை தூக்கி வீசி தேர்தல்களில் ஜெயிக்கிறார்கள். சீன அமைப்புமுறை அதன் கம்யூனிஸ்ட் கட்சியை மாற்றிவிடாது, ஆனால் அந்நாட்டின் நீண்ட கால நலன்களிலிருந்து சிறந்த ஆதாயம் எடுக்க அந்த கட்சியால் மூலோபாயரீதியில் கொள்கைகளை மாற்ற முடியும். அமெரிக்காவில், நாம் நான்காண்டுகளுக்கு ஒருமுறை அல்லது ஒவ்வொரு இடை தேர்தலிலும் கட்சிகளை மாற்றலாம்; இருந்தாலும் துரதிர்ஷ்டவசமாக, ஒரு சில பிரத்யேக ஆர்வமுள்ள அரசியல் தரகர்களின் காலாவதியான குறுகிய சிந்தனை “ஹரா-கிரி” (Hara-kiri) கொள்கைகளில் நாம் மாட்டிக் கொண்டிருக்கிறோம். ரூஸ்வெல்ட்கள் உருவாக்கிய சட்ட அடிப்படையிலான தார்மீக நெறிமுறைசார் முதலாளித்துவ அமைப்புமுறை, கடந்த எழுபத்தைந்து ஆண்டுகளில் உள்நாட்டிலும் வெளிநாட்டிலும் நல்லெண்ண தடுப்பணைகளைக் கட்டமைத்தது. அதற்கு மாறாக, அமெரிக்கா தற்போது அதன் கடுமையான குறுகிய கால கொள்கைகளுடன் உள்நாட்டிலும் வெளிநாடுகளிலும் அதன் ஏரிகளை வறட்சியாக்கி வருகிறது.

இன்று கண்மூடித்தனமாக நிதி உபாயங்களை மேற்கொள்வோரின் தீவிர மரபார்ந்த முதலாளித்துவ வடிவம், கடன் வலைப்பொறிமுறைகளுக்கு வழி வகுத்து, பொருளாதார காலனித்துவவாதம், ஜனரஞ்சகவாதம், ஏகாதிபத்தியம், பாசிசம், எழுச்சிகள், கலகங்கள், புரட்சிகள், போர்கள், மோதல்கள் மற்றும் அராஜகத்திற்குப் பங்களிப்பு செய்கிறது. அமெரிக்க முதன்மை வேட்பாளர் தேர்வு தேர்தல்களில் (primary elections) நாம் கண்டுள்ளதைப் போல, பேர்ணி சாண்டர்ஸ் மற்றும் எலிசபெத் வாரென் போன்றவர்களும் இன்னும் பிற ஜனாதிபதி வேட்பாளர்களும் வெற்றி பெறாவிட்டாலும் சோசலிசத்தை (ஜனநாயகத்தைப் பேணியவாறு செல்வவளத்தைப் பகிர்ந்தளிக்க) உபதேசிப்பார்கள்.

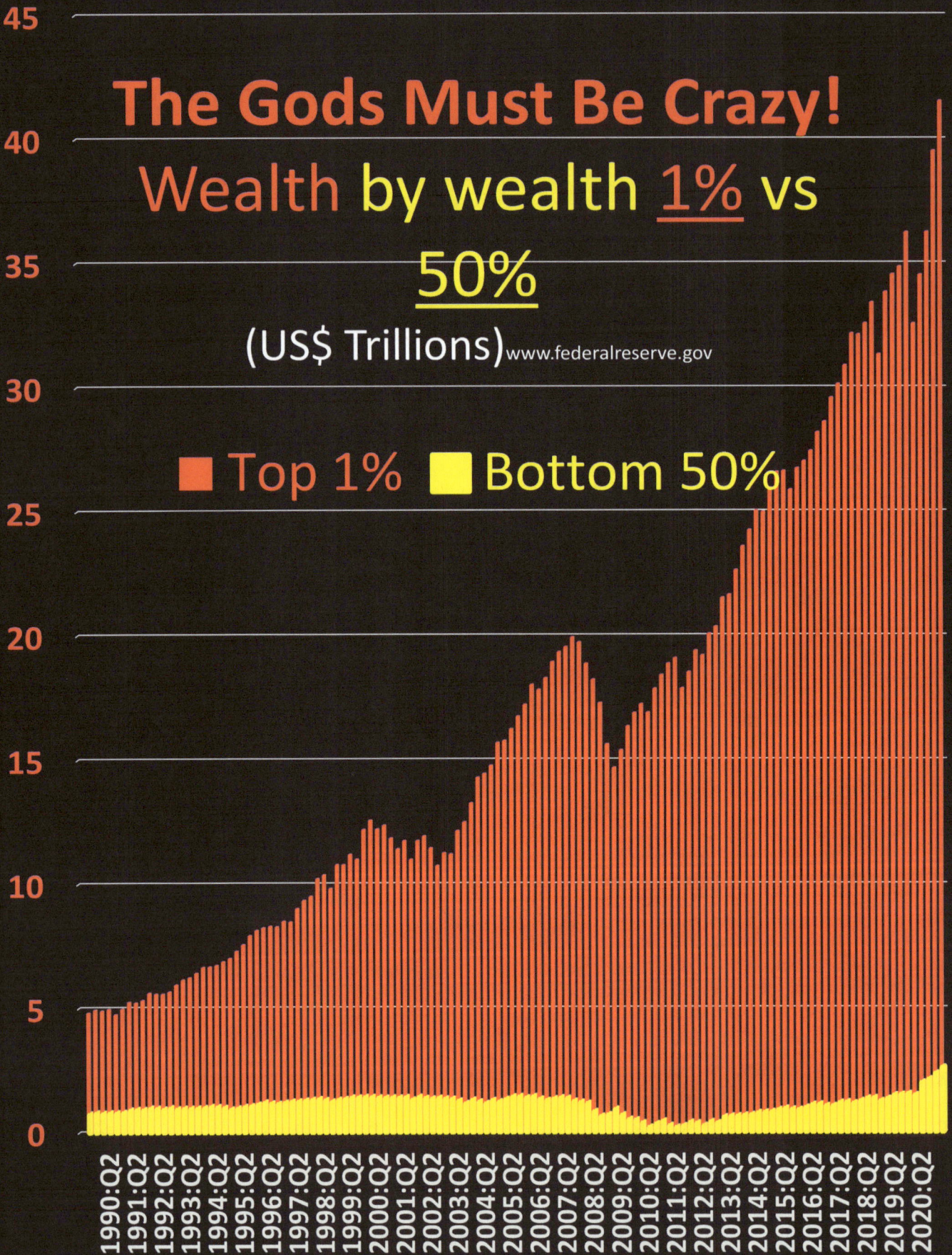

The Gods Must Be Crazy!
Wealth by wealth 1% vs 50%
(US$ Trillions) www.federalreserve.gov
Top 1%
Bottom 50%
45
40
35
30
25
20
15
10
5
0
1990:Q2
1991:Q2
1992:Q2
1993:Q2
1994:Q2
1995:Q2
1996:Q2
1997:Q2
1998:Q2
1999:Q2
2000:Q2
2001:Q2
2002:Q2
2003:Q2
2004:Q2
2005:Q2
2006:Q2
2007:Q2
2008:Q2
2009:Q2
2010:Q2
2011:Q2
2012:Q2
2013:Q2
2014:Q2
2015:Q2
2016:Q2
2017:Q2
2018:Q2
2019:Q2
2020:Q2

வெனிசுவேலா, ஜிம்பாப்வே மற்றும் வட கொரியாவில் நாம் பார்த்துள்ளதைப் போல, இடதிலிருந்து சில தீவிர சித்தாந்தவாதிகள், பதற்றத்துடன், கம்யூனிசத்தில் (பெரும்பாலான செல்வவளத்தை ஏறக்குறைய சமமாக பங்கிட்டு வழங்குவதில்) தஞ்சமடைவார்கள். மிகவும் கவலைப்படும் வகையில், மூன்றாம் ரீஹ் (நாஜி ஜெர்மனி) விஷயத்தில் நடந்ததைப் போல, பாசிச இத்தாலி விசயத்திலும் மற்றும் 1920 கள் மற்றும் 30 களில் இருந்து ஏகாதிபத்திய ஜப்பான் விஷயத்திலும் நடந்ததைப் போல, வலது வட்டாரத்திலிருக்கும் பலர் பாசிச (எதேச்சதிகாரமாக அரசு கட்டுப்பாட்டில் இருக்கும் முதலாளித்துவத்தின்) போராளிகளாக மாறி விடுவார்கள்.

நாம் நலிந்து போயிருக்கும் போது நிகழும் (தீவிரமடையும்) கோவிட்-19 போன்ற அதீத எதிர்பாரா சம்பவங்கள், மிக வேகமாக கீழ்நோக்கிய தற்சுழற்சியைத் தூண்டிவிட சேவையாற்றும். மிகப் பெரியளவில் செல்வவளத்தை இடம் பெயர்த்துவதில் போய் முடிந்த 2008 பொருளாதார பொறிவிலிருந்தே, இரண்டாவது உள்நாட்டு போர் கண்சிமிட்டிக் கொண்டிருக்கிறது. கோவிட்-19 வெடிப்பு, பிளாக் லிவ்ஸ் மேட்டர் (Black Lives Matter) அமைப்பின் பேரணிகள் மற்றும் அதைத் தொடர்ந்து நடந்த கலகங்கள் ஆகியவை மெதுவாக எரிந்து கொண்டிருக்கும் தீயின் திரியை இன்னும் அதிகமாக தூண்டிவிடுகின்றன. சரியாக நிர்வகிக்காவிட்டால், இந்த ஜ்வாலை அரபு வசந்த காட்டுத்தீயைப் போல உலகளவில் பற்றி, பேரழிவுகரமான பிரளயம் போன்ற எதையாவது தூண்டிவிடக்கூடும்.

அதீத நிதி உபாயங்கள்

எலிசியம்[30] படத்தில் வரும் சில கோர்டன் கெக்கோ[31] கதாபாத்திரம் போன்றவர்களுக்குக் கடன் வழங்கியதால், பரந்த பெரும்பான்மை மக்கள் நிதியியல் ரீதியில் பாதிக்கப்பட்டிருக்கிறார்கள். இது பூகோளமயமாக்கல் மற்றும் ரூஸ்வெல்டின் முதலாளித்துவம் என்றழைக்கப்படும் உச்சபட்ச பிரமையாகும். இதற்காக பல பேர் மீது பழி சுமத்த வேண்டியிருக்கும், முதலாவதாக அது என்னிடமிருந்தே தொடங்கி விடுகிறது.

"முதலாளித்துவத்தின் மிகப்பெரிய வெற்றித் தருணமே, அதன் நெருக்கடியான நேரம் தான்."[32] ஆகவே ஒரு நெருக்கடியை வீணடிப்பது படுமோசமான விஷயமாக இருக்கும். பிரிட்டிஷ் பேரரசை முறியடித்து, ரூஸ்வெல்ட் அதன் மாயசக்தியை இழக்கச் செய்து, முதலாம் உலக போர், இரண்டாம் உலக போர், ஸ்பானிஷ் தொற்றுநோய், பெருமந்தநிலை ஆகியவற்றுடன் இன்னும் பல நெருக்கடிகளை வாய்ப்புகளாக மாற்றியதால் தான் அமெரிக்கா ஒரு முதலாளித்துவ வல்லரசாக ஆனது. ஆனால் சீனாவோ ஒரு சிறிய சந்தர்ப்பத்தைச் சாதகமாக்கி வருகிறது. மறுக்கவியலாத நமது மிகப் பெரும் இராணுவம், கையிருப்பு செலாவணி, அரசியல் நல்லெண்ணம், மற்றும் இன்னும் பல ஆதாரங்களில் இருந்து ஆதாயத்தை எடுக்க, செப்டம்பர் 11, 2001 மற்றும் குறிப்பாக 2008 பொருளாதார சுனாமி ஆகியவை நமக்கு அருமையான வாய்ப்புகளை வழங்கின.

ஆனால் அரசியல் சதுப்பு நிலம், வாஷிங்டன் டிசி இல் இருந்த நமது அரசியல் தரகர்கள் வாய்ப்பைத் தட்டிப் பறித்ததுடன், நமது முடங்கிக் கிடக்கும் முக்கிய உள்கட்டமைப்பில் முதலீடு செய்வதற்குப் பதிலாக அவர்களின் வால் ஸ்ட்ரீட் தந்திரங்களுக்கு முட்டுக் கொடுக்க அதைப் பயன்படுத்தினர் (இது பிரச்சினையை இன்னும் முன்னிலைக்குக் கொண்டு வந்தது).

உலகளவில் அருமையான வாய்ப்புகளைத் தட்டிப் பறிப்பதற்குப் பதிலாக, துரதிர்ஷ்டவசமாக, BIG4 கன்சல்டிங் நிறுவனம், கணக்குவழக்கு நிறுவனங்கள், இன்னும் இது போன்ற நிறுவனங்கள் ஓட்டிப் பிழைக்கும் பாதையில் நுழைந்தன. இந்த வாய்ப்புகள் சுமைகளாக சித்தரிக்கப்பட்டன; எதிர்காலமும் வாய்ப்புகளும் இலாபத்திற்கான மையங்களாக அல்ல மாறாக செலவுக்குரிய இடங்களாக பார்க்கப்பட்டன. அவை விடாப்பிடியான ஆச்சார அனுஷ்டான நிதி-உபாயங்களைக் கையாள்வதில் சிறப்பாக தேர்ச்சி பெற்றதோடு, நலிந்து தளர்ந்து போன முதலாளித்துவ குதிரையை ஒரு சில டாலர்களுக்காக இன்னும் அடித்து ஓட்டி, மொத்த எதிர்கால முதலாளித்துவத்தையும் கிழக்குக்கு வாரி வழங்கின. முட்டாள்தனமான வரம்பு நிர்ணயம், (தகவல் தொழில்நுட்பம், நிதி, வினியோக சங்கிலி, இன்னும் பலவற்றில்) இப்படியும் அப்படியுமாக செய்த மாற்றங்கள், வரிச் சலுகை வழங்கும் வினியோக சங்கிலி நிர்வாகம் (TESCM), வணிக நடைமுறைகளை ஒப்பந்த அடிப்படையில் வெளிநாட்டு நிறுவனங்களுக்குத் தாரைவார்த்தல், ஒப்பந்த அடிப்படையில் உற்பத்தி, ஆராய்ச்சி மற்றும் அபிவிருத்தியை வெளிநாட்டுக்கு வழங்குதல், சீரமைப்பு போன்றவையும் இன்னும் இதுபோன்ற திட்டங்களும் நிறுவன மீளெழுச்சிக்குச் சரி செய்ய முடியாதளவுக்குப் பாதிப்பை ஏற்படுத்தின. கடைசியில் நிறுவன குதிரை உயிரை விட்டது தான் மிச்சம்.

ஒட்டுண்ணித்தனமான வல்சர் நிதிய நிறுவனங்களும் (Vulture Funds), பெருநிறுவன கொள்ளையர்களும், தனியார் முதலீட்டு நிறுவனங்களும் குறுகிய கால, உயர்-வட்டி விகித கடனைச் சுமந்தவாறு மிச்சசொச்ச இரத்தத்தையும் உறிஞ்சி, நல்ல இருப்புநிலைக் கணக்குடன் இருந்த எஞ்சிய சில நிறுவனங்களையும் வேட்டையாட ஒரு வாய்ப்பாக அதை எடுத்துக் கொண்டன. சவாரி செய்த நிறுவனம் தோல்வியடைந்த போதும் கூட, தனியார் முதலீட்டு ஒட்டுண்ணி நிறுவனங்கள் அவற்றினது இரத்தத்தில் நனைந்த பணத்தைப் பையில் சுருட்டிக் கொண்டன, இதற்காக முன்கட்டணங்களுக்கும் (upfront fees) நிலுவை வட்டி முறைகளுக்கும் தான் நன்றி கூற வேண்டும்.

இதை தங்கள் சொந்த நிறுவனங்களில் மறுமுதலீடு செய்வதற்கான வாய்ப்பாக பார்ப்பதற்குப் பதிலாக, நமது கொழுத்த பெருநிறுவனங்களின் தலைவர்களும் அவர்களுக்கு நெருக்கமான பொதுக்குழு இயக்குனர்களும் பங்கு வாங்கி விற்பதன் மூலம் சிறந்த இருப்புநிலை கணக்கையும் நாசமாக்க இதையொரு சந்தர்ப்பமாக பார்த்தார்கள், அவ்விதத்தில் அவர்கள் கொழுத்து போனார்கள். இந்த பித்துப்பிடித்த நிறுவனங்கள், 2008 பொருளாதார சுனாமியைப் போலவே, வரி செலுத்துபவர்களைக் கொண்டு மீட்கப்பட்டன – வாஷிங்டன் டி.சி. இன் தவறான நிதி நடவடிக்கைகள், பொறுப்புகளை வரிசெலுத்துவோர் மீது சமூகமயப்படுத்தி இலாபங்களைத் தனியார்மயப்படுத்துவதில் போய் முடிந்தது.

SBA தகவல்களின்படி, அமெரிக்க தொழில்முனைவு நிறுவனங்களில் 99.7% சிறு தொழில்கள் ஆகும், இவை மொத்த புதிய தனியார்துறை வேலைகளில் 64 சதவீதத்தைக் கணக்கில் கொண்டுள்ளன[33]. 2020 இன் ஒரு சில வாரங்களில் மட்டும், 25% சிறு வணிகங்கள் மூடப்பட்டன, இதனால் ஏறக்குறைய 40 மில்லியன் அமெரிக்கர்கள் வேலையிழந்தனர். நிரந்தரமாக மூடுவதற்குக் காலம் கனிந்து கொண்டிருக்கிறது.

இந்த அதீத நிதி-உபாயங்களைக் கொண்டு தொழில்ரீதியாக துஷ்பிரயோகம் செய்ய யோசனை கொடுத்த ஒழுக்கசீலர்களும், சந்தர்ப்பவாத IVY லீக் வணிக பயிலகங்களும், ரூஸ்வெல்ட், தியொடோர், பிராங்க்ளின், மற்றும் எலினோரால் கட்டமைக்கப்பட்ட இந்த முதலாளித்துவ அஸ்திவாரத்தைச் சேதப்படுத்தி பலவீனப்படுத்திய பொறுப்பில் நியாயமாக அவற்றின் பங்கை ஏற்க வேண்டும். IVY லீக் வணிக பயிலகங்களின் பல பட்டதாரிகளும், நிதியியல் கனவைத் துரத்திக் கொண்டிருக்கும் உயர்மட்ட தொழில் வல்லுனர்களும், வால் ஸ்ட்ரீட்டில் அல்லது ஏதாவதொரு BIG4 நிறுவனங்களில் ஏதாவதொன்றில் சுருண்டு இருக்கிறார்கள். அதே போல அசகாய வடிவமைப்பாளர்களில் பலரும் இன்னும் ஒரு சில டாலர்களுக்கும் அதிகமான தொகைக்காக இந்த நிதிய-உபாய நடைமுறைகளில் சுருண்டு விடுகிறார்கள்.

ஆனால் வால் ஸ்ட்ரீட்க்கு எது நல்லது? முதலீட்டு வங்கி நிர்வாகிகள் செய்யும் பெரும்பாலானவைச் சமூக மதிப்பற்றவை என்பதோடு அமெரிக்க மற்றும் உலகப் பொருளாதாரங்களுக்கு ஆபத்தானவையும் கூட. கேடுகெட்ட நிதி-உபாய தந்திரங்களுக்கு அப்பாற்பட்டு, அவர்கள் வேறெந்த ஸ்திரமான விஷயங்களை வடிவமைக்கிறார்கள், கட்டமைக்கிறார்கள் அல்லது முன் கொண்டு வருகிறார்கள்? மெயின் ஸ்ட்ரீட்டில் இருந்து வால் ஸ்ட்ரீட் துண்டிக்கப்பட்டுள்ளது. அவர்கள், பொறுப்புகளை (வரிசெலுத்துவோர் மீது) சமூகமயப்படுத்தி இலாபங்களைத் தனியார்மயப்படுத்தி, மிகப்பெரிய தோல்வியை உருவாக்கி, பொருளாதாரத்தைத் தரைதட்ட செய்திருக்கிறார்கள். அவர்கள் பல்வேறு வகைமுறைகளையும் பிற பேரழிவு ஆயுதங்களையும் (WMD) உருவாக்கி விட்டு, மோசடி சந்தையில் வளைந்து நெளிந்து அபாயமான வியாபார பந்தயத்தில் ஈடுபடுவதை ஊக்குவித்து விட்டார்கள்.

கீழே உள்ள வரைபடத்தைப் போலவே, BIG4 வருவாயில் மூன்றில் இரண்டு பங்கு தணிக்கை மற்றும் வரி நடைமுறைகளிலிருந்து வருகிறது. தணிக்கை நடைமுறைகள் முந்தைய விபரங்களைப் பிரேத பரிசோதனை செய்து, உள்நாட்டு வெளிநாட்டு செயல்பாடுகளுக்குரிய ஆவணங்களின் அவசியப்பாடுகளைத் தடுக்கின்றன. வரி நடைமுறைகள், வரிச்சலுகை ஓட்டைகள், PO பாக்ஸ்கள் (அதாவது வரிவிலக்கு அளிக்கும் வெளிநாடுகள்), வரிச் சலுகை வழங்கும் வினியோக சங்கிலி நிர்வாகம் (TESCM) ஆகியவற்றில் இருந்தும் மற்றும் வரிச் செலுத்துவோருக்குக் கேடு விளைவிக்கும் இன்னும் பல நடைமுறைகளில் இருந்தும் வாடிக்கையாளர்கள் ஆதாயமெடுப்பதற்கு உதவுகிறது. நமது IVY லீக் பயிலங்கங்கள் எத்தனையோ விதத்தில் பெருநிறுவன சமூக பொறுப்புக்களையும் (CSR), நிறுவன மற்றும் அமெரிக்க பாரம்பரியத்தையும் தட்டிக் கழிக்கவில்லையா? அல்லது அதன் அஸ்திவாரத்தை அரிக்க மட்டுந்தான் அவற்றுக்கு ஆற்றல் இருக்கிறதா?

"2009-2015 இல் இருந்து, 50 மிகப்பெரிய அமெரிக்க நிறுவனங்கள் வரி பகுப்புமுறைகளில் இருந்து 423 பில்லியன் டாலருக்கும் அதிகமான தொகையைப் கைவரப் பெற்றுள்ளதுடன், அவற்றின் அடித்தளத்தை இன்னும் கூடுதலாக பலப்படுத்த காங்கிரஸில் பேரம்பேசுவதற்காக 2.5 பில்லியன் டாலருக்கும் அதிகமாக செலவிட்டுள்ளன."

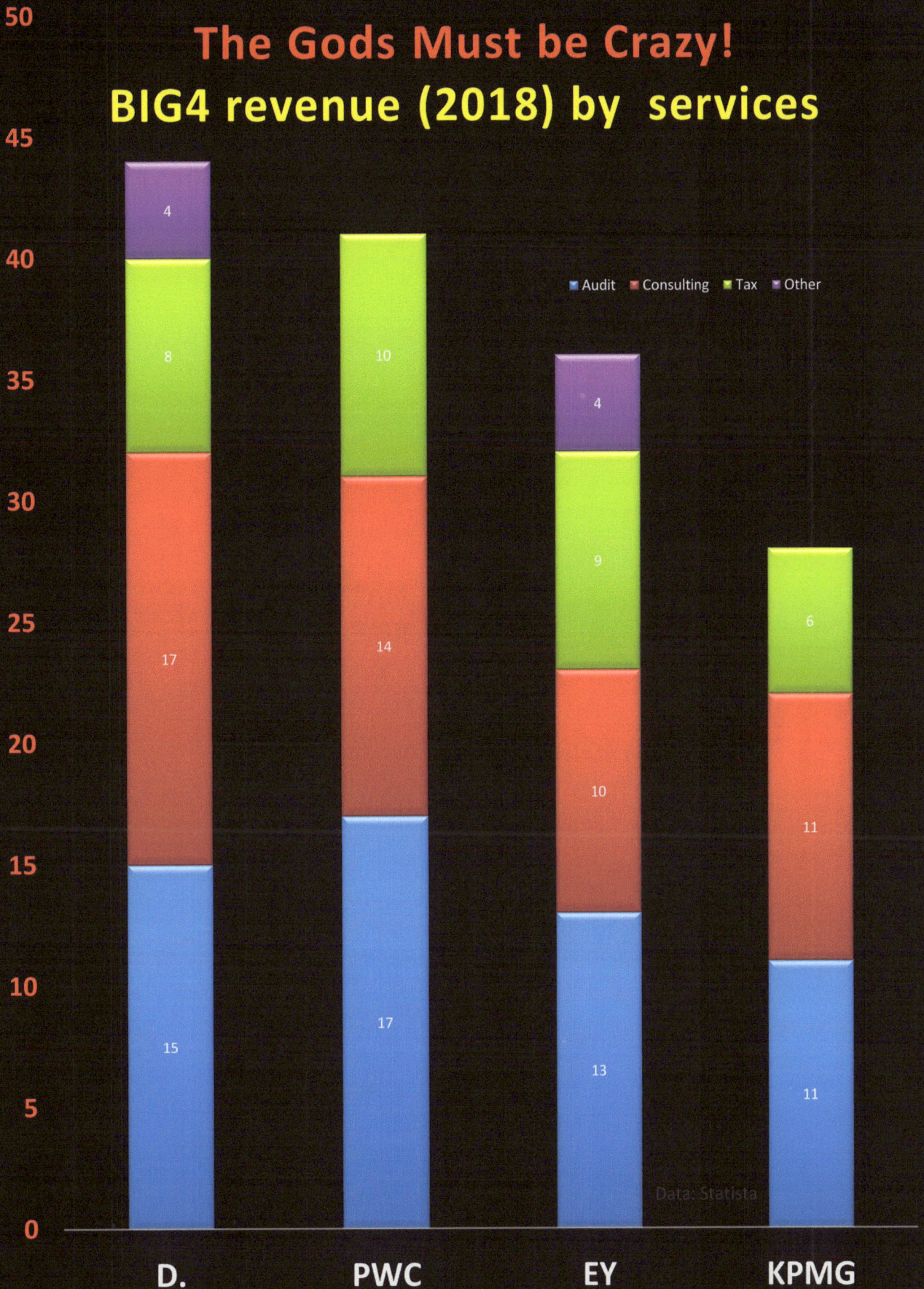

The Gods Must be Crazy!
BIG4 revenue (2018) by services
Audit
Consulting
Tax
Other
50
45
40
35
30
25
20
15
10
5
0
4
8
17
15
10
14
17
4
9
10
13
6
11
11
Data: Statista
D.
PWC
EY
KPMG

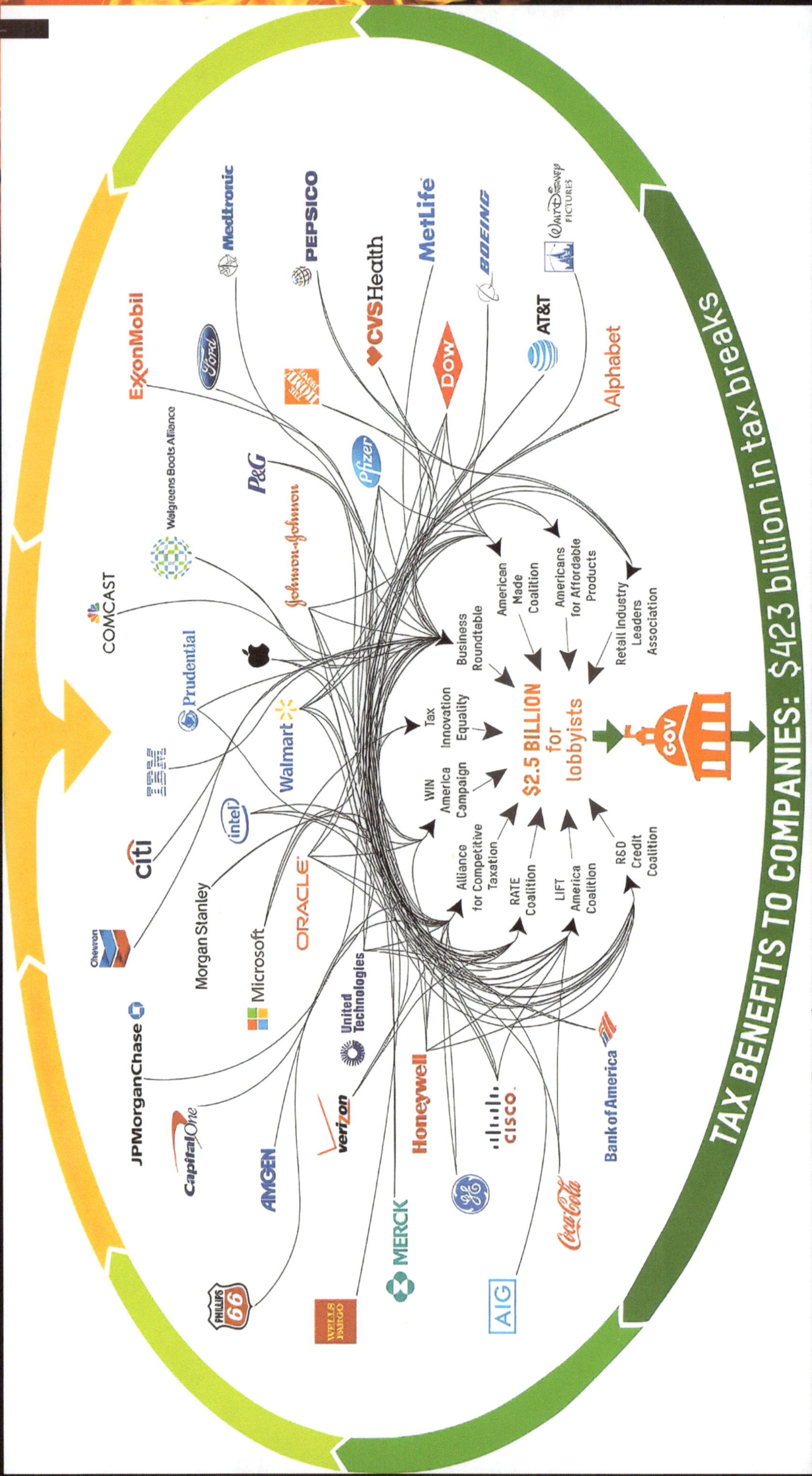

TAX BENEFITS TO COMPANIES: $423 billion in tax breaks
$2.5 BILLION for lobbyists
GOV
Business Roundtable
American Made Coalition
Americans for Affordable Products
Retail Industry Leaders Association
Tax Innovation Equality
WIN America Campaign
Alliance for Competitive Taxation
RATE Coalition
LIFT America Coalition
R&D Credit Coalition
JPMorganChase
Chevron
Morgan Stanley
citi
Microsoft
intel
ORACLE
Walmart
Prudential
COMCAST
Walgreens Boots Alliance
ExxonMobil
Ford
Medtronic
PEPSICO
CVSHealth
MetLife
BOEING
Walt Disney PICTURES
AT&T
Alphabet
DOW
Pfizer
P&G
Johnson & Johnson
The Home Depot
United Technologies
verizon
Honeywell
CISCO
Bank of America
Coca-Cola
AIG
MERCK
WELLS FARGO
PHILLIPS 66
AMGEN
Capital One

எலிசியம்[34]

ஆகவே, நம் ஒட்டுண்ணிகள் ரூஸ்வெல்ட் வடிவமைத்த முதலாளித்துவ அடித்தளத்தை அரித்து தின்றன. இதன் விளைவாக, தேசிய அரசே சிதைந்து வருவதைப் பார்க்கிறோம். ரூஸ்வெல்டின் முதலாளித்துவ அமைப்புமுறையின் சிதைக்கப்பட்ட அஸ்திவாரங்களைக் கைப்பற்றி, அதன் இடத்தில், 'ஸ்டெராய்டு செலுத்தப்பட்ட எலிசியம்' (Elysium-on-Steroids) பாணியில் ஒரு புதிய வர்க்கத்தின் அதீத வளர்ச்சியை நாம் பார்த்து வருகிறோம்.

புதுமையின் குரல்வளைய நெரித்து, ஜனநாயகத்தைக் கொள்ளையடிப்பதன் மூலம், FAANG (பேஸ்புக், அமேசன், ஆப்பிள், நெட்ஃபிளிக்ஸ் மற்றும் கூகுள்) போன்ற குழுக்கள் உலகின் மிகவும் அபாயகரமான கூடாரங்களாக ஆகி வருகின்றன. மேலும் சுமார் 5 ட்ரில்லியன் டாலர் சந்தை மூலதனத்துடன், அவை நாகரிகத்தின் அடித்தளத்தையே கூட அச்சுறுத்தி கொண்டிருக்கின்றன.

FAANGM (பேஸ்புக், அமேசன், ஆப்பிள், நெட்ஃபிளிக்ஸ், கூகுள் மற்றும் மைக்ரோசாப்ட்) இந்த ஆண்டு மட்டும் சந்தை மூலதனத்தில் ஒரு ட்ரில்லியன் டாலர்களைச் சேர்த்துள்ளது. இது எஸ்&பி 500 எரிசக்தித் துறையின் மொத்த சந்தை மதிப்பை விட அதிகமாகும். இதற்கிடையில், உண்மையான பொருளாதாரம் பொறிந்து வருகிறது. வால் ஸ்ட்ரீட் மற்றும் தொழில்நுட்ப-ஜாம்பவான்கள் அவர்கள் வாழ்நாளின் உச்சக்கட்ட கொண்டாட்டத்தில் இருக்கையில், முக்கிய வீதிகளோ குறைந்தபட்சம் 145 ஆண்டுகளில் அதன் மோசமான காலாண்டை பார்த்த நிலையில், அங்கே துயரம் கவிழ்ந்துள்ளது.

உலக குடிமக்களில் கால்வாசி பேர் பேஸ்புக்கில் செயலூக்கமான பயனர்கள். தற்போதைய அமெரிக்க ஜனாதிபதியை அவர்கள் தான் தேர்ந்தெடுத்தார்கள் என்று கூட விவாதிக்கலாம். 2016 ஜனாதிபதி தேர்தலில்[35] டொனால்ட் ட்ரம்பின் வெற்றிக்கு ட்ரம்பின் பிரச்சாரக் குழு பேஸ்புக் விளம்பரக் கருவிகளைப் பயன்படுத்தியதும் ஒரு காரணமாக இருந்தது என்று பேஸ்புக் துணை தலைவர் ஆண்ட்ரூ போஸ்வொர்த் ஒரு குறிப்பில் எழுதினார். இது மீண்டும் நடக்கலாம். பேஸ்புக் துலாம் அடையாள எலெக்ட்ரோ-டாலருடன் (கிரிப்டோகரன்சி) அதன் பயனர்களைக் காலனிமயப்படுத்தும் போது, அமெரிக்க டாலரின் கதியைக் காண்பது சுவாரஸ்யமாக இருக்கும்.

"பொதுமக்களுக்கான உபதேசம் இல்லை, ஒத்துழைப்பு இல்லை; தவறான தகவல்கள், அவநம்பிக்கை. இது ஒரு அமெரிக்க பிரச்சனை அல்ல - இது ரஷ்யர்களின் விளம்பரங்களைப் பற்றியது அல்ல. இது ஓர் உலகளாவிய பிரச்சினை.

"நாம் உருவாக்கிய கருவிகளே சமூகத்தின் நூலிழைகளை அறுத்துக் கொண்டிருப்பதாக நினைக்கிறேன். நாம் உருவாக்கி உள்ள நுட்பமான குறுகிய-கால மறுசுழற்சி கருவிகள் சமூகம் செயல்படும் விதத்தைச் சீரழித்து வருகின்றன.

உங்களுக்குள் புரோகிராம் செய்யப்பட்டு வருகிறது.

"குற்ற உணர்ச்சியால் மனசாட்சி உறுத்துகிறது. பின்புலத்தில், நம் மனதின் ஆழ்ந்த, ஆழமான அமைதியின் போது, நம்மை போன்றவர்களுக்கு ஏதோ கேடு நிகழப் போவதை உணர முடிகிறது."

— பில்லியனிய முதலீட்டாளரும்,
பயனர் அதிகரிப்பு பிரிவின் முன்னாள்
பேஸ்புக் துணை தலைவருமான சாமத் பாலிஹாபிடியா)

வால் ஸ்ட்ரீட் வாழ்க!

நியூயார்க், ஒரு காலத்தில், உலகின் நிதி மையமாக விளங்கியது, ஏனென்றால் பொருளாதார ரீதியாக அமெரிக்கா உலகின் முதலிடத்தில் இருந்தது. ஷாங்காயிலிருந்து அதன் வணிக மையத்தை உருவாக்கிய சீனா, ஏற்கனவே அமெரிக்க செல்வாக்கைக் கவிழ்க்க தொடங்கிவிட்டது. 1990 களின் பிற்பகுதியில் உச்சத்தை அடைந்ததில் இருந்து, அமெரிக்காவில் பொது நிறுவனங்களின் எண்ணிக்கை படிப்படியாக குறைந்து வருகிறது. இதற்காக தனியார் பங்குகள், இணைப்புகள் மற்றும் கையகப்படுத்துதல் மற்றும் மூலதன வெளியேற்றங்களுக்குத் தான் நன்றி கூற வேண்டியிருக்கும், 7,000 க்கும் அதிகமான நிறுவனங்களில் இருந்து அது 3,000 க்கும் குறைவாக சுருங்கி விட்டது. இதற்கிடையில், சீன பங்குச் சந்தை பூஜ்ஜியத்தில் இருந்து சுமார் 4,000 வரை வளர்ந்தது, இதற்கும் கூடுதலாக ஹாங்காங்கில் 2,500 நிறுவனங்கள் பட்டியலிடப்பட்டுள்ளன.

"பகுதியாக அரசு நிதியுதவி பெறும், சீன நிறுவனங்கள், கொரோனா வைரஸ் நெருக்கடியால் பொருளாதார சிக்கல்களில் சிக்கிய அல்லது மலிவாக கையகப்படுத்தக் கூடிய ஐரோப்பிய நிறுவனங்களை அதிகரித்தளவில் விலைக்கு வாங்க முயன்று வருகின்றன என்பதை நாம் கவனிக்க வேண்டும்...

பொருளாதாரத்தில், சமூக மற்றும் அரசியல் அர்த்தங்களில், சீனா எதிர்காலத்தில் நமது மிகப் பெரிய போட்டியாளராக விளங்கும்...

நான் சீனாவை ஐரோப்பாவின் மூலோபாய போட்டியாளராக பார்க்கிறேன், சமூகத்தின் எதேச்சதிகார மாதிரியைப் பிரதிநிதித்துவம் செய்யும் அது, அமெரிக்காவைப் பிரதியீடு செய்து ஒரு முன்னணி அதிகாரமாக அதன் அதிகாரத்தை விரிவாக்க விரும்புகிறது...

ஆகவே, ஐரோப்பிய ஒன்றியம், ஒருங்கிணைந்த விதத்தில் எதிர்வினையாற்றி, 'சீன வியாபார பயணத்திற்கு' முற்றுப்புள்ளி வைக்க வேண்டும்."

மன்ஃப்ரெட் வெபர்,
(ஐரோப்பிய ஒன்றிய நாடாளுமன்றத்தில் EPP குழுவின் தலைவர்,
(NPR News, 5-17-20))

வேறொரு காலத்தில், 1960 வாக்கில் இருக்கலாம், உலக மொத்த உள்நாட்டு உற்பத்தியில் அமெரிக்க பொருளாதாரம் 40% ஆக இருந்தது. ஐயோ, நாம் பார்த்தவாறு, இது PPP இல் 15% க்கும் குறைவாக சரிந்துவிட்டது. இதற்கிடையில், சீனாவின் மொத்த உள்நாட்டு உற்பத்தியோ உலகின் தற்போதைய மொத்த உள்நாட்டு உற்பத்தியில் 20% க்கு மேல் அதிகரித்து கொண்டிருக்கிறது. நம்முடைய முட்டாள்தனமான மிதமிஞ்சிய பேராசை நம் நல்லெண்ணத்தை எல்லாம் வீணடித்துவிட்டது. நாம் ஒருங்கிணைந்து விரைவாகச் செயல்படாவிட்டால், நமது பேரரசு மற்றும் நிறுவனங்களின் நாட்கள் எண்ணப்படும்; குறிப்பாக, மொத்த உலகளாவிய வர்த்தகத்தில் 79.5% ஐ நாம் கட்டுப்படுத்துகிறோம் என்பதை வைத்து இது பரிசீலிக்கப்படும் என்பதால், இதற்காக நமது கையிருப்பு செலாவணி (அமெரிக்க டாலர்) அந்தஸ்துக்குத் தான் நன்றி கூற வேண்டும் ..[36]

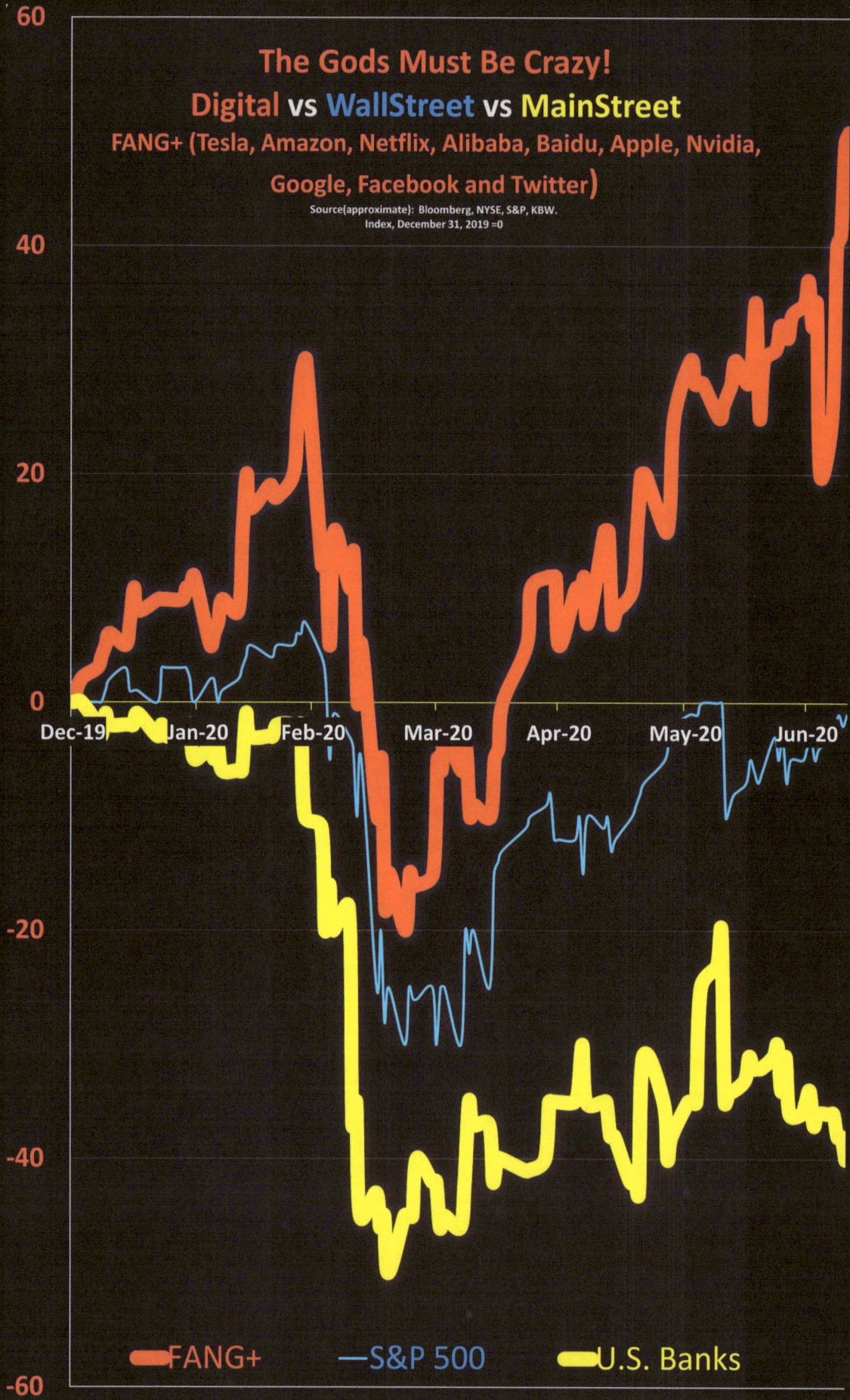

The Gods Must Be Crazy!
Digital vs WallStreet vs MainStreet
FANG+ (Tesla, Amazon, Netflix, Alibaba, Baidu, Apple, Nvidia, Google, Facebook and Twitter)
Source(approximate): Bloomberg, NYSE, S&P, KBW.
Index, December 31, 2019 =0
60
40
20
0
-20
-40
-60
Dec-19
Jan-20
Feb-20
Mar-20
Apr-20
May-20
Jun-20
FANG+
S&P 500
U.S. Banks

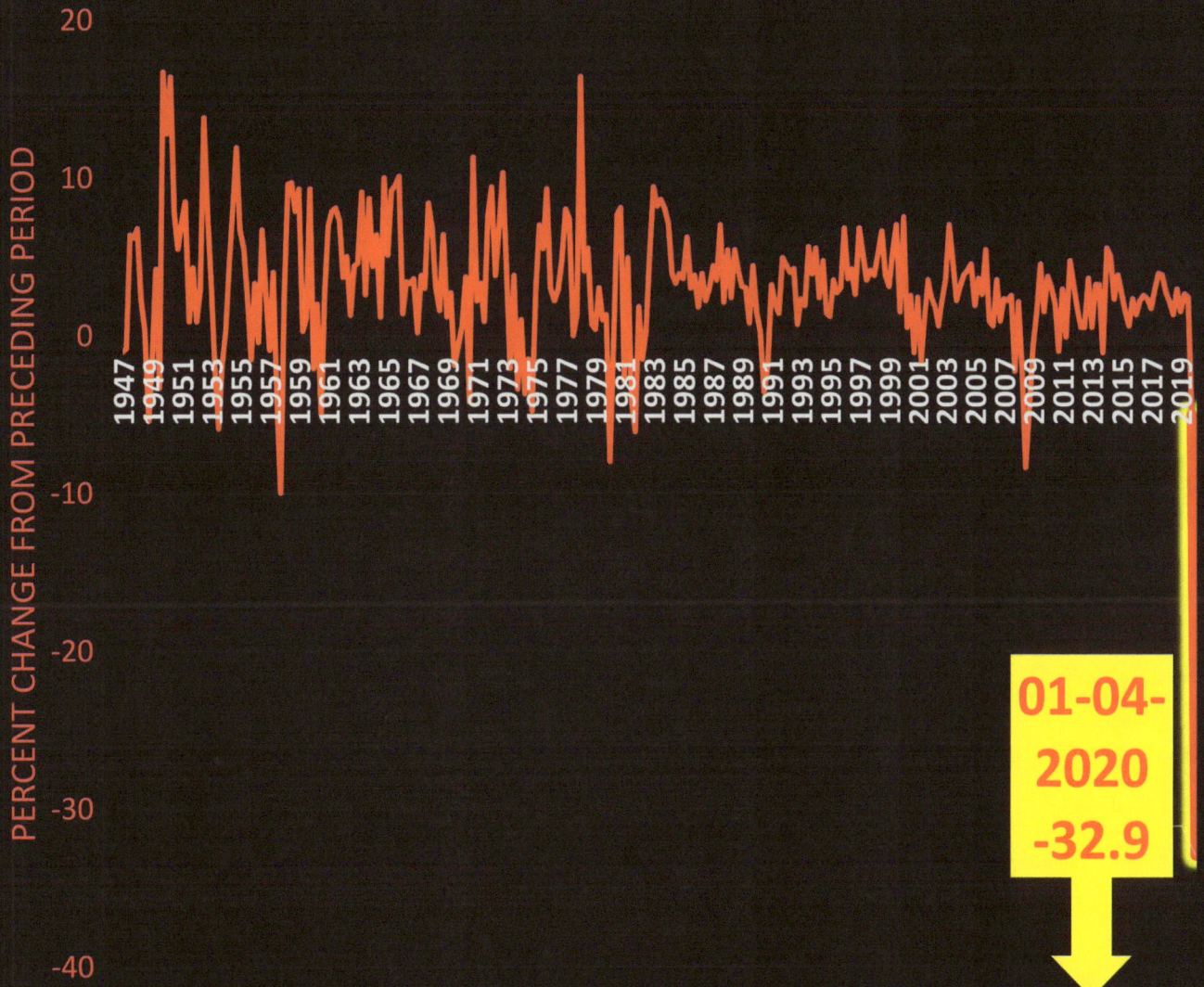

The Gods Must Be Crazy!
Real Gross Domestic Product
Source: U.S. Bureau of Economic Analysis(FRED, Q2 2020)
PERCENT CHANGE FROM PRECEDING PERIOD
20
10
0
-10
-20
-30
-40
1947 1949 1951 1953 1955 1957 1959 1961 1963 1965 1967 1969 1971 1973 1975 1977 1979 1981 1983 1985 1987 1989 1991 1993 1995 1997 1999 2001 2003 2005 2007 2009 2011 2013 2015 2017 2019
01-04-
2020
-32.9

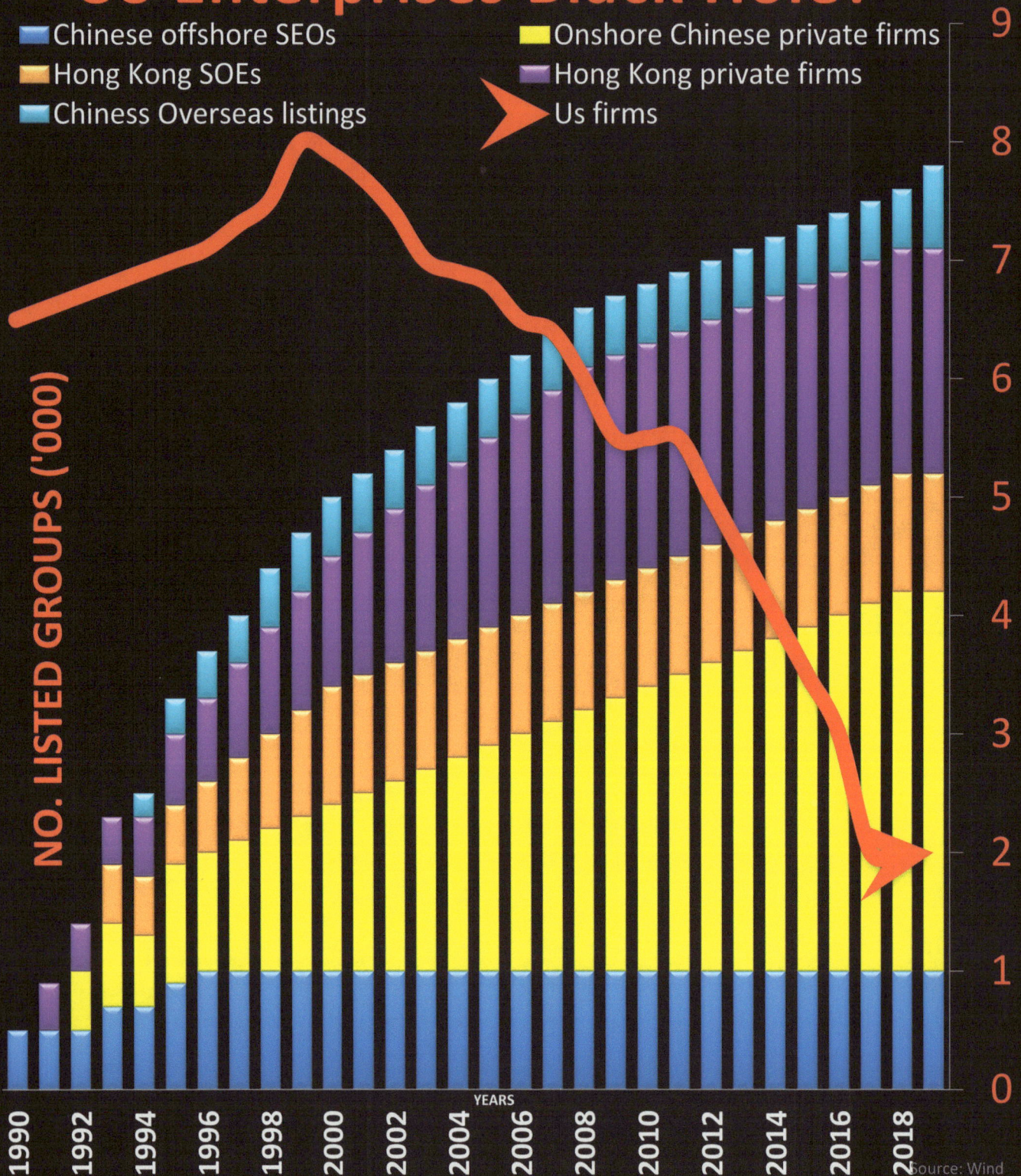

The Gods Must be Crazy!

Catacomb of Capitalism?

US Enterprises Black Hole?

Chinese offshore SEOs
Hong Kong SOEs
Chiness Overseas listings
Onshore Chinese private firms
Hong Kong private firms
Us firms
NO. LISTED GROUPS ('000)
9
8
6
4
2
1
0
YEARS
1990
1992
1994
1996
1998
2000
2002
2004
2006
2008
2010
2012
2014
2016
2018
Source: Wind

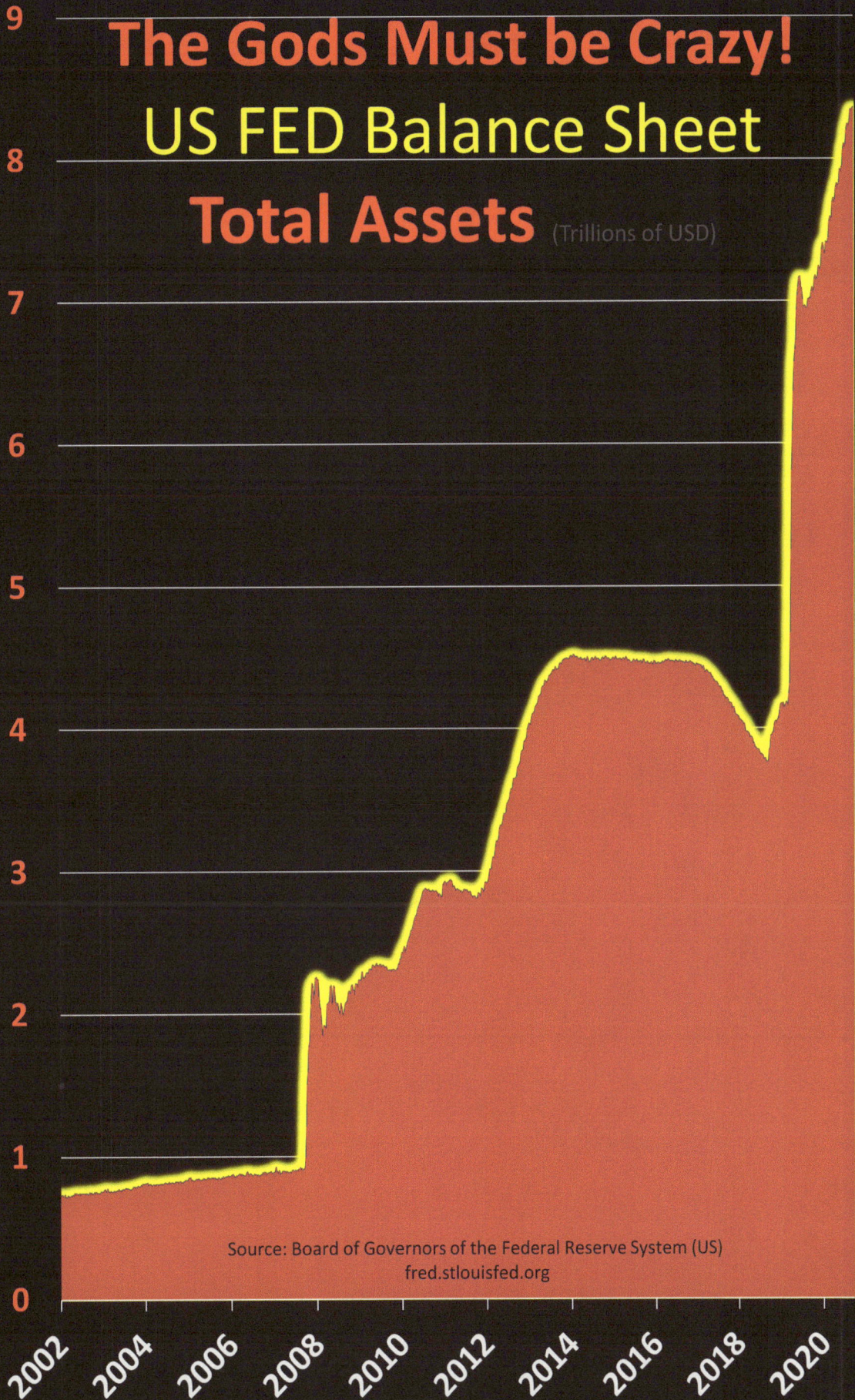

The Gods Must be Crazy!
US FED Balance Sheet
Total Assets (Trillions of USD)
9
8
7
6
5
4
3
2
1
0
Source: Board of Governors of the Federal Reserve System (US)
fred.stlouisfed.org
2002
2004
2006
2008
2010
2012
2014
2016
2018
2020

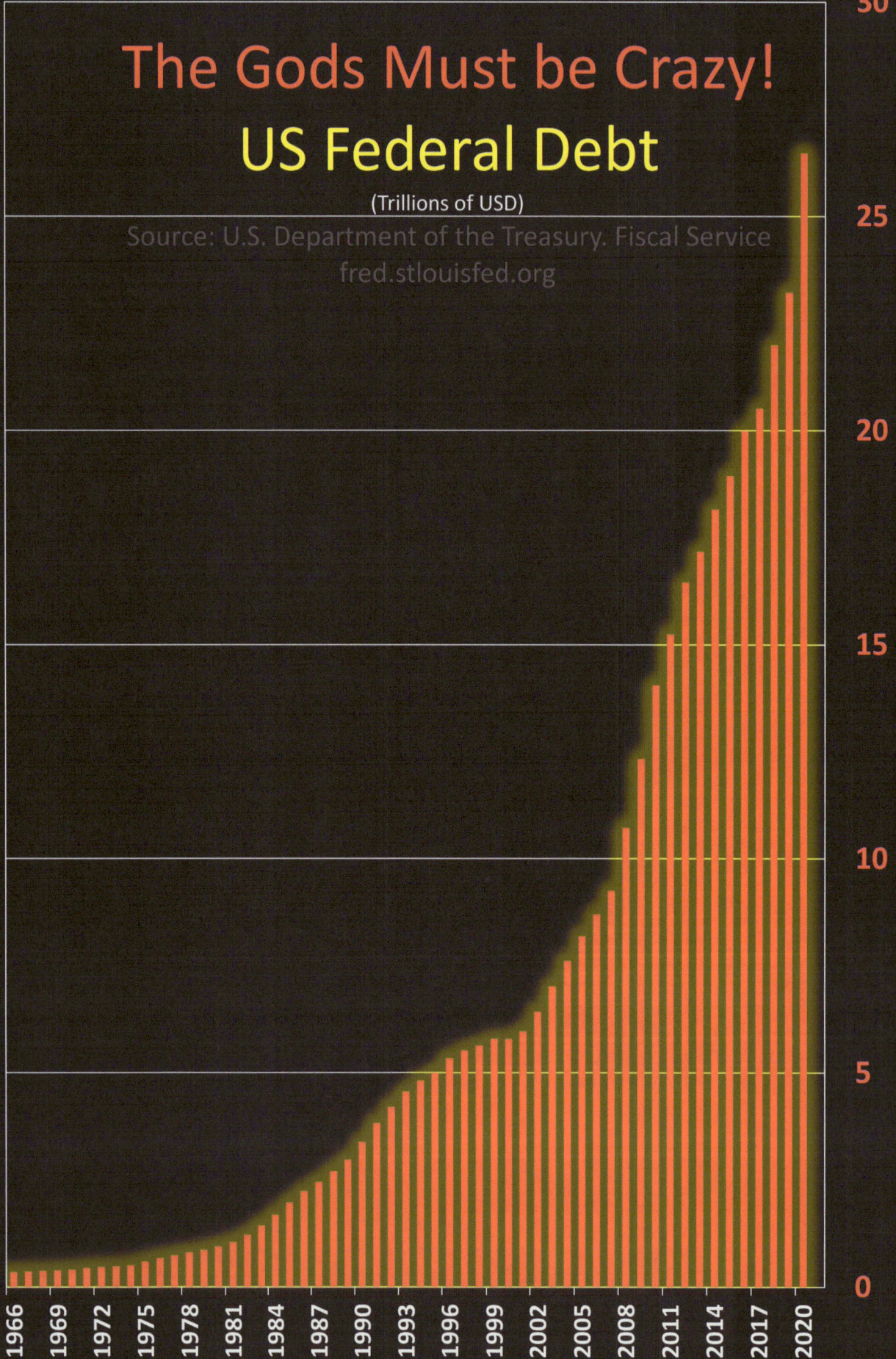

The Gods Must be Crazy!
US Federal Debt
(Trillions of USD)
Source: U.S. Department of the Treasury. Fiscal Service
fred.stlouisfed.org
25
20
15
10
5
0
1966
1969
1972
1975
1978
1981
1984
1987
1990
1993
1996
1999
2002
2005
2008
2011
2014
2017
2020

1990 களில், ஜார்ஜ் சோரோஸ் 3.3 பில்லியன்[37] பவுண்டுக்கு பேங்க் ஆஃப் இங்கிலாந்தைத் தகர்த்தார், அவரது செல்வத்தின் வெறும் ஒரு சில பகுதியைக் கொண்டு ஆசிய நிதி நெருக்கடியை உண்டாக்கினார்[38]. ஆக்ஸ்பாம் தகவல்படி, இங்கிலாந்தின் அந்நிய செலாவணி கையிருப்பு 180 பில்லியன் டாலருக்கும் குறைவாக இருக்கின்ற நிலையில், ஆப்பிள் நிறுவனம் மட்டுமே வெளிநாடுகளில் 200 பில்லியன் டாலருக்கும் அதிகமாக நிதி வைத்துள்ளது. அமெரிக்காவிடம் $130 பில்லியனுக்கும் குறைவாக உள்ளது, அதேவேளையில் சீனா $3000 பில்லியனுக்கும் அதிகமான நிதியுடன் தேன்குடுவையின் மீது அமர்ந்துள்ளது. இந்த வரைபடத்தில் நீங்கள் பார்ப்பதைப் போல, அமெரிக்க பெடரல் ரிசர்வின் இருப்புநிலை கணக்கு மூன்று ட்ரில்லியன் டாலர் கடனுடன் சேர்ந்து வெறும் மூன்று மாதங்களுக்குள் கிட்டத்தட்ட இரட்டிப்பாகி விட்டது.

விரைவிலேயோ அல்லது தாமதமாகவோ, கத்திரிக்காய் முற்றினால் கடைக்கு வந்து தானே ஆக வேண்டும். 25 ட்ரில்லியன் டாலர் அமெரிக்க கடனில் எவ்வளவு தொகை அந்த மேற்கத்திய முதலாளித்துவ நிறுவனத்தை முறிப்பதற்குத் தேவைப்படும் (இதில் சீன, ரஷ்ய, மற்றும் சவூதி வசமிருக்கும் பங்குகளும் உள்ளடங்கும்)?

22 ஆம் நூற்றாண்டு டிஜிட்டல் யுகமான “நோவாவின் புதிய இயல்பு நிறுவனப் பேழை” ஐ நாம் வடிவமைக்காவிட்டால், நாம் விரைவிலேயே நெட்ஃபிளிக்ஸ் ஆவணப்படமான அமெரிக்க தொழிற்சாலையை[39] நினைவுபடுத்தும் விதத்தில், மேன் இன் தி ஹை கேஸ்டில்[40] தொடரில் வரும் அடிமைகளைப் போல வேலை செய்து கொண்டிருப்போம். கொரோனா வைரஸ் நான்காம் ரீஹ்ஹிற்கு ஒரு வெளிவேஷ கருவியாக மாறி விடக்கூடும் .

நிறுவனத்தின் தற்போதைய நிலை

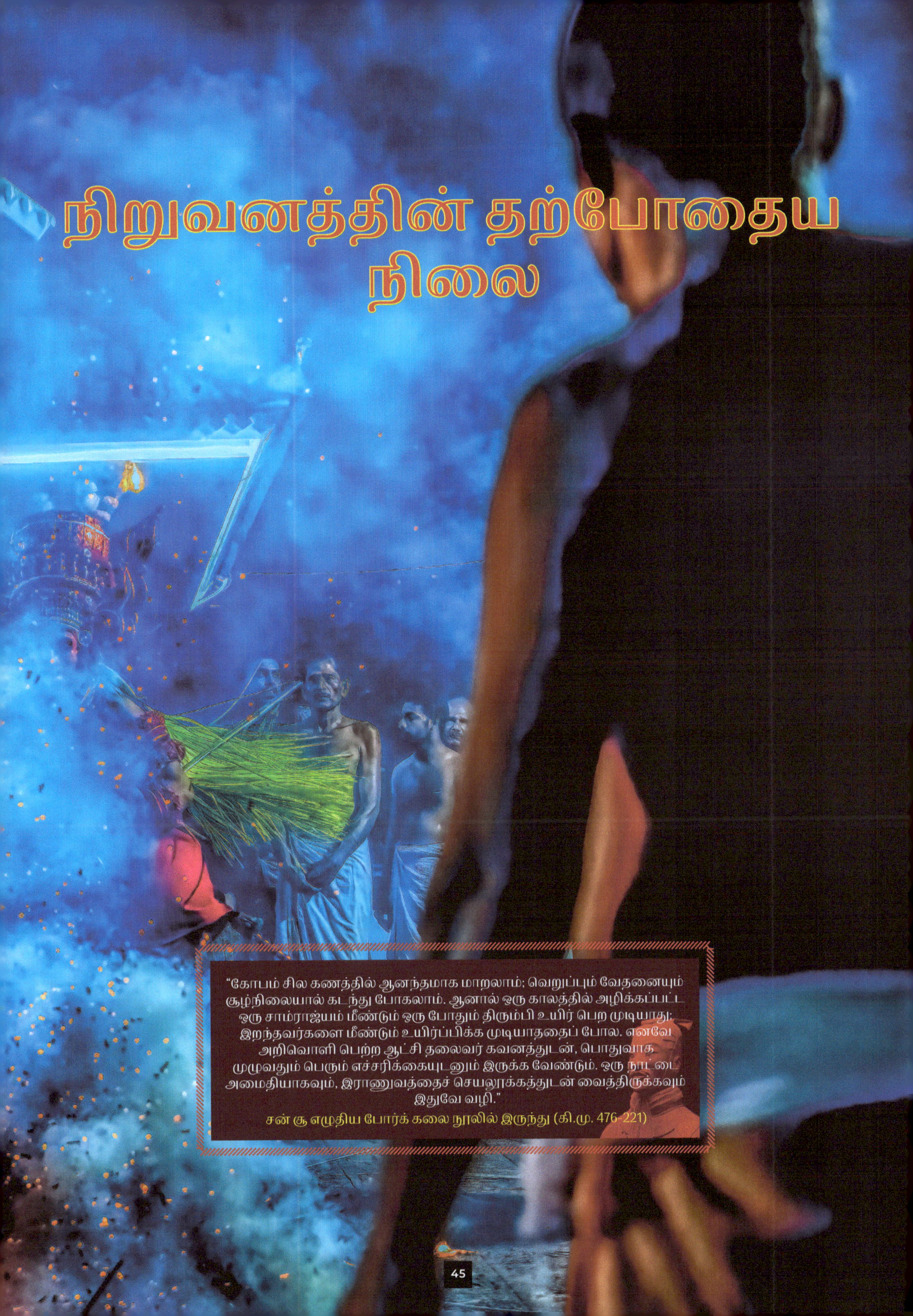

"கோபம் சில கணத்தில் ஆனந்தமாக மாறலாம்; வெறுப்பும் வேதனையும் சூழ்நிலையால் கடந்து போகலாம். ஆனால் ஒரு காலத்தில் அழிக்கப்பட்ட ஒரு சாம்ராஜ்யம் மீண்டும் ஒரு போதும் திரும்பி உயிர் பெற முடியாது; இறந்தவர்களை மீண்டும் உயிர்ப்பிக்க முடியாததைப் போல. எனவே அறிவொளி பெற்ற ஆட்சி தலைவர் கவனத்துடன், பொதுவாக முழுவதும் பெரும் எச்சரிக்கையுடனும் இருக்க வேண்டும். ஒரு நாட்டை அமைதியாகவும், இராணுவத்தைச் செயலூக்கத்துடன் வைத்திருக்கவும் இதுவே வழி."

சன் சூ எழுதிய போர்க் கலை நூலில் இருந்து (கி.மு. 476-221)

45

சுருக்கமாக கூறினால், நிறுவனங்களின் தற்போதைய நிலை இரண்டாம் உலகப் போரிலிருந்து உயிர் பிழைத்து நடந்து வரும் பித்துப்பிடித்த பைத்தியக்காரக் கூட்டத்திற்கு நிகராக உள்ளது. மேற்கத்திய கனவுலக கோபுரத்தில் உட்கார்ந்திருக்கும் முடி முதல் அடி வரை குட் ஓல்ட் பாய்ஸ் குழுவின் கும்பல் ஒன்று இவற்றுக்கு கட்டளை இடுகிறது. துரதிருஷ்டவசமாக, உலகம் ஒரேயிடத்தில் இல்லை, இன்றோ, முன்னர் குறிப்பிட்டதைப் போல, 7.8 பில்லியன் மக்களில் 96% எங்கே இருக்கிறார்களோ அங்கே தான் மிகப்பெரும் சந்தை வளர்ச்சி இருக்கிறது. தலைகீழாக மாற்றிப் போடும் முன்னோக்கைக் கொண்டு நாம் நிறுவனங்களை மறுகட்டுமானம் செய்ய வேண்டியுள்ளது. கனவுலக கோபுரங்களின் விவாத அறைகளில் உட்கார்ந்திருக்கும் அருமை தலைவர்கள் கோபுரத்தின் உச்சியை மட்டுமே பார்த்தவாறு தவறுக்கு மேல் தவறு செய்து கொண்டிருக்கிறார்கள். (என் அனுபவத்தின் அடிப்படையில்) ஓர் எடுத்துக்காட்டு:

The Gods Must Be Crazy!
Gaggle of Financial-Engineering Frogs in Debt

Nonfinancial Corporate Business; Debt Securities; Liability, Level (**Trillion $**)
Source: Board of Governors of the Federal Reserve System(FRED, Q1 2021)

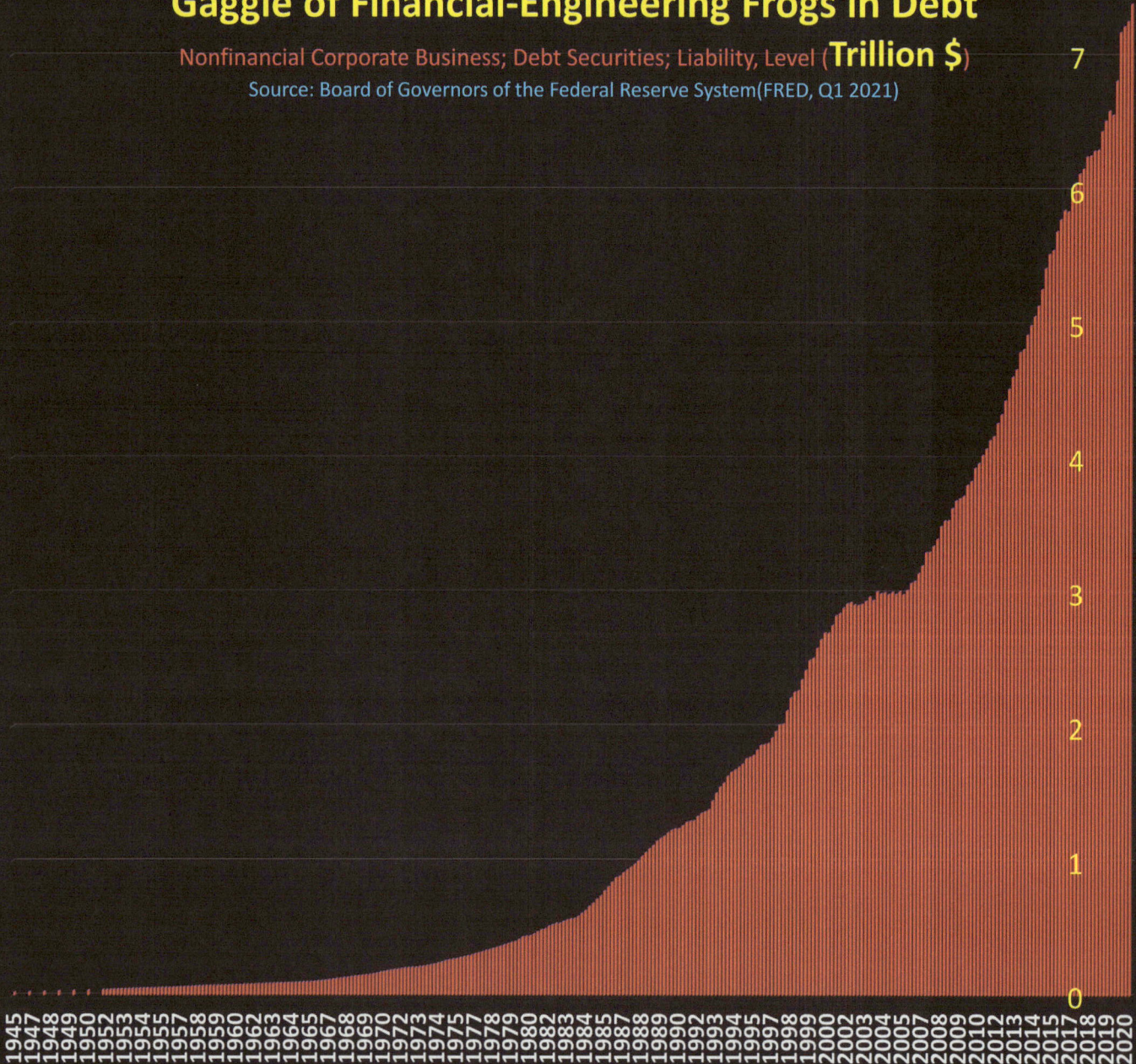

"*Alice: Would you tell me, please, which way I ought to go from here?* CAT: THAT DEPENDS A GOOD DEAL ON WHERE YOU WANT TO GET TO. *Alice: I don't much care where.* CAT: THEN IT DOESN'T MUCH MATTER WHICH WAY YOU GO"
— Alice in Wonderland

Land corridors
Maritime corridors
Railroad lines (existing)
Railroad lines (planned/under construction)
Moscow
Rotterdam
SILK ROAD LAND ROUTE
KAZAK
Tehran
Gwa

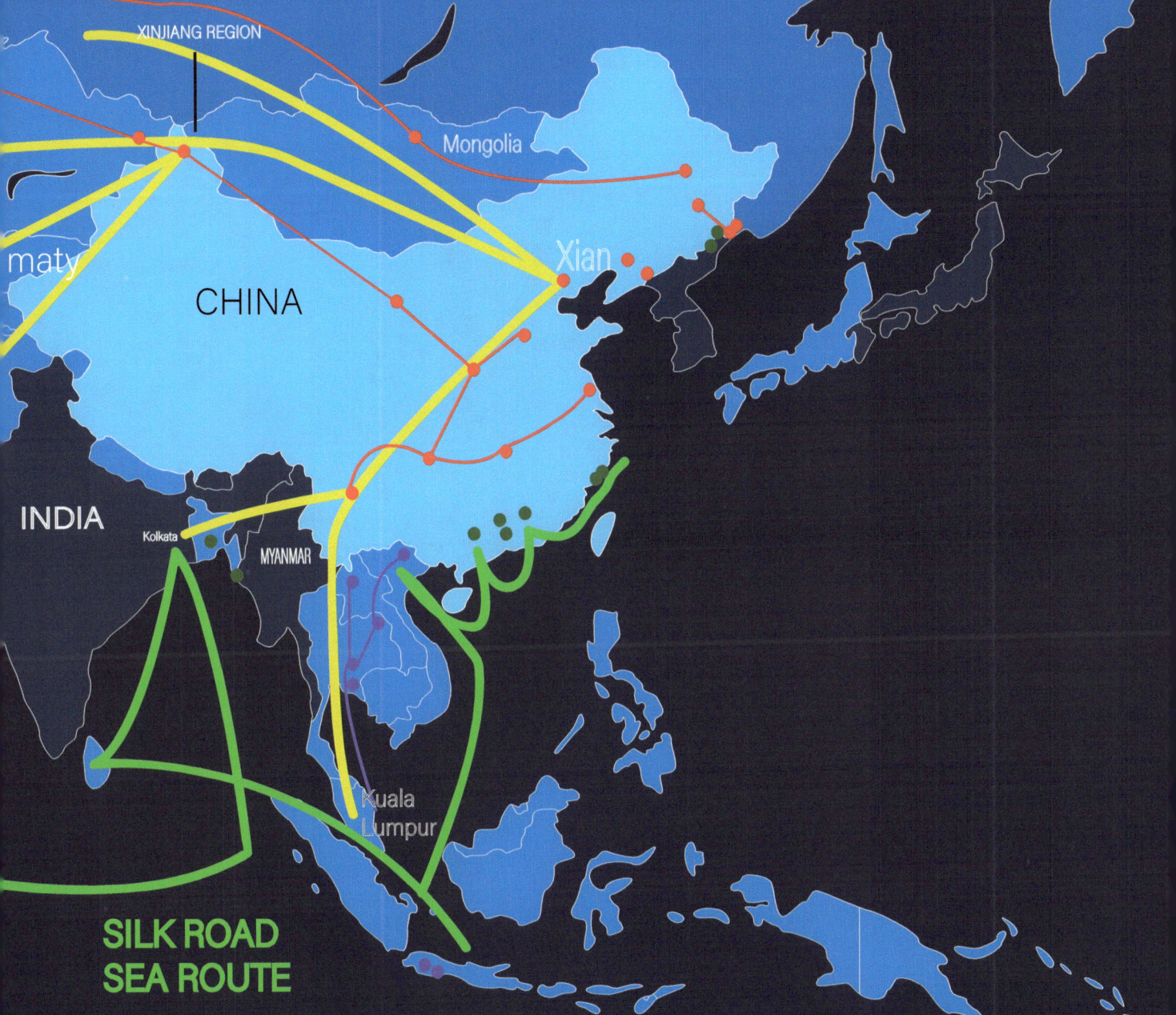

Ports with Chinese engagement (existing)

Ports with Chinese engagement (planned/ under construction)

RUSSIA

XINJIANG REGION

maty

CHINA

Mongolia

Xian

INDIA

Kolkata

MYANMAR

Kuala Lumpur

SILK ROAD SEA ROUTE

As of 2013, 82% of China's oil imports and 20% of its gas imports pass through the Strait of Malacca

* "ஸ்னேக் ஆயில்"[41] விற்பனையாளர்கள் (SNAKE OIL) எனப்படும் மோசடியாளர்கள் தான் இன்று முன்மாதிரி நிறுவன திட்ட ஆலோசகர்கள் திட்டமிடுவதைக் காட்டிலும் 75% க்கும் அதிகமாக திட்டமிடுகிறார்கள்; நிதி/வணிகம், தகவல் தொழில்நுட்பம், நடைமுறைப்படுத்தும் கூட்டாளிகள், வெளிநாட்டு விற்பனை நிறுவனங்கள், Big4 PPT கள் என இவற்றின் அழுகிய அரசியல் அகங்காரங்களின் அற்பத்தனமான, முட்டாள்தனமான அஸ்திவாரங்களில் கிணற்றுத் தவளைகளே உட்கார்ந்திருக்கின்றன...
* சொத்து வளம் எவ்வளவு அதிகமாக இருக்கிறதோ (நிறுவனத்தின் அளவு), அவ்வளவுக்கு அந்நிறுவனம் விரும்பத்தக்கதாக இல்லை.
* குறிப்பிடத்தக்க நிறுவன நடைமுறைகளில் 75 சதவீதத்திற்கும் அதிகம் தொந்தரவுக்கு உள்ளாகி உள்ளது.
* உயிர்பிழைத்திருக்கும் குறிப்பிடத்தக்க நிறுவனங்களில் 75% க்கும் அதிகமானவை, இணைப்புகள் மற்றும் கையகப்படுத்தல்கள், மறுஇணைப்புகள், தலைகீழாக மாற்றப்பட்டவை, TESCM, BPO, முழுமையான மாற்றங்கள், இடைக்கால வேலைநீக்கங்கள், வெளியில் ஒப்பந்தத்திற்கு வழங்குதல், மற்றும் அதீத நிதிய-உபாயங்களின் ஏனைய வடிவங்களிலிருந்து வந்த பித்துப்பிடித்த பிரான்ங்கென்ஸ்டீன் பைத்தியங்களாக உள்ளன.
* பொதுவாக நிறுவனங்களுக்கான 75% தீர்மானங்கள் இணைய (WWW) சகாப்தத்திற்கு முந்தையது—வேறு வார்த்தைகளில் கூறுவதானால், இந்த கட்டமைப்பே டிஜிட்டல் காலத்திற்குப் பொருந்தாதவை. தகவல் தொழில்நுட்பம், பாரம்பரிய கணக்கியல், பெரும்பாலான வியாபார செயல்பாடுகள் (குறிப்பாக மீண்டும் மீண்டும் செய்யப்படுபவை) என இவை கிளவுட் சேவையில் (cloud) செயற்கை நுண்ணறிவின் BOT களின் தானியங்கி முறைக்கு முன்னால் நிற்க முடியாமல் உள்ளன. தகவல் தொழில்நுட்பம்/வியாபார அமைப்புமுறைகள், பரிவர்த்தனை->செயல்பாடு->அனுமான பகுப்பாய்வு செய்யும் செயற்கை அறிவுசார் BOT கள் (கிளவுட் முறையில் ரோபோடிக் தானியங்கி முறை) மூலமாக பரிணமிக்கின்றன.

சீனா அதன் அரசு கட்டுப்பாட்டிலான நிறுவனங்களுக்கு முட்டுக் கொடுக்க ட்ரில்லியன் கணக்கான டாலர்களைச் செலவிடுகிறது, மேலும் 2015 இல் சீனக் கம்யூனிஸ்ட் கட்சி (CCP) அமைத்த அதன் 2025 இலக்குகளைப் பெரும்பாலும் ஏற்கனவே அது கடந்து விட்டது. உயர்-மதிப்பு தயாரிப்புகள் மற்றும் 5ஜி, தொழில்நுட்ப உள்கட்டமைப்பு, விமானச் சேவை மற்றும் செமிக்கண்டக்டர் போன்ற சேவைகளில் அவர்கள் அவர்களின் மேற்கத்திய போட்டியாளர்களை ஏற்கனவே தயவுதாட்சண்யமின்றி ஓரங்கட்டி விட்டார்கள்.

இப்போது, மேற்கத்திய நிறுவனங்களின் இணைய வருகைக்கு முந்தைய கட்டமைப்புக்கு (pre-WWW) மரியாதை இல்லை என்பதோடு அது காலாவதி ஆகிவிட்டது. அது அதன் நெகிழ்வுத்தன்மையை இழந்து விட்டதுடன், கிழக்கு நிறுவனங்களுடன் அதனால் போட்டியிட முடியவில்லை. இன்று நாம், வாஷிங்டன் டிசி, கோர்டன் கெக்கோ (Gordon Gekko) போன்ற தனியார் முதலீட்டு நிறுவனம், பெருநிறுவனத்தில் சவாரி செய்பவர்கள் (இவர்களில் சிலருக்கு சீன நிதியுதவி கிடைக்கிறது), ட்வீட்டர் வழிநடத்தும் வால் ஸ்ட்ரீட் வழிவகைகள் என ஊழல் அமைப்புமுறையின் காரணமாக இது மாதிரியான சவால்களை முகங்கொடுக்கிறோம், இது அதிகபடியான நிதிய ஏமாற்று வித்தைகளில் போய் முடிந்துள்ளன.

நம் தலைவர்கள் யதார்த்தத்திலிருந்து விலகி விட்டார்கள். கெட்டு குட்டிச் சுவராய் போன முதலாளித்துவத்தின் பழைய புனிதங்களை வாசஸ்தலமாக வைத்து கொண்டு, அவர்கள் நிதித் திட்டங்களைச் கூட்டாஞ் சோறாக சமைக்கிறார்கள். கடந்த பத்து ஆண்டுகளில் எந்தவித ஆக்கப்பூர்வமான வளர்ச்சியும் இல்லாமல் பங்குச் சந்தை 250 சதவீதத்துக்கு அதிகமாக உயர்ந்துள்ளது, நிதி-உபாயங்களோ அருமையான இருப்புநிலை கணக்கை எல்லாம் மானபங்கப்படுத்தி விட்டன. அவை முதலாளித்துவத்தின் அஸ்திவாரங்களையே ஆட்டி அசைத்துக் கொண்டிருக்கின்றன.

“உலகளாவிய நிதி நெருக்கடியின் கடுமையில் பாதியளவிற்காவது கடுமையாக இருக்கக்கூடிய, பொருள்சார் பொருளாதார மந்தநிலை சூழ்நிலையில், (தங்கள் வருவாயைக் கொண்டு தங்கள் வட்டிச் செலவுகளை ஈடு செய்ய முடியாத நிறுவனங்களது கடன் எனப்படும்) பெருநிறுவன அபாய-கடன் (corporate debt-at-risk), நெருக்கடி மட்டங்களுக்கும் அதிகமாக 19 ட்ரில்லியனுக்கு அல்லது பிரதான பொருளாதாரங்களின் மொத்த பெருநிறுவன கடனில் 40 சதவீதத்திற்கு நெருக்கமாக அதிகரிக்கக்கூடும்.”

சர்வதேச நாணய நிதியத்தின் உலகளாவிய நிதியியல்
ஸ்திரப்பாட்டு அறிக்கை (2019)[42]

இன்றைய பல பெரிய நிறுவனங்கள் முக்கியமாக இணைப்புகள் & கையகப்படுத்தல்கள், மறுஇணைப்புகள், தலைகீழ் மாற்றம், TESCM, BPO, இடைக்கால வேலைநீக்கங்கள், வேலைகளை வெளியில் ஒப்பந்தத்திற்கு வழங்குதல், மற்றும் அதீத நிதிய-உபாயங்களின் ஏனைய வடிவங்களினால் உயிரற்ற கூட்டு ஸ்தாபனங்களாக நடந்து வருகின்றன. இந்த நிறுவனங்களின் பெரும்பாலானவை அவற்றின் சொந்த விதியை, கீழேயுள்ள அட்டவணையில் உள்ளதைப் போல, சீன அறிவுசார் சொத்தைக் (IP) கவ்விப் பிடித்துள்ள கழுகுகளின் கைகளில் ஒப்படைத்து விடும்:

“பகுதியாக அரசு நிதியுதவி பெறும், சீன நிறுவனங்கள், கொரோனா வைரஸ் நெருக்கடியால் பொருளாதார சிக்கல்களில் சிக்கிய அல்லது மலிவாக கையகப்படுத்தக் கூடிய ஐரோப்பிய நிறுவனங்களை அதிகரித்தளவில் விலைக்கு வாங்க முயன்று வருகின்றன என்பதை நாம் கவனிக்க வேண்டும்… பொருளாதாரத்தில், சமூக மற்றும் அரசியல் அர்த்தங்களில், சீனா எதிர்காலத்தில் நமது மிகப் பெரிய போட்டியாளராக விளங்கும்…

நான் சீனாவை ஐரோப்பாவின் மூலோபாய போட்டியாளராக பார்க்கிறேன், சமூகத்தின் எதேச்சதிகார மாதிரியைப் பிரதிநிதித்துவம் செய்யும் அது, அமெரிக்காவைப் பிரதியீடு செய்து ஒரு முன்னணி அதிகாரமாக அதன் அதிகாரத்தை விரிவாக்க விரும்புகிறது…

ஆகவே, ஐரோப்பிய ஒன்றியம், ஒருங்கிணைந்த விதத்தில் எதிர்வினையாற்றி, ‘சீன வியாபார பயணத்திற்கு’ முற்றுப்புள்ளி வைக்க வேண்டும்.”

மன்ஃப்ரெட் வெபர்,
(ஐரோப்பிய ஒன்றிய நாடாளுமன்றத்தில் EPP குழுவின் தலைவர்,
(NPR News, 5-17-20))

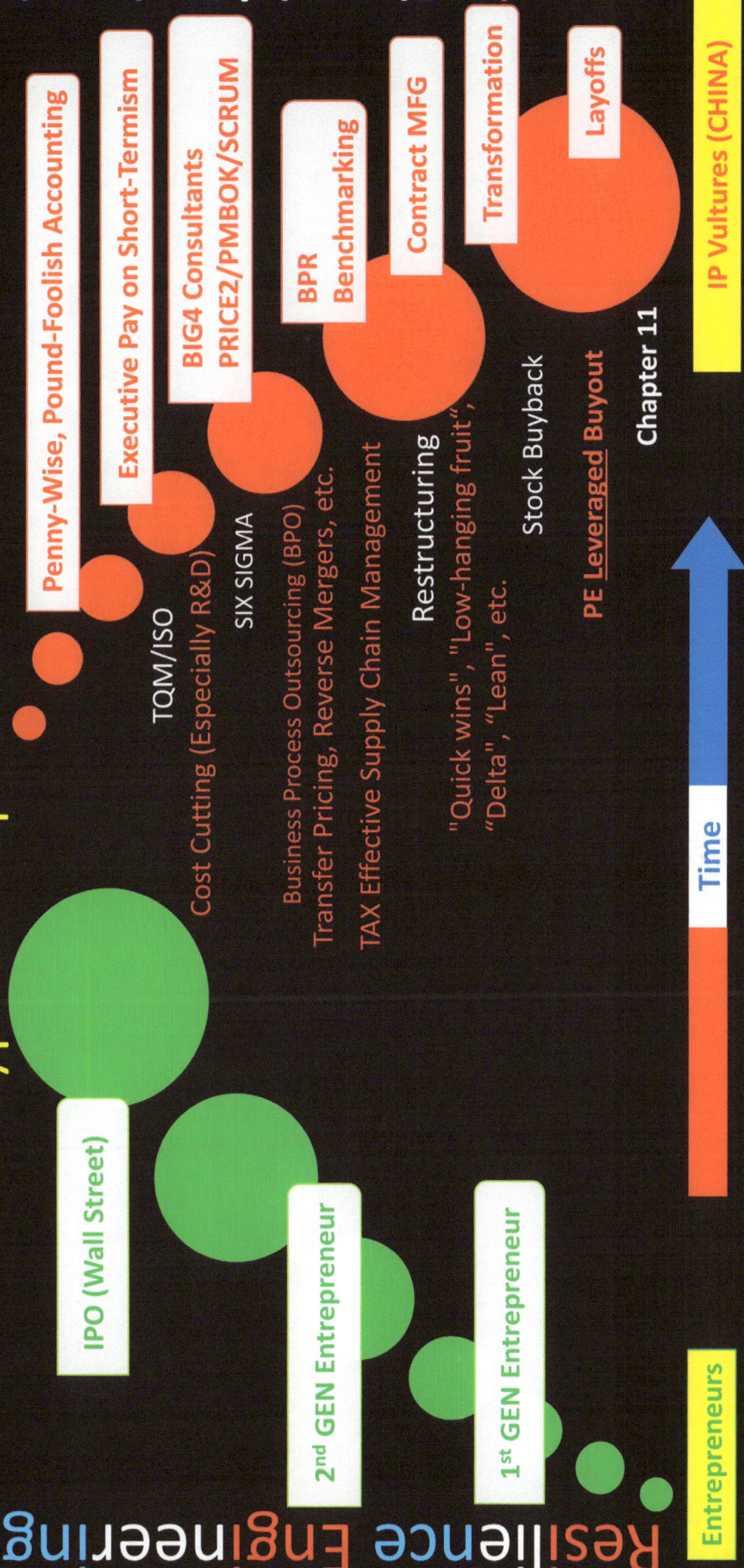

The Gods Must be Crazy!
Typical Empire Rise & Fall

Excessive **Financial Engineering**

Resilience **Engineering**

Penny-Wise, Pound-Foolish Accounting

Executive Pay on Short-Termism

BIG4 Consultants PRICE2/PMBOK/SCRUM

BPR Benchmarking

Contract MFG

Transformation

Layoffs

TQM/ISO

Cost Cutting (Especially R&D)

SIX SIGMA

Business Process Outsourcing (BPO)
Transfer Pricing, Reverse Mergers, etc.

TAX Effective Supply Chain Management

Restructuring

"Quick wins", "Low-hanging fruit",
"Delta", "Lean", etc.

Stock Buyback

PE Leveraged Buyout

Chapter 11

IP Vultures (CHINA)

IPO (Wall Street)

2nd GEN Entrepreneur

1st GEN Entrepreneur

Entrepreneurs

Time

Ay Yi Yai Yi! We are in the middle of The New World Order!

தெய்வங்களின் திருவிளையாடல்கள்![43]

கம்யூனிஸ்டுகளின் பெருநிலத்தில் இருந்து முதலாளித்துவத்தின் கல்லறை வரையிலான என் பயணம்.

"எதிரியைத் தெரிந்து கொள்வது தாக்குதல் தொடுக்க உதவும், உங்களைத் தெரிந்து கொள்வது தற்காப்புக்கு உதவும்." அவர் தொடர்ந்து கூறுகிறார்: "தாக்குதல் என்பது தற்காப்பின் ரகசியம்; தற்காப்பு என்பது தாக்குதலைத் திட்டமிடுவதாகும்."

சன் சூ எழுதிய போர்க் கலை நூலில் இருந்து, (கி.மு. 476-221)

முதலில் என்னைப் பற்றி கூறி விடுகிறேன்; நான், இந்தியாவில் சொர்க்க பூமியாக கருதப்படும் கேரள மாநிலத்தில் சோசலிச பெற்றோர்களுக்குப் பிறந்த முதலாளித்துவத்தில் வேரூன்றிய ஓர் ஊதாரித்தனமான உலகம் சுற்றும் வாலிபன். என் கல்விக்காக, ஐரோப்பிய காலனிய தேசத்தவர்கள் உருவாக்கிய தொண்டு அமைப்புகள் நடத்தும் கத்தோலிக்க பள்ளிகளுக்கு நன்றி கூற வேண்டும். கேரளாவில் ஓர் அரை நூற்றாண்டுக்கும் மேலாக கம்யூனிஸ்டுகளே ஜனநாயகரீதியில் தேர்ந்தெடுக்கப்பட்டு வந்துள்ளனர். மார்க்ஸ், லெனின், ஸ்டாலின், மற்றும் சே ஜ எங்கள் மக்கள் பெருமதிப்புடன் வணங்கி அவர்களை அசகாய-தலைவர்களாக கொண்டாடினார்கள். நாங்கள் நடுத்தர வர்க்கத்தைச் சேர்ந்தவர்கள் என்றாலும், ஆசிரியர்களான என் பெற்றோர்கள் இருவரும், அப்போதே விடுமுறை கொண்டாட்ட ஆடம்பரங்களை ஏற்காதவர்கள் என்பதால், நான் பெரும்பாலான பள்ளி விடுமுறைகளை அப்பாவின் கல்லூரி நூலகத்தில் மேற்கத்திய பயணக் கட்டுரைகளைப் படிப்பதிலேயே செலவிட்டேன்.

எங்கள் வீட்டில் டிவி இல்லை, அவர்கள் என்னை தியேட்டருக்கு அழைத்துச் சென்று காட்டிய ஒரே படம் காந்தி திரைப்படம் மட்டுந்தான். ஆனால் இதற்கு அப்படியே தலைகீழாக, இறுதியில் நான் உலகின் #1 பொழுதுபோக்கு வணிகத்தில், ஒரு சமயம் சீனாவின் மிகப் பெரிய பணக்காரருக்குச் சொந்தமான AMC தியேட்டர்ஸில், உலகளாவிய EPM வடிவமைப்பாளராக ஆகிவிட்டேன். எனக்குக் கிடைத்த சுதந்திரத்தினாலோ, அல்லது அனேகமாக கடந்த இருபது ஆண்டுகளாக சுற்றித் திரிந்ததன் விளைவாகவோ, உலகம் தழுவி 20 நாடுகளின் வனப்பகுதிகளில் கேமராவைத் தூக்கிக் கொண்டு பறவைகளைத் துரத்தியவாறு கஷ்டப்பட்டு சம்பாதித்த என் மனைவியின் பணத்தை வீணடித்தேன். ஸ்னேக் வைனைத் தேடி சியாங்மாய்-சியாங்ரய், லாவோஸ் மற்றும் மியான்மர் காடு மலைகளில் ஏறி இறங்கி ஆறுதல் அடைந்தேன், இதற்காக கம்போடியாவின் கொலைக்களங்களில் சீனாவின் GIFT நிர்வாக தலைமைத் திட்டத்திற்குத்[44] (https://global-inst.com/learn/) தான் நன்றி கூற வேண்டும்[45]. ஸ்னேக் வைன் [46] சுவைக்கும் போதெல்லாம், இந்த வளம் நிறைந்த நாடுகள் ஏன் இவ்வளவு வறுமையில் இருக்கின்றன? என்று நான் ஆச்சரியப்படுவேன். (ஹெர்னாண்டோ டி சோடொவினது ஆராய்ச்சியின் படி, மொத்தமாக 12 முன்னணி மேற்கத்திய பங்குச் சந்தைகளை விட இந்த நாடுகளில் அதிக செல்வவளங்கள் உள்ளன.) இருந்தும் இந்த நாடுகள் சீனாவால் பொருளாதாரரீதியில் காலனித்துவப்படுத்தப்பட்டு இருப்பதுடன், தங்கள் குற்றத்தை மூடிமறைக்க முயலும் மேற்கத்திய தொண்டு நிறுவனங்களிடம் கையேந்தி நிற்கின்றன.

ஹெலிகாப்டரில் பறக்கும் போதே கூட கன்னாபின்னாவென்று செலாவணியை அச்சடித்துப் பறக்கவிடும் அரசின் மீது (பணத்தை அச்சிட்டு புழக்கத்தில் விடும் கொள்கை - quantitative easing (QE))[47] உலகம் நம்பிக்கை இழந்து வரும் இந்த "புதிய இயல்பு" (New Normal) யுகத்தில், இதற்கு அப்படியே எதிர்முரணாக, பிரயோஜனமில்லா ஒரு மஞ்சள் உலோகம் (தங்கம்) மீண்டும் தேசங்களின் செல்வ வளத்திற்கான மற்றும் அருவருக்கத்தக்க பணக்காரர்களுக்கான தங்க தரமுறையாக ஆகி வருகிறது. ஒரு நூற்றாண்டுக்கும் மேலாக, உலகின் பெரும்பாலான அறிவிக்கப்பட்ட தங்க கையிருப்புகளை, சுமார் 8,000 மெட்ரிக் டன் வரையிலான தங்கத்தை அமெரிக்கா உறிஞ்சி விட்டது. அவர்களை அடுத்து, பண்டைய ஐரோப்பிய பாதுகாவலர்கள் மற்றொரு 10,000 டன்களை வைத்திருக்கிறார்கள். நீங்கள் நம்புகிறீர்களோ இல்லையோ, உலக தங்க கவுன்சிலின் (WGC) தகவல்படி, ஏழையிலும் ஏழையான இந்தியப் பெண்கள் அவர்களின் பெட்டிகளில் (பின்புல பொருளாதாரம்) 25,000 டன்னுக்கும் அதிகமாக இதே பிரயோஜனமற்ற தங்க உலோகத்தைச் சட்டவிரோதமாக பதுக்கி வைத்திருக்கிறார்கள். மூலதனத்தின் மர்மத்திற்கு பதில் தேடி தேடி, இறுதியில் நான் ஹெர்னாண்டோ டி சோடொவுக்கும், The Mystery of Capital: Why capitalism Triumphs in the West and Fails Everywhere Else என்ற அவர் புத்தகத்திற்கும் மயங்கிய பக்தன் ஆனேன்.

இந்த மர்மத்தின் மீது என்னுடைய தனிப்பட்ட சில அனுபவங்களைப் பகிர்ந்து கொள்கிறேன். கட்டுமான செலவில் 97% சேமித்து பின்னர் தங்கள் வீட்டை கட்ட என் பெற்றோருக்குக் கிட்டத்தட்ட மூன்று தசாப்தங்கள் ஆனது. 30% வட்டியில் கடன் வழங்கும் சுறாக்களிடமிருந்து பெற்ற மீத 3% ஐ திருப்பிச் செலுத்த அவர்களுக்கு இன்னும் பத்தாண்டுகள் ஆகிவிட்டது. ஊர் சுற்றும் ஓர் ஊதாரி முதலாளித்துவவாதியாக இருந்து, இன்று வரையில் நான் பெரிதாக எதுவும் சேமிக்கவில்லை. மூடிமறைக்காமல் சொன்னால், கடவுளை நம்புகிறோம் (In God We Trust) என்று எழுதப்பட்ட அந்த அர்த்தமற்ற துண்டு காகிதத்தின் மீது எனக்குப் பெரியளவில் நம்பிக்கை இல்லை.

“முதலாளித்துவத்தின் மிகப் பெரிய வெற்றித் தருணமே,
அதன் நெருக்கடியான நேரம் தான்.”

ஹெர்னாண்டோ டி சோடொ
(The Mystery of Capital: Why Capitalism Triumphs in the West and Fails Everywhere Else)

2008 பொருளாதார சுனாமியின் போது ஒவ்வொருவரும் சொத்துக்களை விற்றாவது கடனை அடைத்துக் கொண்டிருந்த அந்த வேளையில், முதலாளித்துவத்திற்கு முட்டுக்கொடுக்க நானே அப்போது கோர்டன் கெக்கோ கதாபாத்திரத்திற்குச் சரியான முன்னுதாரணமாக ஆகியிருந்தேன். அடுத்தடுத்து (இரண்டாண்டுகளுக்குள்) வட அமெரிக்காவின் முக்கிய இடத்தில் இரண்டு சொத்துக்களை (ஒரு மில்லியனுக்கும் அதிக டாலர் மதிப்பில்) என்னால் மலிவாக வாங்க முடிந்தது. ஒரு சில மாதங்களுக்குள், 97% அடமானக் கடன் வாங்கினேன், அதை நான் மீண்டும் முதலீடு செய்தேன், ஏறக்குறைய 3% வட்டி விகிதத்தில் 30 ஆண்டு கால கடனுக்காக 1000% க்கு அதிகமாக பணம் கட்டி உள்ளேன்.

வழக்கமான யோசனைகளை விட்டு விட்டு, நான் சர்வதேச சந்தைகள் மற்றும் செலாவணி சேற்று நீரில் பந்தயம் கட்ட கணக்கிட்டேன், அது அதிவேகமாக பலனளித்தது, (சீனாவின் GIFT நிர்வாக தலைமைத் திட்டத்திற்கான (https://Global-inst.com/learn/) எனது பயணங்களுக்குக் கூடுதலாக) நான் இரண்டொரு முறை சீனாவுக்குச் சென்று வந்தேன், நான் கொள்முதல் மேலாண்மை குறியீட்டு (PMI) ஆசிய பிராந்திய வழிகாட்டியாகவும், சீனாவின் PMI க்குப் பொறுப்பாகவும் இருந்தேன். வெடிப்பார்ந்த உச்சக்கட்ட நிதி உபாய சந்தையைச் (Extreme Financial Engineering market) சாதகமாக்கி, 2008 பொருளாதார சுனாமியில் ஒரு EPM வல்லுனராக தொழிலில் மறுஅவதாரம் எடுத்தேன், இது BIG4 உலகில் வந்து முடிந்தது. எந்தளவுக்கு நான் மேற்கின் நிதி உலகை அதிகமாகப் பார்த்தேனோ, அந்தளவுக்கு அதிகமான நான் ஏமாற்றமடைந்தேன்.

நிதி-உபாயங்கள் என்ற கரையான்கள் ரூஸ்வெல்ட் கட்டிய மேற்கத்திய முதலாளித்துவ அஸ்திவாரத்தை அரிக்கத் தொடங்கி உள்ளன. இப்போது அது சீட்டுக் கட்டு மாளிகை போல சரிந்து கொண்டிருக்கிறது. கம்யூனிஸ்ட் எதேச்சதிகாரமோ (EAST) இராஜாங்க கடன்-வலைப்பொறி மூலமாக உலகைப் பொருளாதார ரீதியாக காலனித்துவப்படுத்தி வருகிறது. இரண்டு தசாப்தங்களுக்குப் பின்னர், மேட் மேக்ஸ் (Mad Max) திரைப்படத்தில் வரும் அதேபோன்ற பாதையில் திரும்பிச் சென்று, ரூஸ்வெல்ட் மரபியத்தைக் கைவிட்ட முதலாளித்துவ இடிபாடுகள் மீதேறி செல்ல வேண்டியிருக்கும் என்று தோன்றுகிறது.

Ay Yi Yai Yi! We are in the middle of The New World Order!

புதிய உலக ஒழுங்கு

எல்லா போர்முறைகளும் அடித்தளத்தில் ஏமாற்றும் முறையைக் கொண்டுள்ளன. எவ்வாறெனில், நம்மால் தாக்க முடியும் போது, தாக்க முடியாதவர்களைப் போலவும்; நமது படைபலத்தைப் பயன்படுத்த முடியும் போது, செயல்பட முடியாதவர்களைப் போலவும்; நாம் அருகில் இருக்கையில், நாம் தொலைவில் இருப்பதைப் போலவும் எதிரியை நம்ப வைக்க வேண்டும்; நாம் தொலைவில் இருக்கையில், அருகில் இருப்பதைப் போல அவரை நம்ப வைக்க வேண்டும்.

சன் சூ எழுதிய போர்க்கலை நூலில் இருந்து (கி.மு. 476-221)

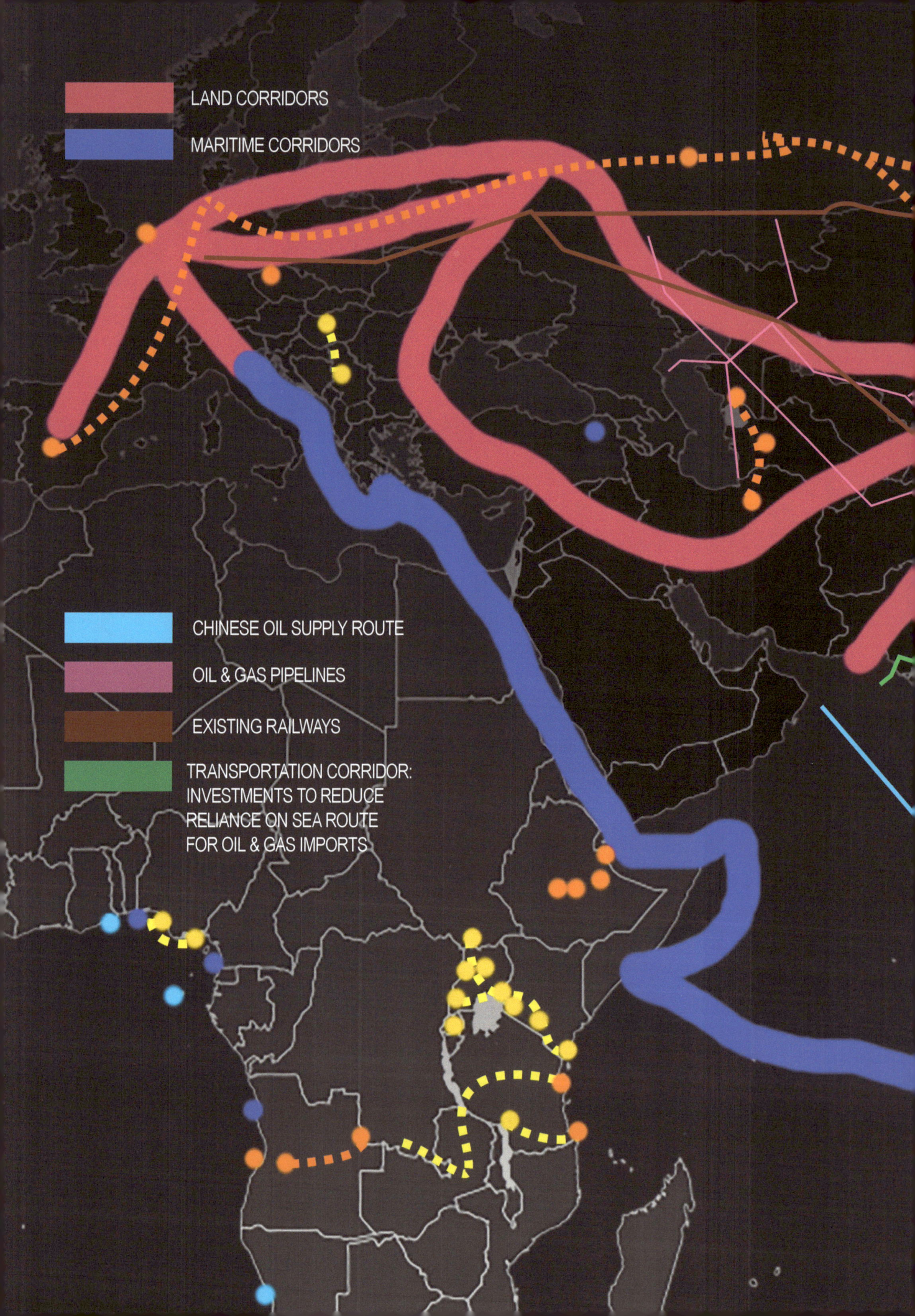

LAND CORRIDORS

MARITIME CORRIDORS

CHINESE OIL SUPPLY ROUTE

OIL & GAS PIPELINES

EXISTING RAILWAYS

TRANSPORTATION CORRIDOR:
INVESTMENTS TO REDUCE
RELIANCE ON SEA ROUTE
FOR OIL & GAS IMPORTS

PORTS WITH CHINESE ENGAGEMENT
EXISTING

PORT WITH CHINESS ENGAGEMENT
UNDER CONSTRUCTION

RAILROADS LINE
EXISTING

LAND CORRIDORS
UNDER CONSTRUCTION

CITIES IN THE GLOBAL TOP 50
IN NUMBER OF HIGH INCOME
HOUSEHOLDS

CITIES IN THE GLOBAL TOP 50
IN NUMBER OF MIDDLE INCOME
HOUSEHOLDS

கோவிட் இல் முடங்கி இருந்த போது, என்னை நானே எவ்வாறு முதலாளித்துவத்தின் எடுத்துக்காட்டாக கண்டேன் என்று ஆராய சந்தர்ப்பம் கிடைத்தது. நாம், அமெரிக்கா, ஒரு நூற்றாண்டுக்கு முன்னர் உலகின் தனித்துவமான பேரரசாக விளங்கியது, ரூஸ்வெல்டுக்கு நன்றி. துரதிருஷ்டவசமாக, இப்போது வெண்ணெயாக நழுவி நான் எங்கிருந்து வந்தேனோ திரும்பவும் அங்கேயே (கிழக்கு பக்கம்) விழுந்து விட்டதாக தெரிகிறது.

பேரரசுகள் எப்போது எப்படி விழும் எழும் என்பது குறித்து எனக்கு ஒரு புரிதல் உண்டு. உதாரணமாக, என் மூதாதையர்களை விரட்டி விரட்டி (காலனித்துவம்) டாலர்களைத் திருடியதன் மூலமாக 17 ஆம் நூற்றாண்டின் டச்சு கிழக்கிந்திய கம்பெனி (~$10 ட்ரில்லியன்) மற்றும் 18 ஆம் நூற்றாண்டு பிரிட்டிஷ் கிழக்கிந்திய கம்பெனி (~$5 ட்ரில்லியன்) ஆகியவை இன்று வரையில் மிகப்பெரிய நிறுவனங்களாக உள்ளன. அந்த நிறுவனங்களும் பேரரசுகளும் ஒவ்வொன்றும் சுமார் 200 ஆண்டுகளுக்கு நீடித்திருந்தன.

சிந்தனையைத் தூண்டும் அவற்றின் வளர்ச்சி மற்றும் வீழ்ச்சியின் கதை என் ஆர்வத்தைத் தூண்டியது. அவற்றின் கதைகளைப் பேரரசுகளின் தற்போதைய நிறுவனங்களது நிலையுடன் எப்படி ஒப்பிடுவது? பெரும்பாலும் என் பாட்டனார்களுக்கு நடந்ததைப் போலவே, அடுத்த எதேச்சதிகார பேரரசு மீண்டுமொருமுறை பொருளாதார ரீதியில் (மற்றும் டிஜிட்டல் ரீதியில்) நம்மைக் காலனித்துவப்படுத்த நம் வாசலில் நிற்கிறது. கோவிட் க்குப் பின்னர், சீனா மிகவும் தீவிர வேகத்தில் இருக்கின்ற நிலையில், நாம் கூர்மையான வீழ்ச்சியில் இருக்கிறோமோ என்று அஞ்சுகிறேன். இரத்தந்தோய்ந்த வரலாற்றை வைத்து பார்த்தால், நம் முன்னால் என்ன மாதிரியான "புதிய இயல்பு" இருக்கிறது என்று என்னால் அதிர்ச்சி அடையாமல் இருக்க முடியவில்லை.

The Gods Must be Crazy!

The Phoenix: Fall & Rise

WARS, REVOLUTIONS?

WARS, REVOLUTIONS

WARS

1500 1525 1550 1575 1600 1625 1650 1675 1700 1725 1750 1775 1800 1825 1850 1875 1900 1925 1950 1975 2000

YEAR

NLD ----- U.K — CHINA -- USA

Adapted Source Data: The Changing World Order by Ray Dalio

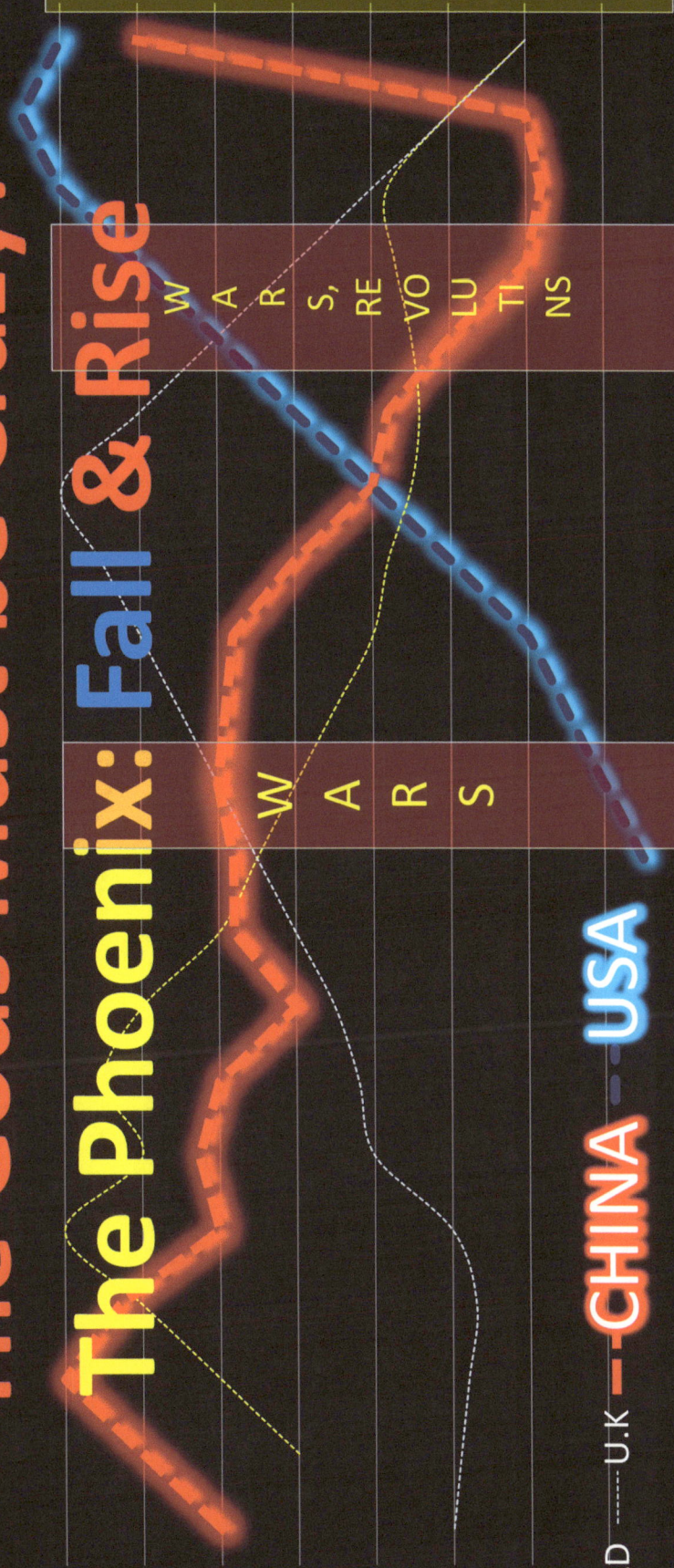

Ay Yi Yai Yi! We are in the middle of The New World Order!

Ay Yi Yai Yi! We are in the middle of The New World Order!

$INDU Dow Jones Industrial Average INDX
20-Mar-2020
— $INDU (Monthly) 19173.98

Open 25590.51 High 27102.34 Low 18917.46 Close 19173.98 Volume 10.8B Chg -6235.38 (-24.54%) ▼

© StockCharts.com

EPM
(Financial Engineering Era)

Dawn of Systems (IT)
(RIP Bretton Woods Gold Standard)

Origins of Enterprise
(DowJones)

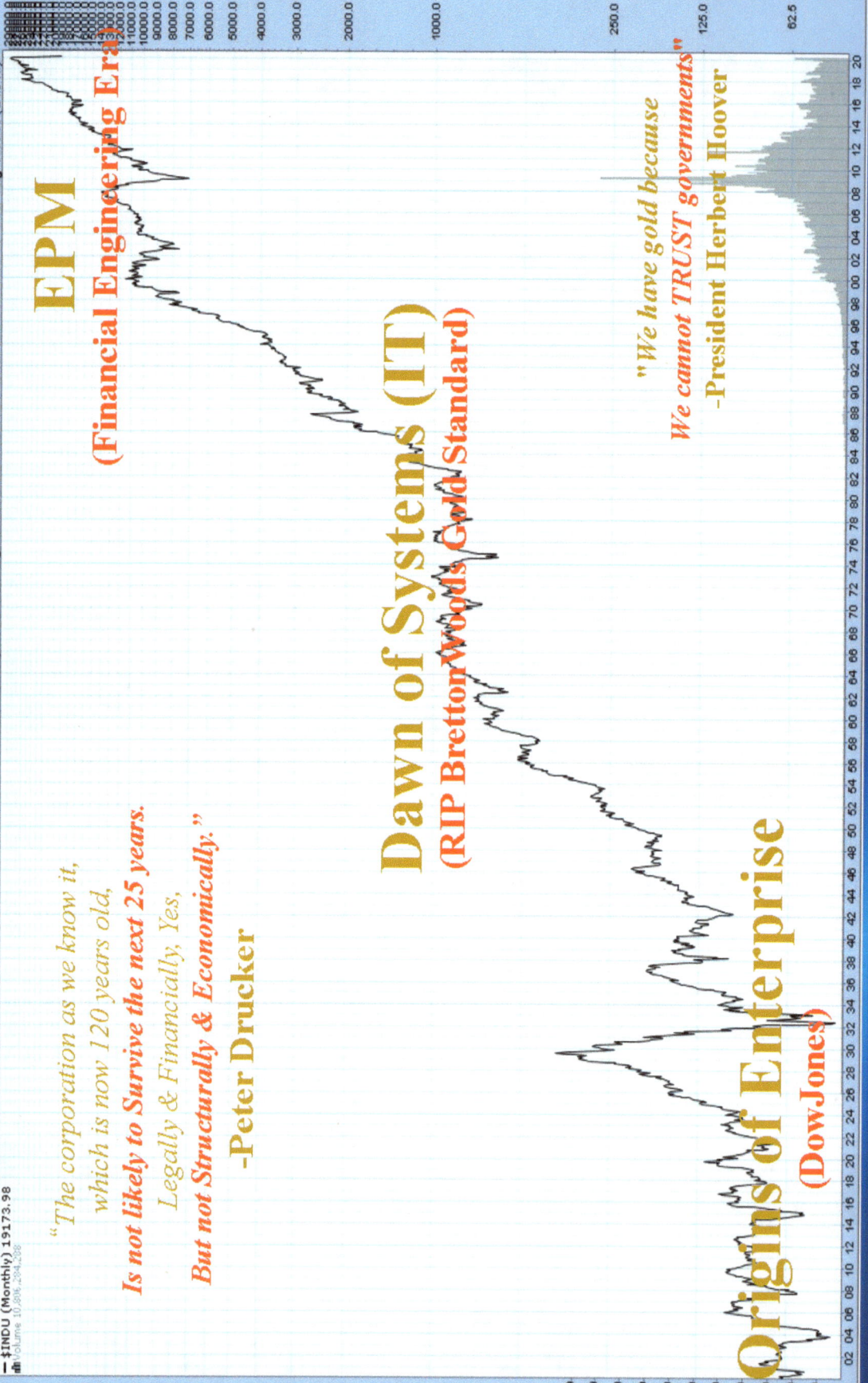

"The corporation as we know it,
which is now 120 years old,
Is not likely to Survive the next 25 years.
Legally & Financially, Yes,
But not Structurally & Economically."
–Peter Drucker

"We have gold because
We cannot TRUST governments"
–President Herbert Hoover

C O R O N A (B l a c k S w a n)

புதிய நிறுவன ஒழுங்கு

***

இரண்டரை தசாப்தங்களுக்கு முன்னர், என் விருப்பத்திற்குரிய எம்பிஏ (MBA) மேலாண்மை குருவின் கணிப்பைப் பயன்படுத்தி இங்கே என் கருதுகோளைப் பரிசோதிக்கிறேன்:

"நாம் அறிந்த வகையில், இப்போதிருந்து 120 ஆண்டுகள் பழமையான அந்த பெருநிறுவனம், அனேகமாக சட்ட ரீதியாகவும் நிதியியல் ரீதியாகவும் அடுத்த 25 ஆண்டுகளுக்குத் தாக்குப் பிடிக்காமல் போகலாம். ஆம், ஆனால் கட்டமைப்பு ரீதியிலும் பொருளாதார ரீதியிலும் அப்படி அல்ல."

பீட்டர் ட்ரக்கர், செர்கா 2000

"தனக்கு எதிராக தானே பிளவுபட்ட ஒவ்வொரு சாம்ராஜ்யமும் சிதைக்கப்பட்டுள்ளது, தனக்கு எதிராக தானே பிளவுபட்ட எந்தவொரு நகரமோ அல்லது வீடோ நிலைக்க முடியாது"

சன் சூ எழுதிய போர்க் கலை நூலில் இருந்து (கி.மு. 476-221)

கடந்த பொருளாதார சுனாமி டோவ் ஜோன்ஸ் குறியீட்டைத் தாக்கிய பின்னர் நான் உருவாக்கிய என் கருதுகோள் பின்வருமாறு:

இந்த கருதுகோளின் முக்கிய அம்சங்கள்

நிறுவனத்தின் உயிர்வாழ்வானது, தொப்புள் கொடி உறவைப் போல அதைச் சுற்றியுள்ள சூழ்நிலைகளின் வெற்றி-யைப் பொறுத்தது. சூழ்நிலையோ சந்தேகத்திற்கு இடமின்றி அதை அரவணைத்திருக்கும் தலையாய பேரரசைச் சா-ர்ந்துள்ளது.

தலையாய பேரரசின் உயிர்வாழ்வு சில குறிப்பிட்ட பலத்தின் அளவீடுகளைப் பொறுத்திருப்பதாக நான் நம்புகிறே-ன், அவையாவன:

1. தலைமை
2. விஞ்ஞானம், தொழில்நுட்பம், பொறியியல், மற்றும் கணிதக் கல்வி (STEM)
3. ஆராய்ச்சி மற்றும் மூலோபாய தொழில்நுட்பம்
4. உள்கட்டமைப்புக்கான கட்டமைப்பு
5. டிஜிட்டல் கட்டமைப்பு
6. அறிவுசார் மேலாண்மை
7. இராஜாங்க உறவுகள்
8. உலக செலாவணியாக தங்கத்தின் தரநிலை
9. எலக்ட்ரோ-டாலர்
10. நிதி மூலதனம்
11. பாதுகாப்பு
12. மாற்றத்திற்கான மாபெரும் டிஜிட்டல் மூலோபாயங்களும் நெறிமுறைகளும்

கடந்த நான்கு நூற்றாண்டுகளில் தலையாய பேரரசுகளின் வளர்ச்சியும் வீழ்ச்சியும் எவ்வாறு வெளிப்பட்டுள்ளன என்பது இங்கே கொடுக்கப்படுகிறது:

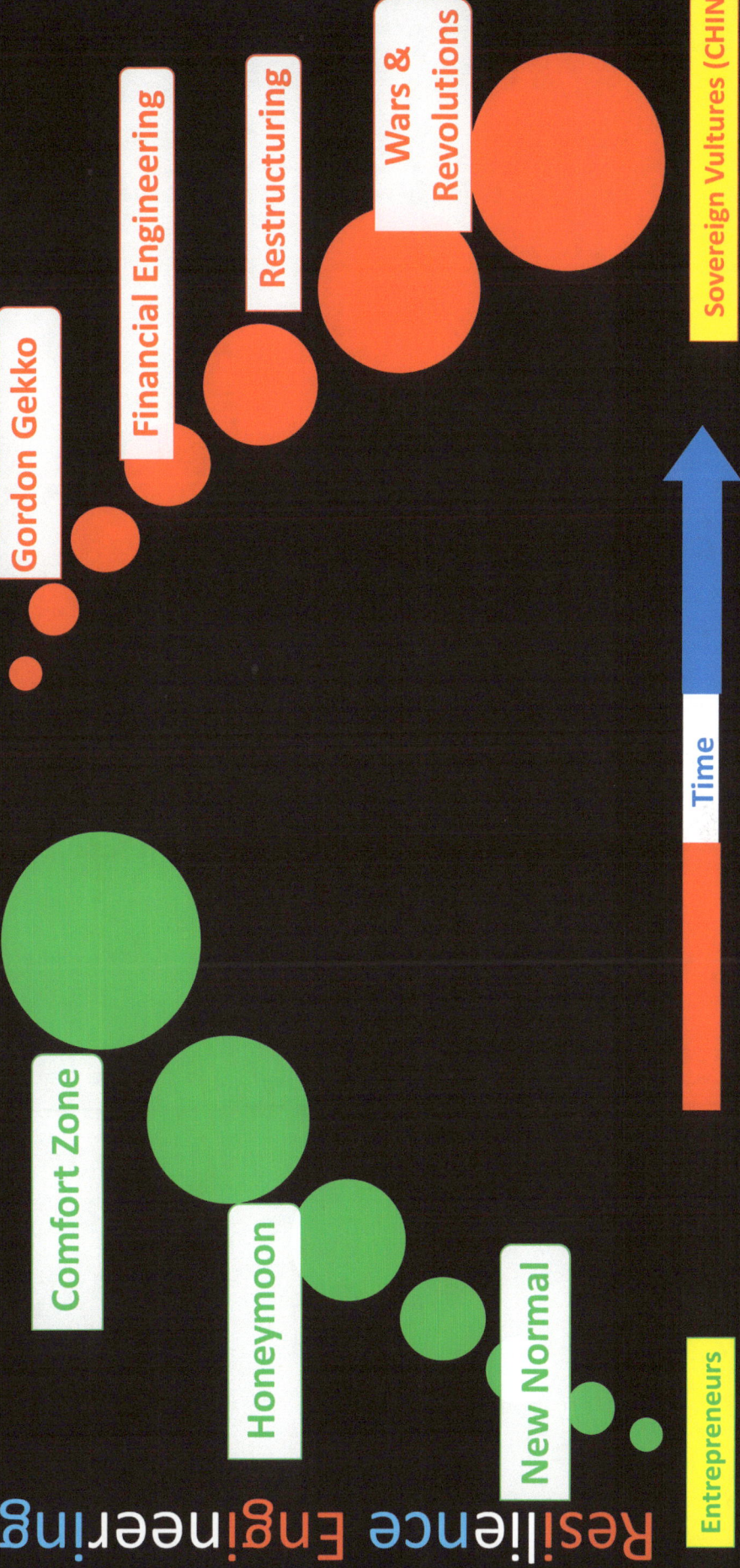

The Gods Must be Crazy!

Typical Empire Rise & Fall

Resilience Engineering

Excessive Financial Engineering

Entrepreneurs

New Normal

Honeymoon

Comfort Zone

Gordon Gekko

Financial Engineering

Restructuring

Wars & Revolutions

Sovereign Vultures (CHINA)

Time

Ay Yi Yai Yi! We are in the middle of The New World Order!

"உங்கள் மூலத்தைக் கவனியுங்கள். நீங்கள் காட்டுமிராண்டிகளைப் போல வாழப் பிறந்தவர்கள் இல்லை, மாறாக நல்லொழுக்கம் மற்றும் அறிவைப் பின்தொடர பிறந்தவர்கள்."

டான்டே அலிகேரி

Ay Yi Yai Yi! We are in the middle of The New World Order!

ஒரு பேரரசின் ஆரம்பத்தில், அங்கே வழிவழியாக வரும் நல்லிணக்கமும் செல்வசெழிப்பும் நிறைந்த மகிழ்ச்சியான காலக்கட்டம் இருக்கும். ஆனால் அந்த பேரரசு தொந்தரவுகளின்றி இருக்கையில், அது அளவுக்கு மீறி தன்னம்பிக்கை கொள்வதுடன், அதன் வாழ்க்கை பாணியே மாறுகிறது. அதன் வாழ்க்கை பாணி மாறுகையில், அது பேராசைக்கு உள்ளாகிறது. பேராசை தான் முதலாளித்துவத்தின் அடித்தளம், இது கோர்டன் கெக்கோ[48] (ஆஸ்கார் விருது பெற்ற பழைய "வால் ஸ்ட்ரீட்" திரைப்படத்தில் அதீத பேராசை கொண்ட கதாபாத்திரம்) பாணிக்கு செல்கிறது. குமிழியில் சவாரி செய்வதைப் போல அந்த திகிலான பயணம் இன்னும் இன்னும் உச்சத்திற்குக் கொண்டு செல்கிறது. ஒரு நாள், அந்த குமிழி வெடிக்கிறது, நாம் (நிதி உபாயங்களைக் கொண்டு) யதார்த்தத்தைச் சிதைக்கத் தொடங்குகிறோம். யதார்த்தத்தைச் சிதைப்பது இன்னும் கணிசமான கட்டுமான மாற்றங்களைச் செய்விக்கும், பின்னர் நாம் பணத்தை அச்சிட்டுப் புழக்கத்தில் விடுவதன்[49] மூலம் நேர்மையின்றி உண்மைகளை மாற்றத் தொடங்குகிறோம். இறுதியில், பொருளாதார சுனாமி தாக்கும் போது, அங்கே போர்களும் புரட்சிகளும் ஏற்படுகின்றன. எல்லா ஒழுக்கச் சீலர்களும் ஒன்று சேர்ந்து வந்து, புதிய வழிவழியான ஒழுங்கைத் தீர்மானிக்கிறார்கள்; இப்போது இது தான் நம்மிடையே நடந்து கொண்டிருக்கிறது.

துரதிருஷ்டவசமாக, ஆட்டம் பாதி முடிந்திருக்கிறது, ஆட்டத்தின் அடுத்த பாதி இனிமேல் தான் ஆரம்பிக்க போகிறது![50]

மேற்கில் நம் துருப்புச் சீட்டுக்களை நாம் சரியாக பயன்படுத்தினால், இனி வரும் பாதியை நாம் அருமையாக விளையாடலாம் என்று நான் முழுமையாக நம்புகிறேன்.

"உங்கள் மூலத்தைக் கவனியுங்கள். நீங்கள் காட்டுமிராண்டிகளைப் போல வாழப் பிறந்தவர்கள் இல்லை, மாறாக நல்லொழுக்கம் மற்றும் அறிவைப் பின்தொடர பிறந்தவர்கள்."

டான்டே அலிகேரி

கடந்த இரண்டு தசாப்தங்களாக ஒரு வலிமையான டிராகன் அதன் ஷாம்பெயின் பாட்டிலைக் குலுக்கிக் கொண்டிருக்கிறது, கோவிட் க்குப் பிந்தைய காலத்தில் அந்த பாட்டிலின் மூடியைத் திறக்க அது பொறுமையின்றி காத்துக் கொண்டிருக்கிறது. அந்த சீன டிராகன் மேல்நோக்கி வளர்ந்து கொண்டிருக்கிறது, நாம் கீழ்நோக்கி சரிந்து கொண்டிருக்கிறோம், இது இன்னும் அச்சுறுத்தலை மட்டுமே அதிகரிக்கிறது. நமது துருப்புச் சீட்டுக்களைச் சரியாகப் பயன்படுத்தினால் நம்மால் இந்த சரிவைக் குறைந்தபட்சம் கிடைமட்டமாகவாவது சரி செய்து பேரழிவுகரமான மாற்றங்களைத் தடுக்க முடியுமென நான் மனதார நம்புகிறேன்.

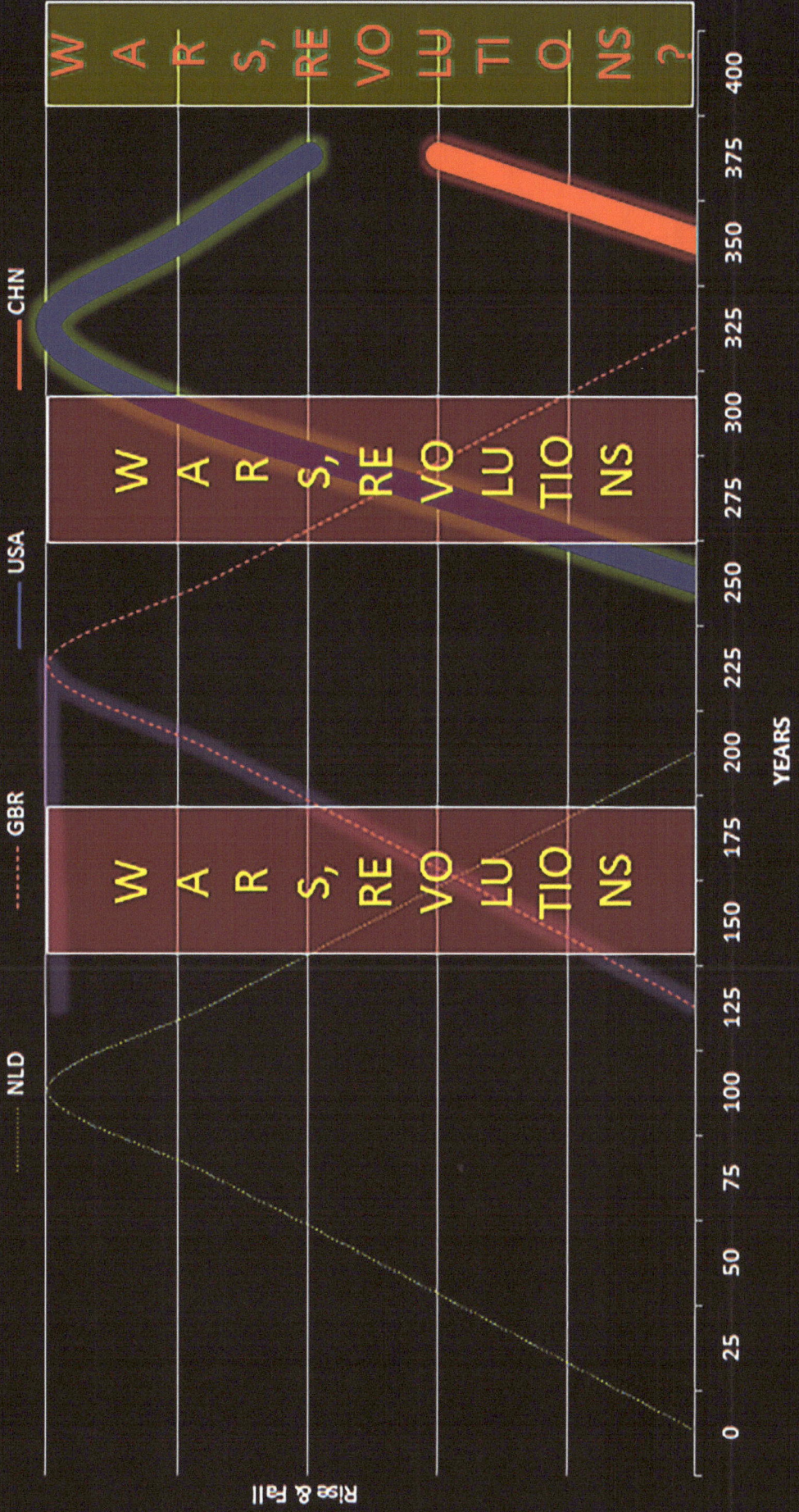

Gods Must be Crazy!
The Rise of the Dragon
Catacomb of Capitalism
NLD
GBR
USA
CHN
Rise & Fall
WARS, REVOLUTIONS
WARS, REVOLUTIONS
WARS, REVOLUTIONS ?
0 25 50 75 100 125 150 175 200 225 250 275 300 325 350 375 400
YEARS
Adapted Source Data: The Changing World Order by Ray Dalio

Ay Yi Yai Yi! We are in the middle of The New World Order!

Si Vis Pacem, Para Bellum

If you want Enterprise peace,

prepare for EPM Architectural war

மாற்றி யோசி

"மார்ட்டின்: கொரோனா வைரஸால் கடுமையாக பாதிக்கப்பட்ட நாடுகளுக்கு உதவிகளை அனுப்புவதில் பெய்ஜிங் பெரிதும் முன்னிலையில் இருக்கிறது. உலக அரங்கில் அமெரிக்க செல்வாக்கை மேற்கொண்டும் குறைக்கும் விதத்தில் மெதுவாக சீனா அதன் சக்தியைப் பயன்படுத்தத் தொடங்கி இருப்பதாக கவலை கொள்கிறீர்களா?

கேட்ஸ்: ஆம், இன்னும் அதிகமாக செய்யவும் அவர்களுக்கு உத்தேசம் இருக்கும். மோசமானது என்னவென்றால், இந்த புத்தகம் சுட்டிக் காட்டுவதைப் போல, நம் இராணுவத்தைத் தவிர, பலத்திற்கான மற்ற எல்லா கருவிகளும் நம்மிடம் பலவீனமாக உள்ளன. நமக்கு அதிருஷ்டமும் புத்திசாலித்தனமும் இருந்தால், சீனாவுடன் நமக்கு இராணுவ மோதல் ஏற்படாது என்பதே யதார்த்தம். ஆனால் மற்ற எல்லா பகுதிகளிலும் மோதல் நடக்கும், எதிர்விரோத போட்டிகள் இருக்கும், அங்கே நாம் தயாரிப்பாக இல்லை. நம்மிடம் எந்த மூலோபாயமும் இல்லை."

முன்னாள் அமெரிக்க பாதுகாப்புத்துறை செயலர், ரோபர்ட் கேட்ஸ் (NPR)

Ay Yi Yai Yi! We are in the middle of The New World Order!

அமெரிக்க முதலாளித்துவ பேரரசைக் கட்டமைத்தவர் யார்?

★ ★

இந்த தருணத்தில் அமெரிக்க பேரரசின் தோற்றுவாய்களைப் பார்ப்பது நம் பொறுப்பாகிறது. உலகிலேயே அமெரிக்க ஜனாதிபதிகள் மிகவும் சக்தி வாய்ந்த அலுவலகத்தில் பதவி வகிப்பதுடன், தேசிய மற்றும் உலக நிகழ்வுகளின் மையத்தில் ஒரு பிரத்யேக இடம் பிடிக்கிறார்கள். நம் பேரரசின் தோற்றுவாய்களைக் கண்டறிய 1900 இல் இருந்து நம் எல்லா ஜனாதிபதிகளையும் நான் ஆய்வு செய்தேன். அந்த அருமையான பழைய நாட்களில் இருந்த பேரரசர்கள் யார், அவர்கள் வழிநடத்திய கோட்பாடுகள் என்ன? என்று ஆராய்ந்தேன்.

பொறுப்புள்ள சிந்தனைப்பூர்வ குடிமக்களின் ஒரு சிறிய குழுவால் உலகை மாற்ற முடியும் என்பதில் ஒருபோதும் சந்தேகப்படாதீர்கள். உண்மையில், அந்த விஷயம் மட்டுமே எப்போதும் இருந்து வருகிறது."

――――――――――― மார்கரெட் மீட் ―――――――――――

★ ★

வெற்றி வீரர்கள் முதலில் ஜெயிக்கிறார்கள் பின்னர் தான் போருக்குள் இறங்குகிறார்கள், தோற்பவர்கள் முதலில் போரில் இறங்குகிறார்கள் பின்னர் ஜெயிக்க நினைக்கிறார்கள்.
சன் சூ எழுதிய போர்க்கலை நூலில் இருந்து (கி.மு. 476–221)

இதற்கான பதில்கள் ஏற்கனவே ஒரு நூற்றாண்டுக்கு முன்னரே கண்டுபிடிக்கப் பட்டிருப்பதைக் கண்டேன். தலைச்சிறந்த அமெரிக்க முதலாளித்துவ பேரரசு 20 ஆம் நூற்றாண்டின் முதல் பாதியில் ரூஸ்வெல்ட்டால் கட்டமைக்கப்பட்டது. முப்படைகளின் தலைமை தளபதியாக ஜனாதிபதிகள் மறுக்கமுடியாத வகையில் உலக வரலாற்றின் தலையாய கட்டமைப்பாளர்களாக இருக்கிறார்கள். ஆனால் எரிச்சலூட்டும் வகையில், அது படிப்படியாக சீர்குலைக்கப்பட்டு, அமெரிக்ஸிட் (Amerixit) மூலமாக சிதைக்கப்பட்டது (ஐரோப்பிய ஒன்றியத்திலிருந்து பிரிட்டனின் பிரெக்ஸிட் (Brexit) போல, உலக வல்லரசு அந்தஸ்தில் இருந்து விலக அமெரிக்க பாணியில் சுய-பிரகடன தலாக்[51] - இஸ்லாமில் விவாகரத்து). ரூஸ்வெல்ட் ஒரு காலத்தில் முதலாளித்துவத்தைக் காப்பாற்ற பயன்படுத்திய 'தூசி புயலை' (Dust Bowl) அமெரிக்கா மீண்டும் கிளப்ப வேண்டும். இரண்டாம் உலகப் போரை முடிவுக்குக் கொண்டு வந்ததன் மூலம், அதற்கு முந்தைய அரை நூற்றாண்டு கால அரைகுறை அமைதி மற்றும் உலக செழிப்புக்கான கட்டமைப்பை ரூஸ்வெல்ட்கள் வடிவமைத்தார்கள். அவர்கள் UN, WHO, UNESCO, UNICEF, மனித உரிமைகள் அமைப்பு மற்றும் இன்னும் பலவற்றுக்கு அடித்தளங்களை அமைத்தனர். அந்த அமைப்புகள் தகர்க்கப்பட்டு, நாம் நான்காம் ரீஹ் (Fourth Reich) பக்கம் இழுத்துச் செல்லப்படுதவற்குப் பதிலாக, அவற்றை மேம்படுத்தவும் அவற்றை இன்னும் அதிக வலிமையானதாக மாற்றவும் நாம் பாடுபட வேண்டும்.

காப்பாற்ற பயன்படுத்திய 'தூசி புயலை' (Dust Bowl) அமெரிக்கா மீண்டும் கிளப்ப வேண்டும். இரண்டாம் உலகப் போரை முடிவுக்குக் கொண்டு வந்ததன் மூலம், அதற்கு முந்தைய அரை நூற்றாண்டு கால அரைகுறை அமைதி மற்றும் உலக செழிப்புக்கான கட்டமைப்பை ரூஸ்வெல்ட்கள் வடிவமைத்தார்கள். அவர்கள் UN, WHO, UNESCO, UNICEF, மனித உரிமைகள் அமைப்பு மற்றும் இன்னும் பலவற்றுக்கு அடித்தளங்களை அமைத்தனர். அந்த அமைப்புகள் தகர்க்கப்பட்டு, நாம் நான்காம் ரீஹ் (Fourth Reich) பக்கம் இழுத்துச் செல்லப்படுதவற்குப் பதிலாக, அவற்றை மேம்படுத்தவும் அவற்றை இன்னும் அதிக வலிமையானதாக மாற்றவும் நாம் பாடுபட வேண்டும்.

ரூஸ்வெல்ட் கட்டிய அமெரிக்க பொருளாதாரம், (1960 இல்) உலக மொத்த உள்நாட்டு உற்பத்தியில் சுமார் 40% ஆக இருந்தது. அது இப்போது PPP இல் 15% க்கும் குறைவாக உள்ளதுடன், இன்னும் வேகமாக சுருங்கி வருகிறது. இதற்கிடையில், சீனா 20% க்கும்[52] அதிகமாக முழு வேகத்தில் உள்ளது. அமெரிக்க முதலாளித்துவத்தின் நிஜமான ஸ்தாபகர்களிடம் இருந்து கற்றுக் கொள்ள வேண்டிய நேரம் இது. மிகவும் தாமதமாவதற்கு முன்னர், வரவிருக்கும் போருக்காக அதை மறுகட்டமைப்பு செய்யும் வகையில் நாம் தயாரிப்பில் இருக்க வேண்டும்.

பழைய நல்லதொரு "புதிய உடன்படிக்கை" மற்றும் ரூஸ்வெல்ட்ஸ்கள் (தியொடோர், பிராங்க்ளின் டெலானோ, மற்றும் எலினொர்) போன்ற உண்மையான தலைவர்களை மீண்டும் கொண்டு வர நாம் பிரார்த்தனை செய்ய வேண்டியுள்ளது. அவர்கள் ஒரு நூற்றாண்டுக்கு முன், முதலாம் உலக போர், ஸ்பானிஷ் சளிக் காய்ச்சல், பெருமந்தநிலை மற்றும் இரண்டாம் உலக போர் போன்ற வரலாற்றில் சவாலான தருணங்களில் இதே போன்ற பிரச்சினைகளை எதிர்கொண்டிருக்கிறார்கள். ரூஸ்வெல்ட்களின் நிஜமான தூசிப் புயலுக்குள் தான், மறைந்து வரும் நமது துருப்புச் சீட்டுக்களைத் நாம் தேட வேண்டும். அந்த துருப்புச் சீட்டுக்கள் வலிமையின் அளவீடுகளாக இருந்தன:

(இன்றைய சூழலுக்கு ஏற்ப எடுத்துக் கொள்ளப்பட்டுள்ள அந்த கூறுபாடுகள், கீழே பட்டியலில் கொடுக்கப்படுகின்றன):

1. தலைமை
2. விஞ்ஞானம், தொழில்நுட்பம், பொறியியல் மற்றும் கணிதக் கல்வி (STEM)
3. ஆராய்ச்சி மற்றும் மூலோபாய தொழில்நுட்பம்
4. உள்கட்டமைப்புக்கான கட்டமைப்பு
5. டிஜிட்டல் கட்டமைப்பு
6. அறிவுசார் மேலாண்மை
7. இராஜாங்க உறவுகள்
8. உலக செலாவணியாக தங்கத்தின் தரநிலை
9. எலக்ட்ரோ-டாலர்
10. நிதி மூலதனம்
11. பாதுகாப்பு
12. மாற்றத்திற்கான மாபெரும் டிஜிட்டல் மூலோபாயங்களும் நெறிமுறைகளும்

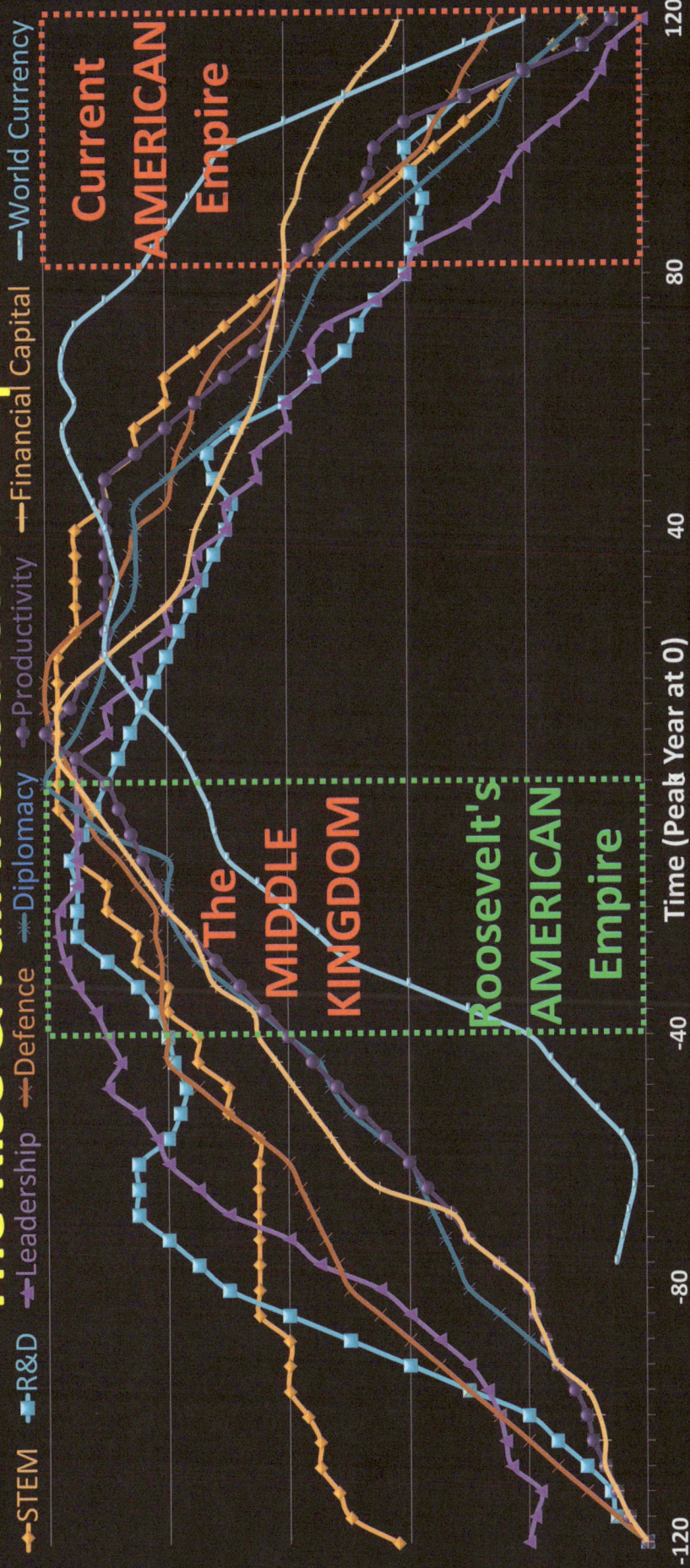

The Gods Must be Crazy!

The Rise & Fall Measures of Empires

Legend: STEM • R&D • Leadership • Defence • Diplomacy • Productivity • Financial Capital • World Currency

Current AMERICAN Empire

The MIDDLE KINGDOM

Roosevelt's AMERICAN Empire

Time (Peak Year at 0)

திியொடோர் ரூஸ்வெல்ட் (அமெரிக்க குடியரசுக் கட்சி ஜனாதிபதி, 1901-1909):

அரசியலாக இருந்தாலும் வேறு எதுவாக இருந்தாலும் எல்லா முயற்சிகளையும் பொறுத்த வரையில், “நடவடிக்கையில் இறங்கி, விஷயங்களைச் செய்” என்பதே அவர் மனோபாவமாக இருந்தது.

தியொடோர் ரூஸ்வெல்ட் அமெரிக்காவின் ஜனாதிபதிகளிலேயே இளையவராகவும், முற்போக்கு இயக்கத்தின் முன்மாதிரியாகவும் இருந்தார். தியொடோர் அவரின் "ஸ்கொயர் டீல்" ("Square Deal") தேசிய கொள்கைகளுக்காக போராடி, குடிமக்களிடையே சராசரி சமத்துவத்தை உறுதி செய்தார், மோசடி அறக்கட்டளைகள், இரயில்வேக்களை அகற்றினார், சுகாதாரமான உணவு மற்றும் மருந்துகள் கிடைக்கச் செய்தார். இயற்கை பாதுகாப்பை முதன்மைப்படுத்திய அவர், தேசத்தின் இயற்கை வளங்களைப் பாதுகாக்க பல புதிய தேசிய பூங்காக்கள், காடுகள் மற்றும் நினைவுச் சின்னங்களை நிறுவினார்.

வெளியுறவுக் கொள்கை தரப்பில் பார்த்தால், ரூஸ்வெல்ட் மத்திய அமெரிக்காவில் கவனம் செலுத்தினார், அங்கே அவர் பனாமா கால்வாயைக் கட்டத் தொடங்கினார். தியொடோர் ரூஸ்வெல்ட் அமெரிக்க கடற்படையை விரிவுபடுத்தி, அவரது புதிய கடற்படையான கிரேட் வொயிட் ஃப்ளீட்டை (Great White Fleet) அமெரிக்காவின் கடற்படை பலத்தைக் காட்டுவதற்காக உலக சுற்றுபயணத்திற்கு அனுப்பினார். ரஷ்ய-ஜப்பானியப் போரை முடிவுக்குக் கொண்டு வர மத்தியஸ்தம் செய்வதில் தியொடோர் ரூஸ்வெல்டின் வெற்றிகரமான முயற்சிகள் அவருக்கு 1906 இல் அமைதிக்கான நோபல் பரிசை பெற்றுத் தந்தன.

பிராங்க்ளின் டி. ரூஸ்வெல்ட் (1933 இல் இருந்து 1945 இல் அவர் இறக்கும் வரை அமெரிக்காவின் நான்கு முறை பதவிக்குத் தேர்ந்தெடுக்கப்பட்ட ஜனநாயகக் கட்சியின் ஜனாதிபதி ஆவார்):

பாதுகாப்புத்துறை உற்பத்தி சாதனச் சட்டம்[53] இருந்தும் கூட, இப்போதைய இந்த கொரோனா வைரஸ் காலகட்டத்தில் முகக்கவசங்கள் போன்றவற்றை அத்தியாவசியமான ஆனால் அவசியமான ஒன்றாக செய்வதில் நமக்கு இன்னமும் சிக்கல் உள்ளது. நாட்டின் அதிவிரைவு உற்பத்தியின் முதல் ஆண்டை டெலானோ ரூஸ்வெல்ட் நிர்வகித்தார். அந்த அதிவேக-உற்பத்தி திட்டத்தின் மூலம் 45,000 விமானங்கள், 45,000 டாங்கிகள், 20,000 விமான-எதிர்ப்பு துப்பாக்கிகள் மற்றும் புதிய கப்பல்களுக்கான 8 மில்லியன் டன் பொருட்களை உற்பத்தி செய்ய முடிந்தது.

அவர் தனது 39 வயதில் போலியோவால் பாதிக்கப்பட்டிருந்த போதும், அவரின் 50 ஆவது வயதில் ஜனாதிபதி ஆனார். சற்றும் தளராத முப்படைகளின் தளபதியாக இருந்து, இரண்டு மிகப் பெரிய பேரிடர்கள் (பெருமந்தநிலை மற்றும் இரண்டாம் உலகப் போர்) நெடுகிலும் இந்நாட்டை அவர் வழிநடத்தி இருந்தார். டெலானோ ரூஸ்வெல்ட் வேறு எந்த ஜனாதிபதியையும் விட நீண்ட காலம் முப்படைகளின் தலைமை தளபதியாக சேவையாற்றினார். அவரது மரபு இன்னமும் கூட அரசாங்கத்தின் பங்கு மற்றும் ஜனாதிபதி வகிக்கும் பாத்திரத்தைப் பற்றிய நமது புரிதலை வடிவமைக்கிறது.

பிராங்க்ளின் டி. ரூஸ்வெல்ட்டின் கொள்கைகளும் ஆளுமையும் நவீன கால ஜனாதிபதி பதவிக்கான பொன்னால் பொறிக்கத்தக்க தரத்தை அமைத்தன. மரியாதை மற்றும் அவமதிப்பு இரண்டையும் சந்தித்திருந்த டெலானோ ரூஸ்வெல்ட், உள்நாட்டுப் போருக்குப் பிறகு தேச வரலாற்றிலேயே மிகவும் கொந்தளிப்பான காலத்தில் தைரியமான தலைமையை வழங்கினார். டெலானோ ரூஸ்வெல்ட் ஒரு சாதனையாக நான்காவது முறையும் ஜனாதிபதி தேர்தல்களுக்காக தேர்ந்தெடுக்கப்பட்டு, 20 ஆம் நூற்றாண்டின் முதல் பாதியில் உலகளாவிய நிகழ்வுகளில் ஒரு முக்கிய நபராக விளங்கினார்.

பெருமந்தநிலையின் சோதனைகள் நெடுகிலும், கூட்டாட்சி அரசாங்கத்தை வழிநடத்திய ரூஸ்வெல்ட், அமெரிக்க வரலாற்றில் மிக மோசமான அந்த பொருளாதார நெருக்கடிக்கு விடையிறுக்கும் விதமாக அவரது புதிய உடன்படிக்கை (New Deal) எனும் உள்நாட்டு திட்டத்தைச் செயல்படுத்தினார். அவர் உருவாக்கிய அரசு "பாதுகாப்பு வலை" அவரது மிகப்பெரிய மரபியமாக உள்ளது, அதேவேளையில் தொடர்ந்து கொண்டிருக்கும் சர்ச்சைகளுக்கும் அதுவே ஆதாரமாக இருக்கலாம். ஜார்ஜ் வாஷிங்டன் மற்றும் ஆபிரகாம் லிங்கனுக்குப் பின்னர் நாட்டின் தலைசிறந்த ஜனாதிபதிகளில் ஒருவராக அவர் அறிஞர்களால் மதிக்கப்படுகிறார்.

எலினொர் ரூஸ்வெல்ட்

இவர் "உலகின் முதல் பெண்மணி" என்று அறியப்படுகிறார். எலினொர் ரூஸ்வெல்ட், முப்பது ஆண்டுகளுக்கும் மேலாக, அமெரிக்காவின் மிக சக்தி வாய்ந்த பெண்ணாக இருந்தார். மில்லியன் கணக்கானவர்களால் அவர் மதிக்கப்பட்டார் என்றாலும், அவர் மீதான FBI கோப்பு ஒரு தொலைபேசி கையேட்டை விட கனமாக இருந்தது. அப்பெண்மணி சிறிதும் அச்சமின்றி மக்கள் உரிமைகளுக்காகப் பேசினார், KKK அவர் தலைக்கு விலை வைத்தது.

பிறர் விஷயங்களில் அதிகமாக தலையிடுபவர் என்று ஊடங்களால் கேலி செய்யப்பட்ட எலினொர், பிராங்க்ளின் டி. ரூஸ்வெல்ட் பதவிக்கு வர உதவியதுடன் அவருடைய மிகவும் மதிப்பார்ந்த அரசியல் தலைவர்களில் ஒருவராக இருந்தார். ஐக்கிய நாடுகள் சபையின் மனித உரிமைகள் பிரகடனத்தில் முக்கியப் பங்கு வகித்த அவர் மீதான நையாண்டித் தாக்குதல்களை அலட்சியப்படுத்தி, அனைவருக்குமான சமூக நீதிக்காக விடாமுயற்சியுடன் அயராது போராடினார்.

1929 இல் தொடங்கி சுமார் ஒரு தசாப்தம் நீடித்த பெருமந்தநிலைக்கு மத்தியில் தான் பிராங்க்ளின் டெலானோ ரூஸ்வெல்ட் (FDR) வெள்ளை மாளிகையில் நுழைந்தார். பொருளாதார வீழ்ச்சியை எதிர்த்து போராட, ஜனாதிபதியும் காங்கிரஸ் சபையும் விரைவிலேயே புதிய உடன்படிக்கை என்ற தொடர்ச்சியான மீட்பு முயற்சிகளை செயல்படுத்தினர். அவர் கணவரின் கண்களாக செயல்படுவதைப் போலவும் தகவல்களை அவர் வசம் ஒப்படைத்து விடுவதைப் போலவும் நடித்தவாறு, முதல் பெண்மணியாக, எலினொர் அமெரிக்கா முழுவதும் சுற்றுப்பயணம் செய்தார். அவரின் மனித உரிமை சாதனைகளைக் கௌரவிக்கும் வகையில் ஜனாதிபதி ஹாரி எஸ். ட்ரூமன் பின்னாளில் அவரை "உலகின் முதல் பெண்மணி" என்றழைத்தார்.

"திறமையான தலைவர் எதிரியின் படைகளை எவ்வித போராட்டமும் இன்றி அடக்குகிறார்; முற்றுகையிடாமலேயே அவர்களுடைய நகரங்களைக் கைப்பற்றுகிறார்; போர்க்களத்தில் நீண்ட காரியங்கள் இல்லாமலேயே அவர்களின் இராஜ்ஜியத்தை கவிழ்க்கிறார்."

சன் சூ எழுதிய போர்க்கலை நூலில் இருந்து, (கி.மு. 476-221)

ரூஸ்வெல்ட் ஆட்சிக் காலத்தின் முதலாளித்துவ ஸ்தாபக கோட்பாட்டை நாம் மீண்டும் பரிசீலிக்க வேண்டும்::

"உலக வரலாற்றின் தற்போதைய தருணத்தில், ஒவ்வொரு நாடும் வெவ்வேறு வாழ்க்கை முறைகளுக்கு இடையே பெரும்பாலும் ஏதாவது ஒன்றை தேர்வு செய்தே ஆக வேண்டும். அதுவும் எப்போதோ ஒருமுறை இல்லை அவ்வப்போது செய்ய வேண்டியுள்ளது. ஒரு வாழ்க்கை முறையோ, பெரும்பான்மையினரின் விருப்பத்தை அடிப்படையாக கொண்டது, அது சுதந்திர நிறுவனங்கள், பிரதிநிதிகளின் அரசாங்கம், சுதந்திரமான தேர்தல்கள், தனிநபர் சுதந்திரத்திற்கான உத்தரவாதங்கள், பேச்சு சுதந்திரம், மதச் சுதந்திரம் மற்றும் அரசியல் ஒடுக்குமுறையிலிருந்து சுதந்திரம் ஆகியவற்றால் வித்தியாசப்படுகிறது. இரண்டாவது வாழ்க்கை முறை சிறுபான்மை மக்கள் விருப்பத்தின்படி பெரும்பான்மையினர் மீது திணிக்கப்படுகிறது. அது பயங்கரவாதம் மற்றும் ஒடுக்குமுறை, கட்டுப்படுத்தப்பட்ட பத்திரிக்கை மற்றும் வானொலி, முடிவு செய்யப்பட்ட தேர்தல்கள், தனிநபர் சுதந்திரங்கள் மீதான ஒடுக்குமுறை ஆகியவற்றை அடிப்படையாக கொண்டுள்ளது. ஆயுதம் தாங்கிய சிறுபான்மையினராலும் அல்லது வெளிப்புற அழுத்தங்களாலும் அடிபணிய செய்ய நடக்கும் முயற்சிகளை எதிர்க்கும் சுதந்திர மக்களுக்கு ஆதரவளிப்பதே அமெரிக்காவின் கொள்கையாக இருக்க வேண்டுமென நான் நினைக்கிறேன்.........

கொடுங்கோல் ஆட்சிகளின் விதைகள் துயரம் மற்றும் பேராசையால் வளர்க்கப்படுகின்றன. அவை வறுமை மற்றும் சச்சரவுகளின் கேடுகெட்ட மண்ணில் பரவி வளர்கின்றன. நல்லதொரு வாழ்க்கைக்கான மக்களின் நம்பிக்கை மரணித்து விடும் போது அவை முழு வளர்ச்சியை அடைகின்றன. நாம் அந்த நம்பிக்கையை உயிர்ப்புடன் வைத்திருக்க வேண்டும். உலகின் சுதந்திர மக்கள் அவர்களின் சுதந்திரங்களைப் பேணுவதற்கு நம் ஆதரவை எதிர்பார்க்கிறார்கள். நம் தலைமையில் நாம் தடுமாறினால், நாம் உலக அமைதிக்கே ஆபத்தை ஏற்படுத்தி விடுவோம், நிச்சயமாக நம் சொந்த நாட்டின் நலனையும் ஆபத்தில் ஆழ்த்தி விடுவோம்."

ட்ரூமென் கோட்பாட்டில் இருந்து (1947)

THE UNIVERSAL DECLARATION OF Human Rights

மூலப்படம்: (அமெரிக்க இராணுவம் மற்றும் PD-USGov-Military-Army)
1945 யால்டா உச்சி மாநாட்டில் சர்ச்சில், ரூஸ்வெல்ட், ஸ்டாலின்.

ரூஸ்வெல்ட்கள் ஆட்சியை மீண்டும் கொண்டு வருவதற்கான ஒரு முன்மொழிவு

"சந்தர்ப்பவாத உறவுகளை நிலையாக வைத்திருக்க முடியாது. கௌரவமான மனிதர்களின் தொடர்பு, தொலைவில் இருந்தாலும், காலத்திற்கு ஏற்ப மாறுவதில்லை: அது நான்கு பருவங்களிலும் மங்காமல் தொடர்கிறது, ஆபத்து காலத்திலும் சரி சமாதானக் காலத்திலும் சரி அது நிலையாக நீடிக்கிறது."

சன் சூ எழுதிய போர்க் கலை நூலில் இருந்து (கி.மு. 476-221)

மேற்கத்திய நிறுவனங்களைப் புதுப்பிக்க நான் முன்னர் முன்னிலைப்படுத்திய கீழே கொடுக்கப்பட்ட உத்திகளின் மீது என் முன்மொழிவு ஒருங்குவிகிறது:

1. தலைமை
2. விஞ்ஞானம், தொழில்நுட்பம், பொறியியல் மற்றும் கணிதக் கல்வி (STEM)
3. ஆராய்ச்சி மற்றும் மூலோபாய தொழில்நுட்பம்
4. உள்கட்டமைப்பிற்கான கட்டமைப்பு
5. டிஜிட்டல் கட்டமைப்பு
6. அறிவுசார் மேலாண்மை
7. இராஜாங்க உறவுகள்
8. உலக செலாவணியாக தங்கத்தின் தரநிலை
9. எலக்ட்ரோ-டாலர்
10. நிதி மூலதனம்
11. பாதுகாப்பு
12. மாற்றத்திற்கான டிஜிட்டல் மூலோபாயங்களும் திட்டங்களும்

கீழே உள்ள டேஷ்போர்டு, ரூஸ்வெல்ட்டின் முதலாளித்துவ சகாப்தத்திற்கும், சீனா ஏற்படுத்தி உள்ள வளர்ச்சியுடன் முரண்படும் இன்றைய அமெரிக்காவுக்கும் இடையே பறவையின் பார்வையில் மேலிருந்து ஓர் ஒப்பீட்டை வழங்குகிறது. விவரங்கள் ஒவ்வொரு பிரிவாக விவரிக்கப்படும் (தயவுசெய்து உங்கள் முன்னோக்குகளையும் எனக்கு தெரியப்படுத்துங்கள், அதன் மூலம் இந்த வரைபடங்களில் அவற்றை ஒருங்கிணைத்து புதுப்பிக்க முடியும்).

அரசாங்க ஆதரவுடன், சீன நிறுவனங்கள் குறைந்தபட்சம் 10 ட்ரில்லியன் டாலர் மதிப்புள்ள இராஜதந்திர கடன் வலைப்பொறியைக் கொண்டும், அடுத்த தலைமுறை பெல்ட் & சில்க் சாலை மற்றும் பிற உயர் தொழில்நுட்ப உள்கட்டமைப்பு திட்டங்களைக் கொண்டும் 150 க்கும் மேற்பட்ட நாடுகளை நிதியியல் ரீதியாக திறம்பட காலனித்துவப்படுத்தி வருகிறது.

நமது தற்போதைய 19 ஆம் நூற்றாண்டு முதலாளித்துவ அமைப்புமுறையோ, ஊழல் வழிந்தோடும் அரசியல் ஆலோசனை குழுக்களின் தலைமையின் கீழ், மற்றும் அரசியல் சதுப்பு நிலத்தில் (வாஷிங்டன் டி.சி. இல்) நிறைந்துள்ள அரசியல் தரகர்கள், கோர்டன் கெக்கோ கதாபாத்திரம் போன்றவர்களின் ஈக்விட்டி நிறுவனங்கள், மற்றும் பெருநிறுவன முதலாளிகளின் கீழ் (இவர்களில் பலர் சீனர்களிடம் இருந்து நிதி பெற்றவர்கள்) உள்ளது. ட்விட்டரால் உந்தப்பட்டு வால் ஸ்ட்ரீட்டின் இயந்திரத்தனமான முடிவெடுக்கும் செயல்முறை மதிப்பிழந்துள்ளது. விரைவிலேயே நமது நிறுவன பண்டிதர்கள் மனித குலத்தின் 96% யதார்த்தங்களில் இருந்து அன்னியப்பட்டு விடுவார்கள்.

அவர்கள் தங்களுக்கென தனித்த கனவு மாளிகையில் வாழ்கிறார்கள், மேலும் அதீத நிதி உபாயங்களில் மட்டுமே கவனம் செலுத்துகிறார்கள். கடந்த பத்தாண்டுகளாக எந்தவிதமான உற்பத்தித்திறன் வளர்ச்சியோ அல்லது விற்பனை வளர்ச்சியோ ஏற்படவில்லை. இவ்வாறு இருந்தாலும், டோவ் ஜோன்ஸ் சந்தை மட்டும் கடந்த பத்தாண்டுகளில் பெரும்பாலும் நிதி உபாயங்கள் மூலமாக 250% க்கும் அதிகமாக உயர்ந்துள்ளது. விரைவாக பணக்காரர் ஆகும் திட்டங்கள் குறிப்பிடத்தக்களவில் இருப்புநிலைக் கணக்குகளைச் சிதைத்துள்ளன என்பதோடு, இப்போது முதலாளித்துவத்தின் அடித்தளங்களையும் கூட ஆட்டம் காணச் செய்துள்ளன.

ஜெர்மானியர்கள் மற்றும் கிழக்கு பகுதியினரின் (சிங்கப்பூர், சீனா, ஜப்பான், தென் கொரியா ஆகியவற்றின்) சிறந்த நடவடிக்கைகளில் இருந்து கற்றுக் கொள்வதன் மூலம், 22 ஆம் நூற்றாண்டுக்குள் அடியெடுத்து வைக்கும் விதத்தில் நம் நிறுவனங்களை நாம் சரி செய்ய வேண்டும். நிறுவனங்களின் உயிர்பிழைப்பு, கடந்த ஐந்து நூற்றாண்டுகளாக நாம் கண்டது போல, அவற்றைத் தாங்கி நிறுத்தும் பேரரசு ஜாம்பவான்களின் வளர்ச்சி மற்றும் வீழ்ச்சியுடன் பின்னிப்பிணைந்துள்ளது. சீன கம்யூனிஸ்ட் கட்சியின் மீண்டெழுந்த உபாயக்காரர்கள், ஊதாரித்தனமான மேற்கத்திய நிதி உபாய எஜமானர்கள் பலரை ஈவிரக்கமின்றி வெளியேற்றுவதற்காக, குறிப்பாக 22 ஆம் நூற்றாண்டு தலைமுறை கண்டுபிடிப்புகள் மீது, ட்ரில்லியன் கணக்கான டாலர்களை மூலோபாயரீதியில் செலவிட்டுள்ளனர். சிறந்த தயாரிப்புகள் மற்றும் சேவைகளுக்காக மேற்கின் பாரம்பரிய கோர்டன் கெக்கோ பாணியிலான உரிம வல்லுநர்கள் மற்றும் வெளிநாட்டு பங்குதாரர்களிடமிருந்து அரைவாசி அரசு நிறுவனங்கள் விடுதலை அடைந்துள்ளன.

சுருக்கமாக சொன்னால், புதிய கம்யூனிச எதேச்சதிகார எஜமானர்களிடமிருந்து நம்மை விடுவித்துக் கொள்ள நாம் பின்வரும் பகுதிகளில் நமது நிறுவன முதலீடுகளை இரட்டிப்பாக்க வேண்டும்:

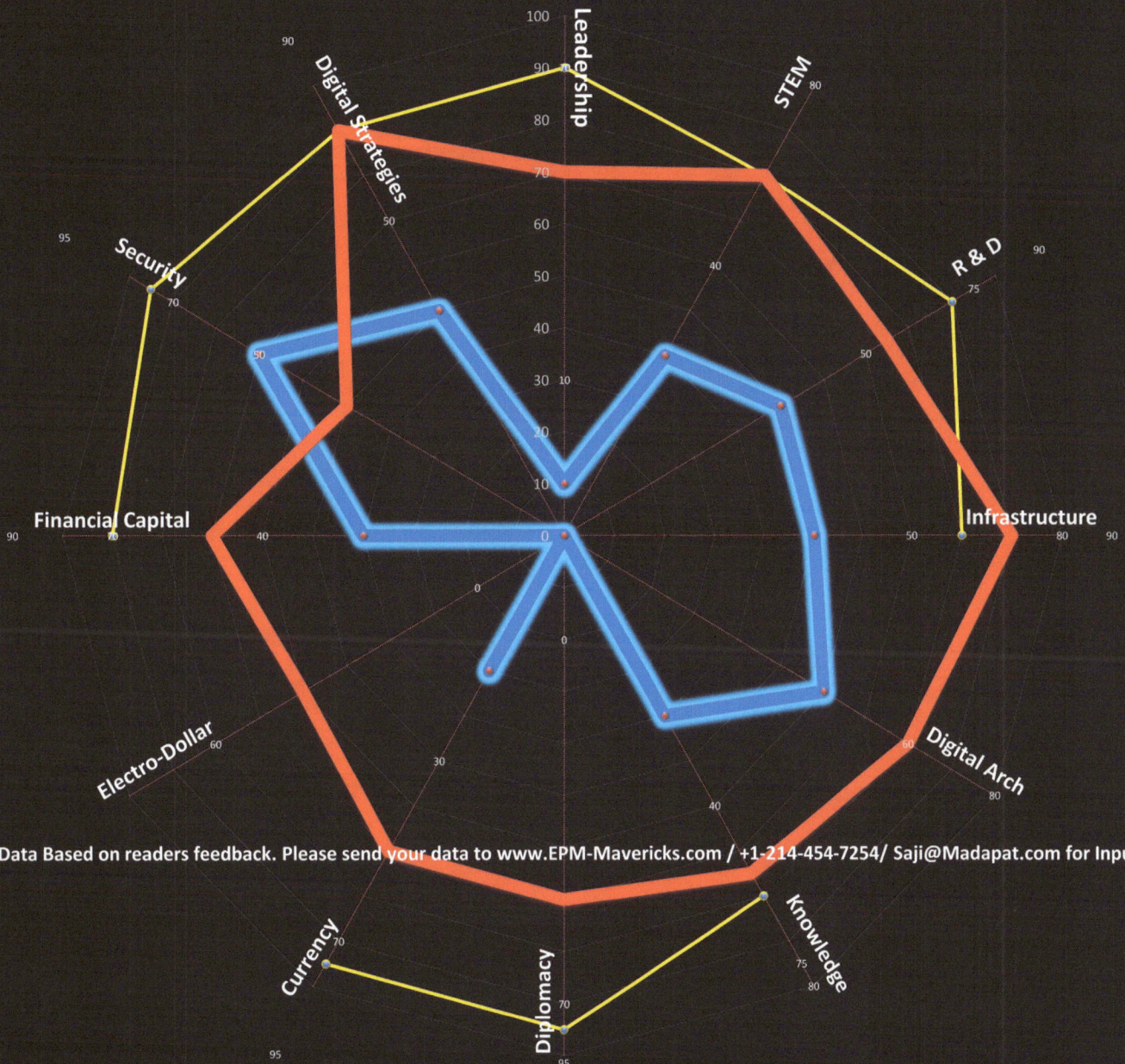

The Gods Must be Crazy!
US vs China Competitiveness Dashboard
(Representative Example scores)
Roosevelt's USA
Current USA
CHINA
Leadership
STEM
R & D
Infrastructure
Digital Arch
Knowledge
Diplomacy
Currency
Electro-Dollar
Financial Capital
Security
Digital Strategies
Data Based on readers feedback. Please send your data to www.EPM-Mavericks.com / +1-214-454-7254/ Saji@Madapat.com for Input

Ay Yi Yai Yi! We are in the middle of The New World Order!

1. தலைமை

"திறமையான தலைவர் போரிடாமலேயே எதிரியின் படைகளை அடக்குகிறார்; முற்றுகையிடாமலே அவர்களுடைய நகரங்களைக் கைப்பற்றுகிறார்; போர்க்களத்தில் நீண்ட நடவடிக்கைகள் இல்லாமலேயே அவர்கள் இராஜ்ஜியத்தைக் கவிழ்க்கிறார்.

சன் சூ எழுதிய போர்க் கலை நூலில் இருந்து, (கி.மு. 476-221)

"சீனக் கம்யூனிஸ்ட் கட்சி அதன் 100 ஆவது ஸ்தாபக ஆண்டு விழாவை கொண்டாட தயாராகி வரும் போது, கட்சி முன்பிருந்ததை விட பலமாக இருப்பதாக தெரிகிறது. ஆட்சிக் கொள்கை மீதான மக்கள் ஆதரவு, ஓர் ஆழமான மீளெழுச்சி கண்டுள்ளது," என்று ஹார்வர்டு கென்னடி பள்ளி குறிப்பிடுகிறது. சீனக் கம்யூனிஸ்ட் கட்சி (CCP) பற்றிய இந்த ஆய்வுக் கட்டுரை, ஹார்வர்ட் பல்கலைக்கழகத்தின் ஜான் எஃப். கென்னடி ஸ்கூல் ஆஃப் கவர்ன்மென்டில் ஜனநாயக ஆட்சிமுறை மற்றும் கண்டுபிடிப்புகளுக்கான ஆஷ் சென்டரால் ஒரு தொடராக வெளியிடப்பட்டது.

"சீனக் கம்யூனிஸ்ட் கட்சி அதன் மக்களின் பார்வையில் சட்டப்பூர்வத்தன்மையை இழந்து வருகிறது என்ற கருத்தை ஆதரிக்க பெரிதாக ஆதாரங்கள் இல்லை. உண்மையில் சொல்லப் போனால், பல்வேறு வகையான அளவீடுகளின்படி, 2016 வாக்கில் சீன அரசாங்கம் முந்தை இரண்டு தசாப்தங்களின் எந்தவொரு தருணத்தையும் விட மிகவும் செல்வாக்குடன் இருப்பதாக தெரிகிறது என்பதையே நமது ஆய்வுகள் எடுத்துக்காட்டுகின்றன. அரசு வழங்கும் சுகாதார சேவைகள், நல்வாழ்வு மற்றும் பிற அத்தியாவசியப் பொது சேவைகள் 2003 இல் அந்த ஆய்வு தொடங்கிய போது இருந்ததை விட மிகவும் சிறப்பாக மற்றும் அதிக சமநிலையில் இருப்பதாக, சராசரியாக, சீனக் குடிமக்கள் குறிப்பிட்டனர்.

...

ஆகவே, சீனாவின் பல்வேறு முக்கிய மக்கள் குழுக்களிடையே அதிருப்தி அதிகரித்து வருகிறது என்பதற்கு உண்மையான அறிகுறி எதுவும் இல்லை, இது அந்நாடு அரசியல் சட்டபூர்வத்தன்மையின் நெருக்கடியை எதிர்கொள்கிறது என்ற சந்தேகத்தை ஏற்படுத்துவதாக இல்லை."

ஹார்வர்டு பல்கலைக்கழகம் (ஜூலை 2020)

"இன்று 17% அமெரிக்கர்கள் மட்டுமே,
வாஷிங்டனில் அரசாங்கம் "எப்போதைக்கும் பொருந்தும் விதத்தில்" சரியாக செயல்படுவதாக நம்புகிறார்கள்,"

ப்யூ ஆராய்ச்சி மையம், அரசு பொது அறக்கட்டளை:
(1958-2019)

பழி தீர்க்க வரலாறே மீண்டும் மீண்டும் திரும்புகின்ற நிலையில், நம் பேரரசு மற்றும் நம் நிறுவனம் இரண்டையும் நிர்வகிக்க ரூஸ்வெல்ட்ஸ்கள் போன்ற மீண்டெழுந்த தலைமை நமக்கு இருக்க வேண்டும். கோவிட்-19 நோயை, தைரியம், விடாமுயற்சி மற்றும் நம்பிக்கைக்கான அழைப்பாக மாற்றக்கூடிய தலைவர்கள் தேவைப்படுகிறார்கள். பிராங்க்ளின் டெலானோ ரூஸ்வெல்ட் அமெரிக்காவின் மிகவும் தனித்துவமான தலைவர் ஆவார். அவர் முதலாளித்துவம் மற்றும் நவீன நிறுவனத்திற்கான அடித்தளத்தை உருவாக்கியதன் மூலம் உலக வரலாற்று கட்டத்தில் நம்மை முன்னிலைக்குக் கொண்டு வந்தார். ரூஸ்வெல்ட்ஸ்கள் போன்ற தொலைநோக்குள்ள தலைவர்களுக்காக நாம் பிரார்த்திக்க வேண்டும், அவர்களே மீண்டும் நம்மை ஒளிமயமான எதிர்காலத்திற்கு அழைத்துச் செல்லும் பாதையை மீட்டமைப்பார்கள்.

இதற்கிடையே, அமெரிக்காவில்:

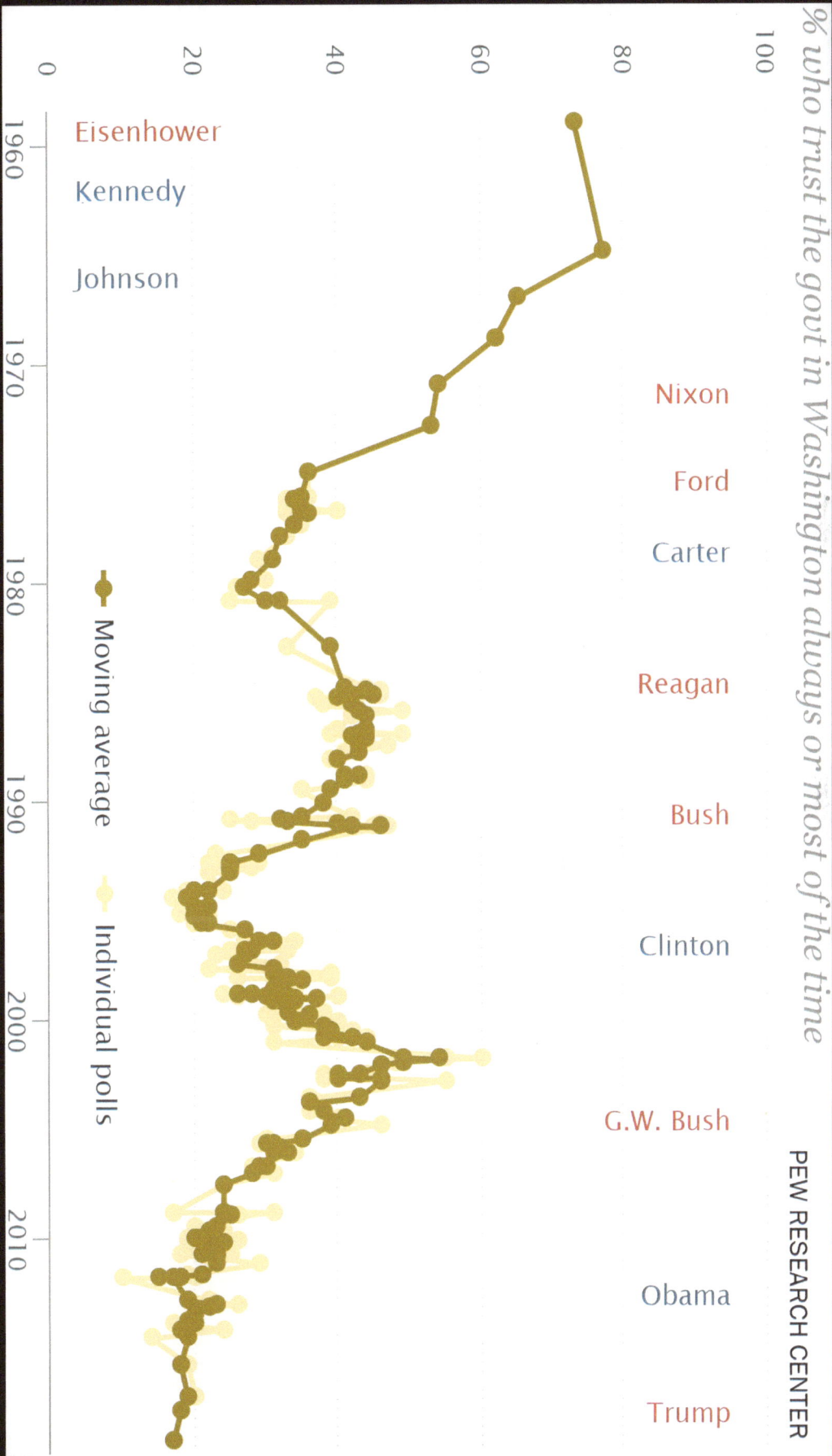

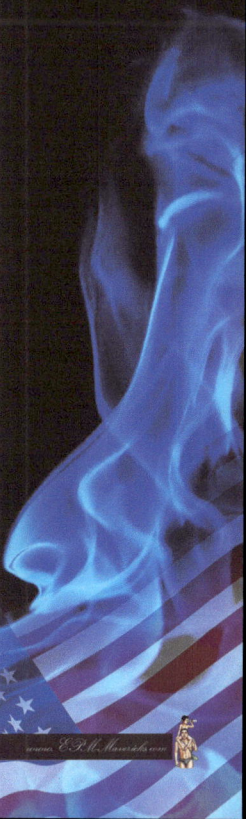

% who trust the govt in Washington always or most of the time

- Eisenhower
- Kennedy
- Johnson
- Nixon
- Ford
- Carter
- Reagan
- Bush
- Clinton
- G.W. Bush
- Obama
- Trump

Moving average   •   Individual polls

PEW RESEARCH CENTER

(மூலம்: இது பிரிட்டன் அரசின் படம்) பிப்ரவரி 1945, யால்டா மாநாட்டின் போது லிவாடியா மாளிகைக்கு வெளியே ஜனாதிபதி ரூஸ்வெல்ட் உடன் இருக்க ஜோசஃப் ஸ்டாலினை வின்ஸ்டன் சர்ச்சில் வாழ்த்துகிறார்.

உயிர்பிழைப்புக்கான காலநிலை மாற்ற நெருக்கடியினூடாக நாம் சென்று கொண்டருக்கின்ற நிலையில், மிகவும் ஆசிர்வதிக்கப்பட்டவர்களுக்கு மட்டுமே கிடைக்கும் இத்தகைய வளங்களைப் பாதுகாப்பது எவ்வளவு முக்கியம் என்பதை உணர்ந்திருந்த தியொடோர் ரூஸ்வெல்ட் போன்ற தீர்க்கதரிசிகள் நம்மிடையே இருக்க வேண்டும். தியொடோர் ரூஸ்வெல்ட் 230 மில்லியன் ஏக்கர் பொது நிலத்தில் 150 தேசிய காடுகளையும், ஐந்து தேசிய பூங்காக்கள், 51 அரசு பறவைகள் காப்பகங்கள், நான்கு தேசிய விளையாட்டுப் பாதுகாப்பகங்கள் மற்றும் 18 தேசிய நினைவுக்கூடங்களை உருவாக்கினார்.

பிளாக் லைவ்ஸ் மேட்டர் (Black Lives Matter) சகாப்தத்தில் நாம் உழன்றுக் கொண்டிருக்கையில், மனிதாபிமான முயற்சிகள் மற்றும் சமூக நீதிப் போராட்டத்தின் அடிப்படையில் தேசத்தை மறுவரையறை செய்த "உலகின் முதல் பெண்மணி" (எலினொர் ரூஸ்வெல்ட்) இடமிருந்து நாம் நிறைய கற்றுக் கொள்ள வேண்டும்.

பிராங்க்ளின் டி. ரூஸ்வெல்ட் பிற்காலத்தில் போலியோவால் செயலிழந்தார், அது அவரை இடுப்புக்குக் கீழே முடமாக்கியது, ஆனாலும் அவர் தைரியம், விடாமுயற்சி மற்றும் நம்பிக்கையுடன் நோயை எதிர்த்து போராடினார். முப்படைகளின் தலைமை தளபதியாக, அவர் பெருமந்தநிலை நெடுகிலும் நம் தேசத்தை வழிநடத்தி, அந்த வங்கி நெருக்கடியிலிருந்து நாட்டை காப்பாற்றினார். பெருமந்தநிலையின் போது நடந்ததைப் போல, மில்லியன் கணக்கானவர்கள் (இவர்களில் பலர் சுயநலவாதிகள்) ஏற்படுத்திய மில்லியன் கணக்கான சிக்கலான முடிவுகள் மீது நாம் இப்போது பொருளாதார மீட்பு பிரச்சினையை முகங்கொடுத்துள்ளோம். ஸ்தாபகம் மற்றும் அதன் அமைப்பின் மீது மக்கள் நம்பிக்கை இழந்த போது, பிராங்க்ளின் டெலானோ ரூஸ்வெல்ட் அமைப்பின் மீது மீண்டும் நம்பிக்கை ஏற்படுத்தியதன் மூலம் நிதி நெருக்கடியைத் தீர்த்து வைத்தார்.

வரலாற்றின் மிக முக்கிய தருணத்தில் எல்லா தரப்பினருடனும் உறவுப் பாலங்களை உருவாக்கிய, இத்தகைய நன்னம்பிக்கையின் இராஜதந்திரிகளிடமிருந்து நம் தலைவர்கள் நிறைய கற்றுக் கொள்ள வேண்டும். பெருமந்தநிலை மற்றும் இரண்டாம் உலகப் போரின் போது, காங்கிரஸில் இருந்து அவருக்கு ஈடிணையற்ற ஆதரவும் ஒத்துழைப்பும் கிடைத்தது, இதற்காக பிராங்க்ளின் டெலானோ ரூஸ்வெல்டின் தலைமை மற்றும் விடாமுயற்சிக்குத் தான் நன்றி கூற வேண்டும். அவர் ஐக்கிய நாடுகள் சபை மற்றும் இன்னும் பல உலகளாவிய அமைப்புகளுக்கான அடித்தளத்தை அமைக்க, வின்ஸ்டன் சர்ச்சில் மற்றும் ஏனைய உலகத் தலைவர்களுடன் இணைந்து செயல்பட்டார், அது எழுபத்தி ஐந்து ஆண்டுகளுக்கும் மேலாக அமைதியையும் செழிப்பையும் கொண்டு வந்தது. இரண்டாம் உலகப் போரில் ஏற்பட்ட தீமைகளைக் களைய அவர் கம்யூனிஸ்ட் தலைவர் ஜோசப் ஸ்டாலின் உடனும் கூட்டு சேர்ந்தார். அவர் சமரசம் மற்றும் இராஜதந்திரக் கலையில் கைதேர்ந்தவராக இருந்தார், இப்போது வாஷிங்டன் மற்றும் புவிசார் அரசியல் உலகில் இது தான் பெரிதும் இல்லாமல் போய்விட்டது. அவரின் தீப்பறக்கும் பேச்சுக்கள் மூலமாக தேசத்தின் மற்றும் உலகெங்கிலுமான ஆண்கள் மற்றும் பெண்களை ஒன்றிணைத்தார்.

அடித்தள சோதனைகளும் இன்னல்களும் நமது பேரரசையும் நமது நிறுவன கட்டமைப்புகளின் உறுதியையும் அச்சுறுத்தும் போது, நமக்கு ரூஸ்வெல்ட்ஸ் போன்ற தலைவர்கள் தேவைப்படுகிறார்கள், அவர்களால் தான் பின்வருவன மூலமாக ஒளிமயமான எதிர்காலத்திற்கு நம்மை வழி நடத்தி மறுகட்டமைப்பு செய்ய முடியும்:

1. நம் எதிர்காலத்திற்கான ஒரு தொலைநோக்குடன், ஒரு உத்தியுடன் மற்றும் ஒரு வழிகாட்டுதலுடன் நமக்கு உத்வேகமளிப்பது.
2. எதிர்காலம் எவ்வளவு தான் நிச்சயமற்றதாக இருந்தாலும், நம்மை நம்பிக்கையுடனும் உறுதியுடனும் வழி நடத்துவது
3. உறுதியுடனும் நம்பிக்கையுடனும் துணிச்சலான நடவடிக்கைகளை எடுப்பது
4. செயல்திட்டத்தை உருவாக்க அனைத்து பங்குதாரர்களையும் ஒருங்கிணைப்பது மற்றும் நம் எதிரிகளாக இருக்கக்கூடியவர்களுடன் பேச்சுவார்த்தை நடத்துவது
5. அரசியல் ரீதியாக சரியாக இல்லாவிட்டாலும், அதிக நன்மை பயக்கும் முடிவுகளை செயல்படுத்துவது

மத்திய சாம்ராஜ்யம் அவர்களின் துருப்பு சீட்டுகளை எவ்வளவு சிறப்பாக கையாள்கிறார்கள் என்பதை மதிப்பிட, அதை நாம் பகுப்பாய்வு செய்ய வேண்டிய சரியான நேரம் இது. நமக்கு அவகாசம் இல்லை. நம் பேரரசு மற்றும் நிறுவனத்தைப் பொறுத்த வரையில், ரூஸ்வெல்ட்ஸ்களைப் போல, தன்னம்பிக்கை, உறுதிப்பாடு, நேர்மை மற்றும் இராஜதந்திரம் நிறைந்த உன்னதமான புத்திசாலித்தனமான தலைவர்கள் நமக்குத் தேவைப்படுகிறார்கள், இவர்கள் இல்லையென்றால் தவிர்க்கவியலாம் நாம் தடுமாறிவிடுவோம்.

2. விஞ்ஞானம், தொழில்நுட்பம், பொறியியல் மற்றும் கணிதக் கல்வி (STEM)

"ஆழ்ந்த அறிவு என்பது பிரச்சினைக்கு முன்னரே பிரச்சினையைக் குறித்து எச்சரிக்கையாக இருக்க வேண்டும், ஆபத்துக்கு முன்னரே ஆபத்தைக் குறித்து எச்சரிக்கையாக இருக்க வேண்டும், அழிவுக்கு முன்னரே அழிவைக் குறித்து எச்சரிக்கையாக இருக்க வேண்டும், பேரிடருக்கு முன்னரே பேரிடரைக் குறித்து எச்சரிக்கையாக இருக்க வேண்டும். வலிமையான செயல் என்பது உடல் மீது சுமையேற்றாமல் உடலுக்குப் பயிற்சி அளிப்பது, மூளையைப் பயன்படுத்தாமலேயே மூளைக்குப் பயிற்சி அளிப்பது, உலகால் பாதிக்கப்படாமலேயே உலகில் பணியாற்றுவது, பணிகளால் இடையூறு ஏற்படாமல் பணிகளை மேற்கொள்வது.

சன் சூ எழுதிய போர்க் கலை நூலில் இருந்து (கி.மு. 476-221)

கல்வியின் தரமே வரலாறு முழுவதும் பேரரசுகளின் முதுகெலும்பாக அமைந்துள்ளது. ஒரு வலுவான கல்வியே வளர்ச்சியின் முதுகெலும்பு. 2015 PISA ஆய்வு குறியீடுகளின் அடிப்படையில், அமெரிக்கா ஏற்கனவே முதல் 100 வளர்ந்த நாடுகளில் கீழிருந்து 15 வது சதவீதத்தில் உள்ளது.

துரதிருஷ்டவசமாக, பொது கல்வியும் பள்ளி நிதி ஒதுக்கீடுகளும், குறிப்பாக கோவிட் க்குப் பிந்தைய காலத்தில், பட்ஜெட் வெட்டுக்களுக்காகச் சர்வ சாதாரணமாக இலக்கில் வைக்கப்படுகின்றன. STEM கல்வி எல்லாவற்றிலும் மிகவும் விலை மதிப்புடையதாக இருக்கிறது என்றாலும், பட்ஜெட் குறைப்புக்கு மிகவும் இயல்பாக இரையாகி விடுகிறது. இதனுடன் சேர்ந்து, தற்போதைய பொருளாதார நிலைமையோ அதிக வேலையின்மை விகிதங்களுக்கு வழி வகுத்ததுள்ளதுடன், இது உள்நாட்டில் ஸ்திரமின்மைக்கு வழிவகுத்து, இறுதியில் கல்வியின் பலாபலன்கள் படுமோசமாகி விடுகின்றன, வாய்ப்புகள் இல்லாமல் போய் விடுகின்றன மற்றும் மனச்சோர்வு தரும் வருமானமாக ஆகிவிடுகின்றன. இந்த காரணிகள் உருவாக்கும் ஒரு கொடுமையான சுழற்சி, உலகெங்கிலும் சமூக பொருளாதார மற்றும் புவிசார் அரசியல் ஸ்திரமின்மைகளுக்கு வழி வகுக்கிறது.

தற்போதைய அரசியல் சூழலில், கல்வி கடைசி முன்னுரிமையாகி விட்டது. கொள்கை மாற்றங்களுக்கு மேலதிகமாக, இத்தகைய சவால்களை எதிர்கொள்ள, பரோபகார சிந்தனை, அரசு மற்றும் வணிகங்களுக்கு இடையே கூட்டுறவுகளை ஏற்படுத்துவது போன்ற ஆக்கப்பூர்வமான தீர்வுகளை நாம் ஆராய வேண்டும். நாம் பொதுத்துறை-தனியார்துறை கூட்டுறவை ஜெர்மன் தொழில்நுட்ப மற்றும் தொழிற்கல்வி பயிற்சியைப் (TVET) போல நிறுவ வேண்டும்.

சிங்கப்பூர், ஜெர்மனி, சீனா, ஜப்பான், தென் கொரியா மற்றும் இந்தியாவில் நடைபெறுவதைப் போல, பொதுக் கல்வியில் செயலூக்கமான தலைமை பாத்திரத்தை அரசே ஏற்க வேண்டும், மேலும் ஆசிரியர்களை அவர்களின் செயல்திறனின் அடிப்படையில் அரசு பாராட்டி அங்கீகரிக்க வேண்டும். அமெரிக்கா ஆண்டுதோறும் சீனாவை விட அல்லது இந்தியாவை விடவும் கூட குறைவான எண்ணிக்கையிலேயே இளநிலை பொறியாளர்களை உருவாக்குகிறது.

பொருளாதார ஒத்துழைப்பு மற்றும் மேம்பாட்டுக்கான அமைப்பு (OECD) 2018 அறிக்கையின்படி, மற்ற எந்தவொரு நாட்டையும் விட அமெரிக்கா தான் கல்லூரிகளுக்காக அதிகமாக செலவிடுகிறது. "ஒரு மாணவருக்கான செலவுகள் மிக அதிகளவில் உள்ளன, அதற்கு ஈடாக மாணவர்களிடம் இருந்து பெறக் கூடிய மதிப்புக்கும் கல்விக்கும் நடைமுறையளவில் சம்பந்தம் இல்லாமல் இருக்கிறது."[54]

The Gods Must be Crazy!
China
Source: Educational statistics of OECD, NBS (China)

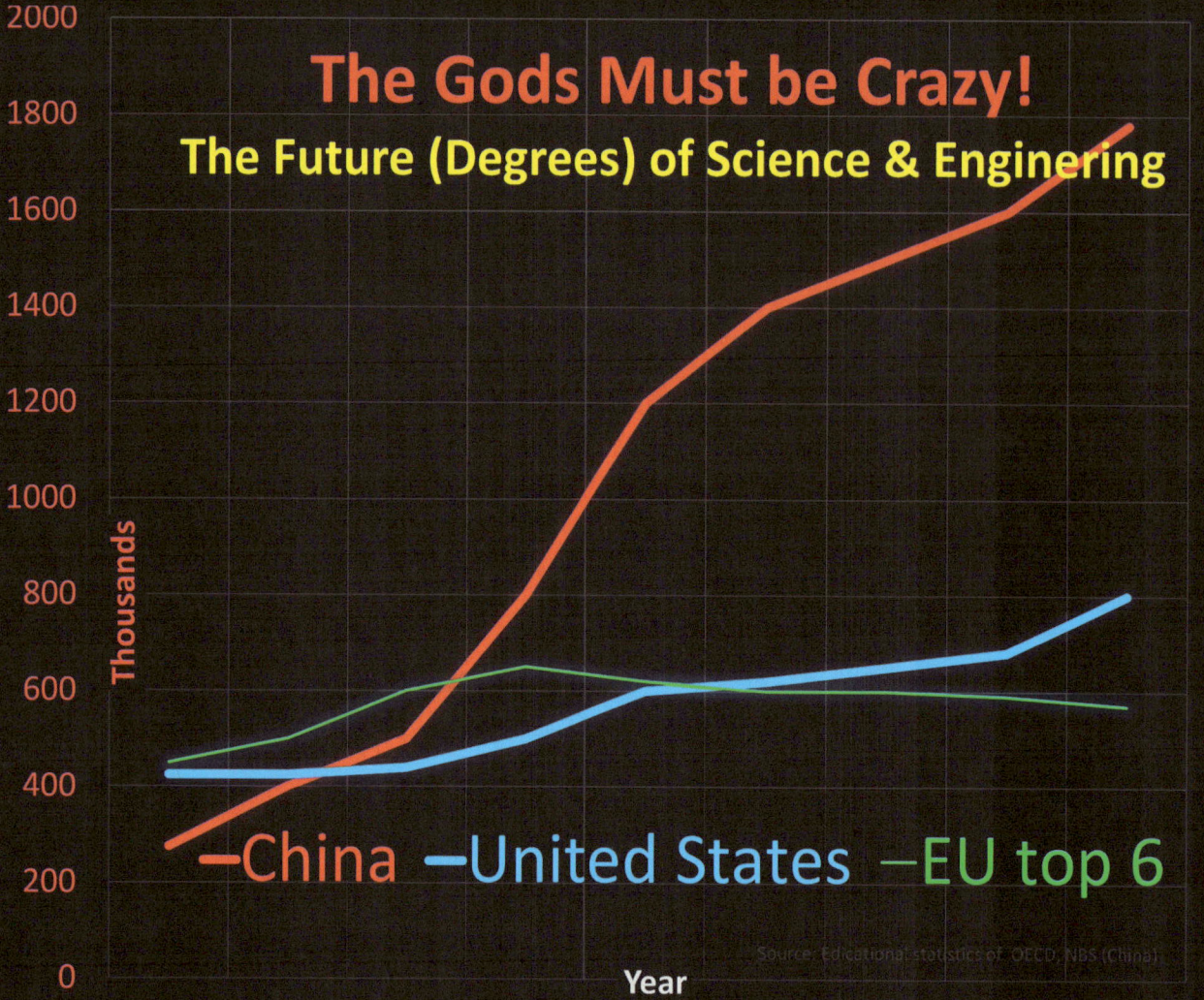

★ ★

அலங்காரமான மாணவர் குடியிருப்புகள், விலையுயர்ந்த உணவுகள், “விளையாட்டுக்கள் மீதான வெறி” என தரங்குறைக்கும் வசதிகள் மீதே பழி சுமத்த வேண்டியுள்ளது. 22 ஆம் நூற்றாண்டிற்கான உழைப்பு சக்தியை பயிற்றுவிக்கவும் தயாரிப்பு செய்யவும் பில் கேட்ஸ் மற்றும் ப்ளூம்பேர்க் போன்ற பரோபகார தொண்டு அமைப்புகளுடன் சேர்ந்து, நாம் கல்வி முறையை மாற்ற வேண்டும். உதாரணமாக, தகவல் தொழில்நுட்பத்துறையில்:

★ பரிவர்த்தனை->செயல்பாடு->முன்கணிப்பு பகுப்பாய்வுக்கான செயற்கை அறிவு BOT கள் (க்ளாவ்ட் முறையில் ரோபாடிக் ஆட்டோமேசன்) மூலமாக தகவல் தொழில்நுட்பம்/ வணிக முறைகள் பரிணமிக்க வேண்டும்.

★ தகவல் தொழில்நுட்பத்திற்கு மேலதிகமாக, மரபார்ந்த கணக்கியல் துறை மற்றும் பெரும்பாலான வணிக செயல்பாடுகள் (குறிப்பாக மீண்டும் மீண்டும் செய்யப்படுபவை) க்ளாவ்ட் முறையிலான செயற்கை அறிவு BOTகள் ஆட்டோமேசனில் பின்தங்கி உள்ளன.

உற்பத்தி மற்றும் பொருளாதார வளர்ச்சிக்கு செயற்கை அறிவும் ரோபோட்டிக் ஆட்டோமேசனும் மிக மிக அவசியமான சாத்தான்களாக ஆகிவிடும் என்பதால், நம் தொழிலாளர்கள் செயற்கை அறிவு துறைக்குத் தயாராக இருக்க வேண்டும். உலகெங்கிலும் மில்லியன்கணக்கானவர்கள் தங்கள் தொழில்களை மாற்ற வேண்டியிருக்கும் அல்லது திறன்களை மேம்படுத்திக் கொள்ள வேண்டியிருக்கும். ஆட்டோமேசன் காரணமாக 400 மில்லியனிலிருந்து 800 மில்லியன் வரை தனிநபர்கள் இடம் மாற வேண்டியிருக்கும் என்றும், 2030 க்குள் அவர்கள் புதிய வேலையைத் தேட வேண்டியிருக்கும் என்றும் Mckinsey மதிப்பிடுகிறது. மொத்தம் இடம் பெயர்ந்தவர்களில், 75 மில்லியனிலிருந்து 375 மில்லியன் பேர் அவர்கள் தொழில் துறைகளை மாற்ற வேண்டி இருக்கலாம் மற்றும் புதிய திறன்களைக் கற்றுக் கொள்ள வேண்டி இருக்கலாம் என்றது குறிப்பிடுகிறது.

3. ஆராய்ச்சியும் மூலோபாய தொழில்நுட்பமும்

"உங்களுக்கு எதிரியைப் பற்றியும் உங்களைப் பற்றியும் தெரிந்திருந்தால், நூறு போர்களாக இருந்தாலும் அவற்றின் முடிவைக் குறித்து பயப்பட வேண்டியதில்லை. உங்களைப் பற்றி தெரிந்து வைத்திருந்து எதிரியைப் பற்றி உங்களுக்கு தெரியவில்லையெனில், நீங்கள் பெற்ற ஒவ்வொரு வெற்றியும் கூடவே தோல்வியையும் சந்திக்கும். உங்களுக்கு எதிரியைப் பற்றியும் தெரியாது உங்களைப் பற்றியும் தெரியாது என்றால், நீங்கள் ஒவ்வொரு போரிலும் அடிபணிவீர்கள்."

சன் சூ எழுதிய போர்க் கலை நூலில் இருந்து (கி.மு. 476-221)

அமெரிக்காவின் மிக மதிப்புமிக்க நிறுவனம் அதன் மந்திர சக்தியை இழந்து விட்டதா? பங்கு வாங்கிவிற்றல்களுக்கு அப்பாற்பட்டு, கிழக்கின் போட்டியாளர்களுக்குப் பின்னால் தொழில்நுட்பரீதியில் தலைமுறை தலைமுறையாக பின்தங்கிய காலாவதியாகி போன ஐபோன்களை விற்பததைத் தவிர, கடந்த பத்தாண்டுகளாக ஆப்பிள் நிறுவனம் என்ன புதுமைகளைக் கொண்டு வந்து விட்டது? ஸ்டீவ் ஜாப்ஸுடன் சேர்ந்து ஆப்பிள் நிறுவனமும் இறந்து விட்டதாக தெரிகிறது.

சிலிக்கான் வேலியில் இருந்து நமது ஒற்றைக் கொம்பு குதிரைகள், குறிப்பாக கிழக்கு நோக்கி பறந்துவிட்டதாக தெரிகிறது. சிலிக்கான் வேலியும் அதன் வழியை மறந்து விட்டதாக தெரிகிறது.

"வென்சர் மூலதனமும் புதிய தொழில்நுட்ப பொருளாதாரமும் ஓர் ஆபத்தான, "உயர் அபாய மோசடி திட்டத்தையும்" ஒரு "விசித்திரமான மாய பலூனையும்" உருவாக்கி வருகின்றன."

பில்லியனிய முதலீட்டாளரும், பயனர் அதிகரிப்பு
பிரிவின் முன்னாள் பேஸ்புக் துணை தலைவருமான சாமத் பாலிஹாபிடியா

மின்னணுவியல், எந்திரவியல், ஆட்டோமொபைல்ஸ், அதிவேக இரயில்வே மற்றும் விமானப் போக்குவரத்துத்துறை போன்ற பொதுவான துறைகளில் தொழில்நுட்பத்தில் மட்டுமே சீனர்கள் முன்னோடி இருக்கிறார்கள் என்பதல்ல. 5ஜி, புதுபிக்கத்தக்க எரிசக்தி, அதிநவீன அணுசக்தி ஆற்றல், அடுத்த தலைமுறை தொலைதொடர்பு தொழில்நுட்பங்கள், மிகப் பெரியளவில் டேட்டாக்கள் மற்றும் சூப்பர் கம்ப்யூட்டர்கள், செயற்கை நுண்ணறிவு, ரோபோட்டிக்ஸ், விண்வெளி தொழில்நுட்பம் மற்றும் மின்-வர்த்தகம் போன்ற வளர்ந்து வரும் துறைகளிலும் தொழில்நுட்ப கண்டுபிடிப்புகளைச் செய்து கொண்டே இருக்கிறார்கள்.

2018 இல், சீனர்கள் உயர் தொழில்நுட்பத்தில் சாதனையளவுக்கு 1.54 மில்லியன் காப்புரிமை பதிவுகளுடன் உலகளவிலான காப்புரிமை விண்ணப்பங்களில் 50% ஐ அவர்கள் கணக்கில் கொண்டிருந்தனர். அமெரிக்காவுடன் ஒப்பிட்டால், அது அப்போது 600,000 க்கும் குறைவாகவே பதிவு செய்திருந்தது. 2014 இல் சீனாவின் செயற்கை நுண்ணறிவு காப்புரிமை பதிவு மட்டங்கள் அமெரிக்காவை விஞ்சி இருந்தன, அப்போதிருந்தே அது உயர் வளர்ச்சி விகிதத்தைப் பேணி வருகிறது.

பெரும்பாலான சீனத் தலைவர்கள் மிகவும் குறுகிய கால நிதி உபாய குறுக்கு வழிகளை விட, மூலோபாய ரீதியில் நீண்ட கால மீளெழுச்சி மற்றும் மதிப்பார்ந்த முன்னோக்கிலிருந்து சிந்திக்கும் சிற்பிகளாக இருக்கிறார்கள். அவர்கள், செயற்கை நுண்ணறிவு, கிளவுட் கம்ப்யூட்டிங், மிகப் பெரியளவிலான டேட்டா பகுப்பாய்வு, பிளாக்செயின் மற்றும் தகவல் தொலைதொடர்பு தொழில்நுட்பம் (ICT) உள்ளிட்ட நீண்ட கால 22 ஆம் நூற்றாண்டு தொழில்நுட்பங்களை முன்னிலைப்படுத்தி அவற்றில் கவனம் செலுத்துகிறார்கள்.

சீன டிஜிட்டல் சில்க் சாலை விரிவாக்கம் செய்யப்படுவதால், அதன் அரசு கட்டுப்பாட்டிலான தனியார் நிறுவனங்களால் உலகளாவிய டேட்டாக்களை விலை மதிப்பின்றி அணுக முடியும். மேற்கின் வாடிக்கையாளர் நடவடிக்கைகளைப் பகுப்பாய்வு செய்ய FAANG (பேஸ்புக், ஆப்பிள், அமேசன், நெட்பிளக்ஸ், கூகுள்) ஆகியவை எவ்வாறு அப்போதைக்கு அப்போதே டேட்டா திரட்சியை செய்கின்றனவோ பெரும்பாலும் அதுபோல செய்யப்படும். தங்களது மேற்கத்திய போட்டியாளர்களைப் போல அல்லாமல், சீன அரசுடன் இணைந்திருப்பதால், மத்திய சாம்ராஜ்ய விஷயங்கள் அனைத்தையும் அணுகும் தனிச்சலுகையை அவை பெற்றிருக்கும். இந்த அரசு கட்டுப்பாட்டிலான சீன நிறுவனங்கள், இணைய வழி செயல்பாட்டு உபகரணங்கள் (IoT - Internet of Things), செயற்கை நுண்ணறிவு (AI), மற்றும் தானியங்கி வாகனங்கள் போன்ற அடுத்த தலைமுறை தொழில்நுட்பங்களில் டிஜிட்டல் சில்க் சாலை மூலமாக உலகில் குறைந்தபட்சம் மூன்றில் இரண்டு பங்கு பிரமாண்டமான தனி அதிகாரங்களைப் பெற்றிருக்கும்.

துரதிருஷ்டவசமாக, மேற்கிலோ, இணையத்திற்கு (WWW - World Wide Web) முந்தைய கால இன்றைய நிறுவன கட்டமைப்புகளும் தொழில்நுட்பங்களும் "ஆடம்பர அலங்கார" சிறப்பு நிதி உபாய மேதைகளால் கையாளப்படுகின்றன. அவர்களின் வடிவமைப்புக்கும் டிஜிட்டல் யுகத்திற்கும் எந்த தொடர்பும் இல்லை. ரூஸ்வெல்ட்களின் காலத்தைப் போல, பொது-தனியார் பங்களிப்புகளின் மூலமாக, சீனா, ஜப்பான், தென் கொரியா மற்றும் ஜெர்மனியில் நடப்பதைப் போல, பல்கலைக்கழகங்கள் முக்கிய தொழிற்சாலைகளில் முதலீடு செய்து ஊக்கமளிக்க வேண்டும்.

4. உட்கட்டமைப்புக்கான கட்டமைப்பு

"போரை ஜெயிக்கும் தளபதி, போரிடுவதற்கு முன்னரே அவர் மாளிகையில் பல கணக்கீடுகளைச் செய்வார். போரில் தோற்கும் தளபதியும் கணக்கீடுகளைச் செய்கிறார் ஆனால் வெகு சில கணக்கீடுகளே செய்கிறார்

சன் சூ எழுதிய போர்க் கலை நூலில் இருந்து (கி.மு. 476-221)

The Gods Must be Crazy!
The Future of Artificial Intelligence
(AI Patent Applications)

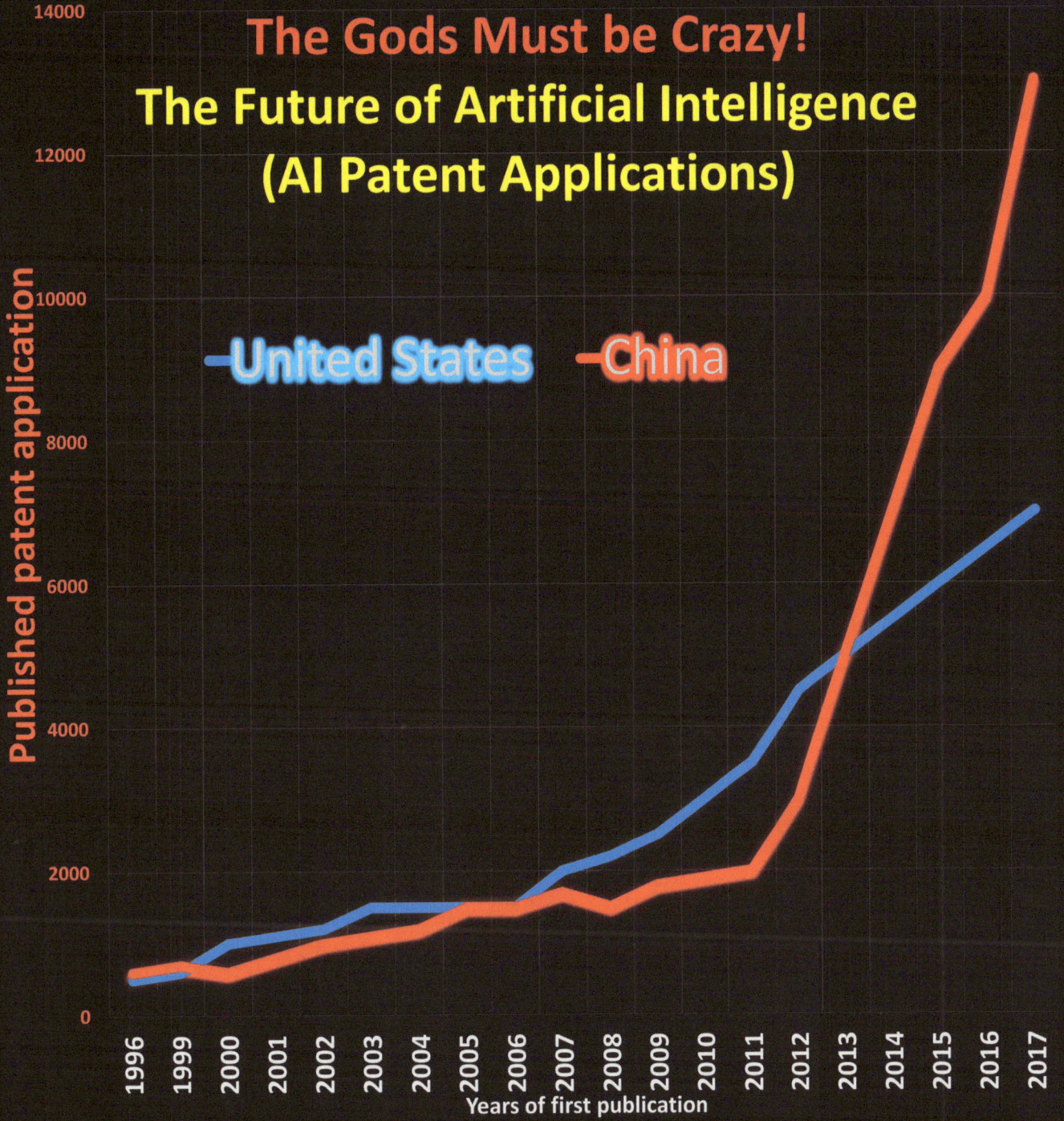

Published patent application

— United States   — China

Years of first publication

(Graph showing AI patent applications from 1996 to 2017, with United States in blue and China in orange, y-axis from 0 to 14000)

★ ★

உயிர்பிழைக்க வேண்டுமானால், ஒரு நூற்றாண்டுக்கு முன்னர் இதே போன்ற சூழ்நிலைகளில் பிராங்க்ளின் டி. ரூ-ஸ்வெல்ட் நடைமுறைப்படுத்தியதைப் போல நாமும் 'புதிய உடன்படிக்கையின்' நவீன பதிப்பை உருவாக்க வேண்டும். அவர் செய்தது போலவே, நமது பாழடைந்த உள்கட்டமைப்பில் நாம் குறிப்பிடத்தக்க முதலீடுகளைச் செய்ய வேண்டும்.

சீனா பொருளாதார ரீதியாக காலனித்துவப்படுத்த முயல்வதால், சீனாவின் பெல்ட் & ரோட் திட்டம் மற்றும் தொழில்நு-ட்ப உள்கட்டமைப்பு திட்டங்களை எதிர்கொள்ள உலகளாவிய மார்ஷல் திட்டத்தின் முற்போக்கான பதிப்பை நாம் ஆராய வேண்டும்.

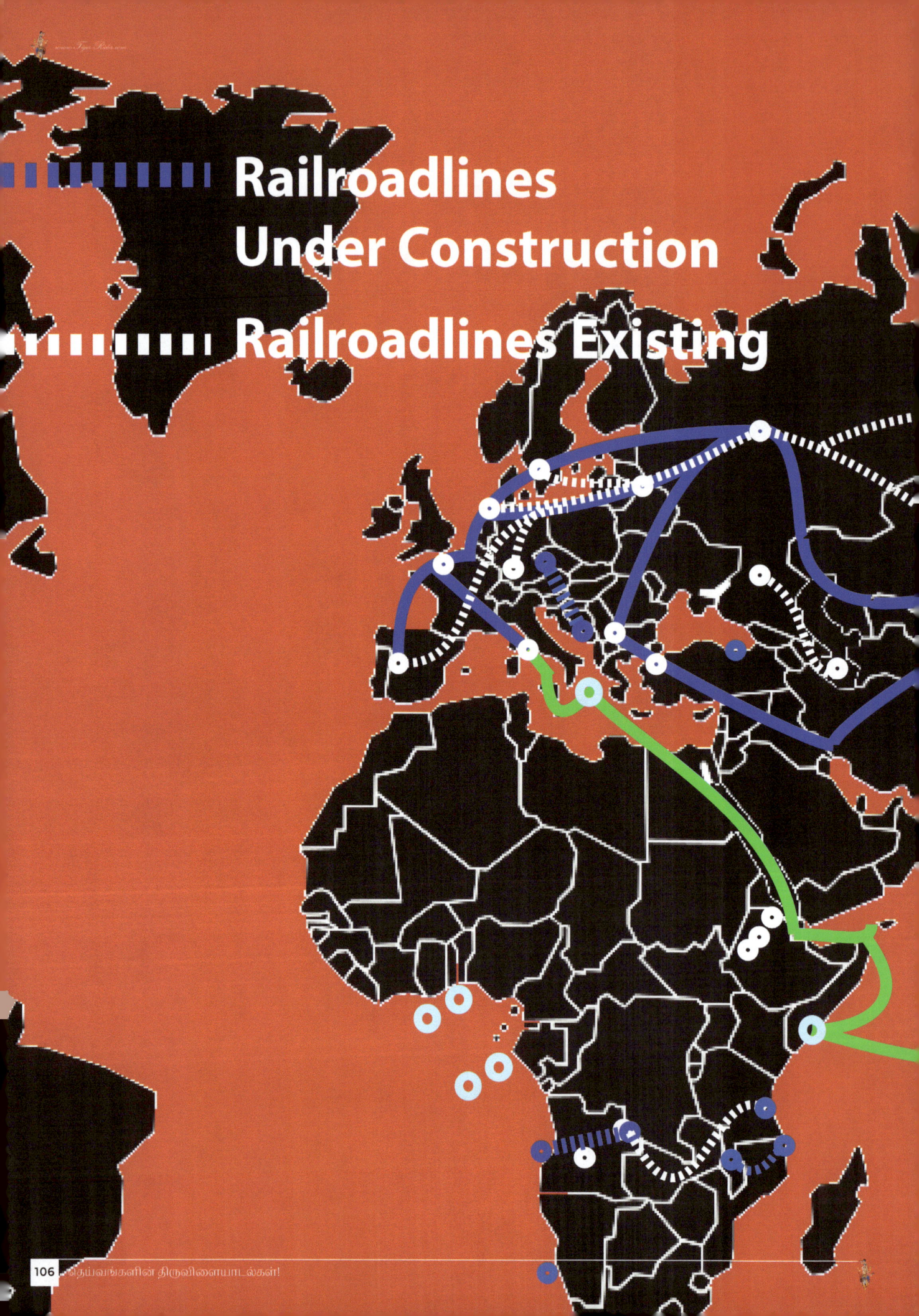

Railroadlines Under Construction

Railroadlines Existing

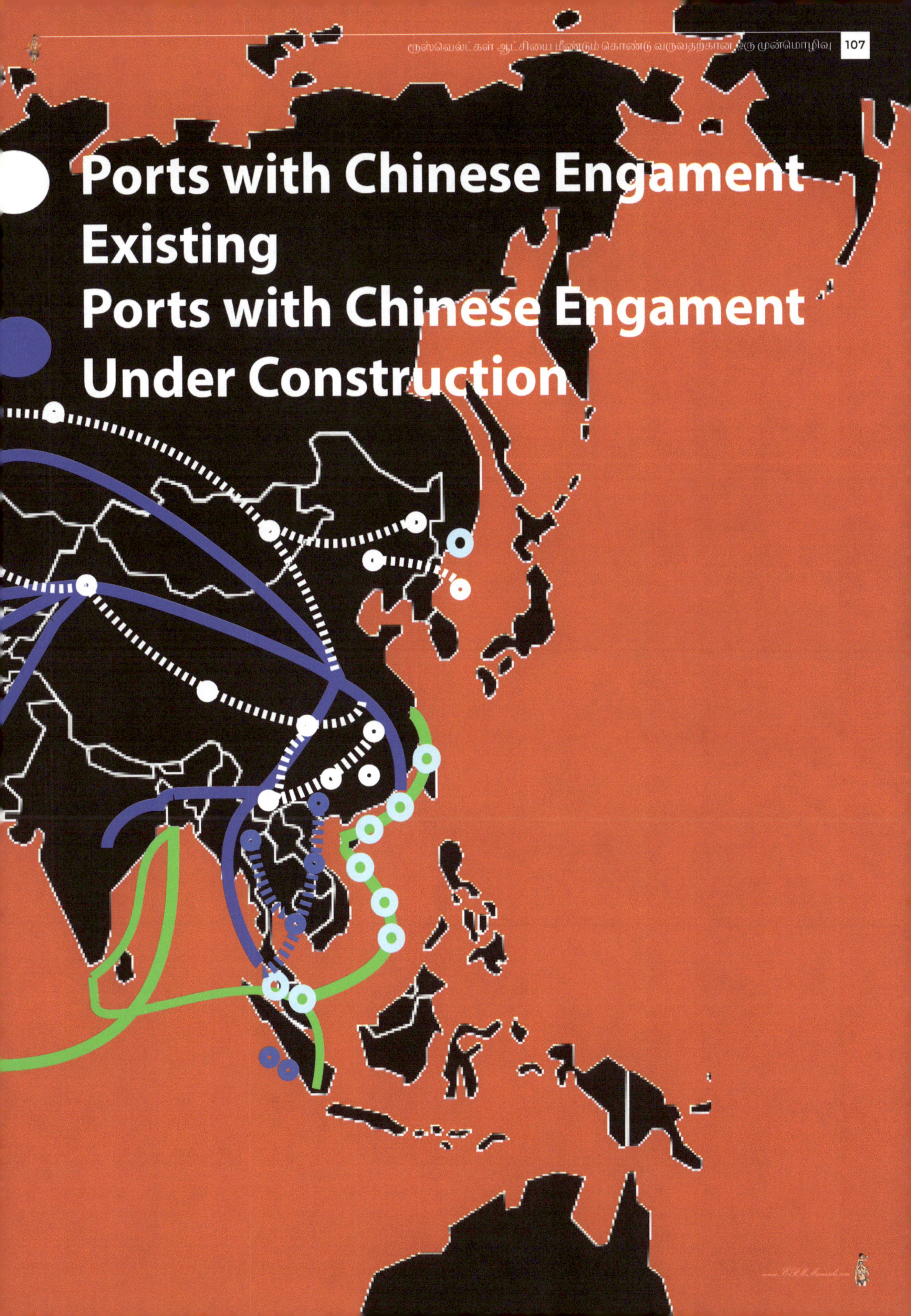

Ports with Chinese Engament Existing

Ports with Chinese Engament Under Construction

* பொது-தனியார் பங்காண்மைகள் மற்றும் பல்கலைக்கழகங்கள் மூலம் தொழில்முனைவுக்கு நாம் புதுபலத்தை அளிக்க வேண்டும்.
* மூலோபாய நிறுவனங்களை மீட்க உதவியாக அவற்றில் அரசாங்கம் பங்கு பத்திர உரிமையைக் கொண்டிருக்க வேண்டும்.
* முக்கிய தொழில்துறைகளில், குறிப்பாக சிலிக்கான் வேலியில், தனியார் பங்கு நிறுவனங்கள் மற்றும் வென்சர் முதலாளித்துவவாதிகளை அரசு கண்காணிப்பில் வைக்க வேண்டும். நமது அறிவுசார் சொத்துரிமைகளைக் கொள்ளையிடும் நோக்கில் சீனாவிலிருந்து கணிசமான நிதி வருகிறது, இது நமது தேசிய பாதுகாப்பு நலனை அச்சுறுத்தக்கூடும்.
* நாம் காலாவதியான குடியேற்ற முறையை கைவிட்டு தகுதி அடிப்படையிலான குடியேற்ற முறையில் கவனம் செலுத்த வேண்டும். நமது பல புதுமையான உயர் தொழில்நுட்ப தலைவர்கள் பலர் உயர்மட்ட குடியேற்றத்தின் விளைவாகவே கிடைத்துள்ளனர்.
* ரூஸ்வெல்ட் செய்தது போல, புதிய கண்டுபிடிப்புகளுக்கு முட்டுக்கட்டையாக உள்ள ஏகபோக தனியுரிமைகளையும், மிகப் பெரியளவில் தோல்வியடையும் வாய்ப்புள்ள நிறுவனங்களையும் நாம் முறிக்க வேண்டும்.

"நாம் செயல்படும் நாடுகளில் மொத்த வர்த்தகங்களின் எண்ணிக்கையில் 99% க்கும் அதிகமாக சிறு மற்றும் மத்திய தர நிறுவனங்கள் (SMEs) மூலமாகவே கிடைக்கின்றன. மதிப்பு கூட்டு சேவைகள் மற்றும் வேலைவாய்ப்புக்கு அவை பெரும் பங்களிக்கின்றன"

— மறுகட்டமைப்பு மற்றும் மேம்பாட்டுக்கான ஐரோப்பிய வங்கி (EBRD)

5. டிஜிட்டல் கட்டமைப்பு

"முதலில் வெற்றியை உறுதிப்படுத்தும் திட்டங்களை தீட்டுங்கள், பின்னர் உங்கள் இராணுவத்தைப் போருக்கு இட்டுச் செல்லுங்கள்; நீங்கள் வியூகத்துடன் தொடங்காமல் முரட்டு பலத்தை மட்டுமே நம்பி போரைத் தொடங்கினால், வெற்றி நிச்சயம் இல்லை" "உங்கள் திட்டங்கள் இரவைப் போன்று கருப்பாகவும் ஊடுருவ இயலாததாகவும் இருக்கட்டும், நீங்கள் சண்டையிடும் போது அது இடி போல இறங்க வேண்டும்."

சன் சூ எழுதிய போர்க் கலை நூலில் இருந்து (கி.மு. 476-221)

"தொழில்துறை டிஜிட்டல்மயமாக்கல் மற்றும் டிஜிட்டல் தொழில்மயமாக்கல் மூலமாக கிடைக்கும் வாய்ப்புகளை நாம் பயன்படுத்திக் கொள்ள வேண்டும், 5ஜி நெட்வொர்க்குகள் மற்றும் டேட்டா மையங்கள் போன்ற புதிய உள்கட்டமைப்புகளின் கட்டுமானத்தை வேகப்படுத்த வேண்டும், டிஜிட்டல் பொருளாதாரம், வாழ்க்கை மற்றும் ஆரோக்கியம் மற்றும் புதிய பொருட்கள் போன்ற வளர்ந்து வரும் மூலோபாய தொழில்கள் மற்றும் எதிர்கால தொழில்களின் கட்டமைப்பை அதிகரிக்க வேண்டும்."

— ஜி ஜின்பிங், சீன கம்யூனிஸ்ட் கட்சியின் பொதுச் செயலர்

பெல்ட் மற்றும் ரோட் திட்டத்தில் (BRI) பங்கு பெற்றுள்ள நாடுகளுடன் சீனா ஏற்கனவே குறிப்பிடத்தக்களவில் டிஜிட்டல் சில்க் சாலைத் திட்ட உடன்படிக்கைகளைச் செய்துள்ளது. போட்டியின்றி உலகம் முழுவதும் அதன் செல்வாக்கை விரிவாக்க டிஎஸ்ஆர் (DSR) என்பது பெய்ஜிங்கின் ஒரு வெளிவேஷம் தான். அவர்களின் உலகளாவிய வர்த்தக அடித்தளத்தை விரிவாக்கவும் மற்றும் அவர்களின் மேற்கத்திய போட்டியாளர்களைத் தாக்கவும், ஹுவாய், டென்சென்ட் மற்றும் அலிபாபா போன்ற சீன தொழில்நுட்ப நிறுவனங்களுக்கு அத்திட்டம் டிஜிட்டல் பின்வாசலாக விளங்குகிறது.

நாம் 2ஜி/3ஜி/4ஜி சண்டைகளில் சிக்கிக் கொண்டிருக்கும் போது, சீனா அதன் 5ஜி விரிவாக்கத்தைத் தாண்டி இப்போது 6ஜி ஐ ஆராய்ந்து வருகிறது. ஓராண்டுக்கு முன்னர், சீனா மொபைல், சீனா யூனிகாம் மற்றும் சீனா டெலிகாம் ஆகிய நி-

றுவனங்களுக்கு சீன அரசு செயல்படுவதற்கான உரிமங்களை வழங்கியது. 2019 இல், அரசு பங்குகளைக் கொண்ட அந்த தொலைதொடர்பு நிறுவனங்கள் நாடு முழுவதுமான நகரங்களில் 5ஜி நெட்வொர்க்குகளை உருவாக்கத் தொடங்கின. 2020 க்குள், அவர்களின் 5ஜி மாற்றத்தை 1100% அதிகரிக்க முன்கணிப்புகள் திட்டமிட்டன. 2019 இல் 50,000 பேஸ் ஸ்டேஷன்களிலிருந்து தொடங்கி, மதிப்பிடப்பட்ட 300 நகரங்களில் சேவையை விரிவாக்க, அவர்கள் 550,000 பேஸ் ஸ்டேஷன்களைக் கட்டமைக்க திட்டமிட்டனர்.[55]

Carrier	5G subs total (millions)	New 5G subs in 2021 (millions)	5G base stations	New 5G base stations 2021	Total subscribers (millions)
China Mobile	251	86	501,000	111,000	946
China Unicom	121	42.2	460,000	80,000	310
China Telecom	131	44.5	460,000	80,000	362
Totals	503	172.7	1,421,000*	271,000	1,618

Source: https://www.theregister.com/2021/08/20/china_5g_progress/

ஆசியாவில் தற்போது சுமார் 30% கேபிள்களின் கட்டுமானம் சீனாவுக்குச் சொந்தமானது அல்லது அவற்றுக்கு உதவி வருகிறது, விரைவில் அவற்றில் 50% க்கும் அதிகமான பங்குகளைப் பெற அது இலக்கு நிர்ணயித்துள்ளது. ஹுவாய் 5ஜி நெட்வொர்க், மேற்கத்திய போட்டியாளர் நெட்வொர்க்குகளை விட அதிநவீனமானது என்பதோடு, அதை அது உலகின் மற்ற பகுதிகளுக்கு மலிவாக சந்தைப்படுத்தி வருகிறது. அமெரிக்காவின் சீரமைக்கப்பட்ட ஜிபிஎஸ் நேவிகேஷன் அமைப்பை விட சீன செயற்கைக்கோள் நேவிகேஷன் அமைப்பு அதிக செயற்கைக்கோள்களைக் கொண்டுள்ளது. பெல்ட் மற்றும் ரோட் திட்டத்தில் (BRI) உள்ள குறைந்தபட்சம் முப்பது நாடுகள் BeiDou நேவிகேஷன் நெட்வொர்க்கிற்காக கையெழுத்திட்டுள்ளன.

பொருளாதார காலனித்துவத்திற்கு அப்பால், சீனா டிஜிட்டல் முறையில் காலனித்துவப்படுத்த முயலுவதால், சீனாவின் பெல்ட் & ரோட் திட்டம் மற்றும் தொழில்நுட்ப உள்கட்டமைப்பை எதிர்கொள்ள, உலகளாவிய டிஜிட்டல் மார்ஷல் திட்டத்தின் முற்போக்கான பதிப்பை நாம் ஆராய வேண்டும்.

சீன அரசு நிதியுதவி பெறும் பகுதியளவிலான தனியார் நிறுவனங்களான அலிபாபா, ஹுவாய், டென்சென்ட் மற்றும் ZTE போன்றவற்றை எதிர்கொள்வது மேற்கத்திய நிறுவனங்களுக்கு ஒரு கடினமான பணியாக தான் இருக்கும், இவை அடிமட்ட விலையில் அதிநவீன பொருட்களை வழங்குகின்றன, இதற்காக மானியங்களுக்குத் தான் நன்றி கூற வேண்டும்.

6. அறிவுசார் மேலாண்மை

"உங்கள் வீரர்களை உங்கள் குழந்தைகளாக பாவியுங்கள், பின்னர் அவர்கள் உங்களை ஆழமான பள்ளத்தாக்குகளில் கூட பின்தொடர்வார்கள்; அவர்களை உங்கள் அன்புக்குரிய மகன்களாக பாருங்கள், பின்னர் அவர்கள் மரணம் வரையில் கூட உங்களுடன் இருப்பார்கள். ஆனாலும் நீங்கள் தயங்கினால், உங்கள் அதிகாரத்தை உங்களால் உணர்த்த முடியாவிட்டால், இளகிய மனதோடு, உங்கள் கட்டளைகளைச் செயல்படுத்த முடியாவிட்டால், அனைத்திற்கும் மேலாக அவர்களைக் கட்டளைக்குக் கீழ்படிய வைக்க முடியாவிட்டால்: பின்னர் உங்கள் வீரர்களை வழி தவறிய குழந்தைகளாக தான் கருத வேண்டியிருக்கும்; எந்த முறையான செயல்களுக்கும் அவர்கள் பயன்பட மாட்டார்கள்."

சன் சூ எழுதிய போர்க் கலை நூலில் இருந்து (கி.மு. 476-221)

இன்று நமக்கு என்ன தேவை என்றால் அதிநவீன தொழில்நுட்பம் மற்றும் மீளெழுச்சி தரும் உபாயங்கள் – ஆனால் நம்மிடம் ஏற்கனவே இருப்பதை வீணடிக்க மட்டுமே சேவையாற்றும் நிதி உபாயங்கள் அல்ல. ஒரு நிறுவனத்தின் அறிவு வளம் மற்றும் அதன் தொழிலாளர்களின் உற்பத்தித் திறன் இரண்டுமே அதன் வெற்றிக்கு முக்கியமாகும். அறிவுசார் மேலாண்மை என்பது குழுப் பணி, கற்றல் மற்றும் கண்டுபிடிப்பு என ஒரு கலாச்சாரத்தின் கட்டுப்பாட்டில் உள்ளது. குழுவின் வளர்ச்சி நிறுவனத்தை அறிவு சார்ந்து முன்னேற்றுகிறது, இது தான் நிறுவனத்தின் எதிர்காலத்திற்கு அடித்தளமாக அமைகிறது. துயரகரமாக, இன்றைய சூழலில், அறிவுசார் வளங்களே முதன்மையாக தாக்கப்படுகின்றன. கடமைப்பாடுகளுக்கான செலவு பிரிவுகளைப் போல அவை கையாளப்படுகின்றன, இதனால் தற்போது நாற்பது மில்லியன் வேலைவாய்ப்பின்மை உருவாகி உள்ளது.

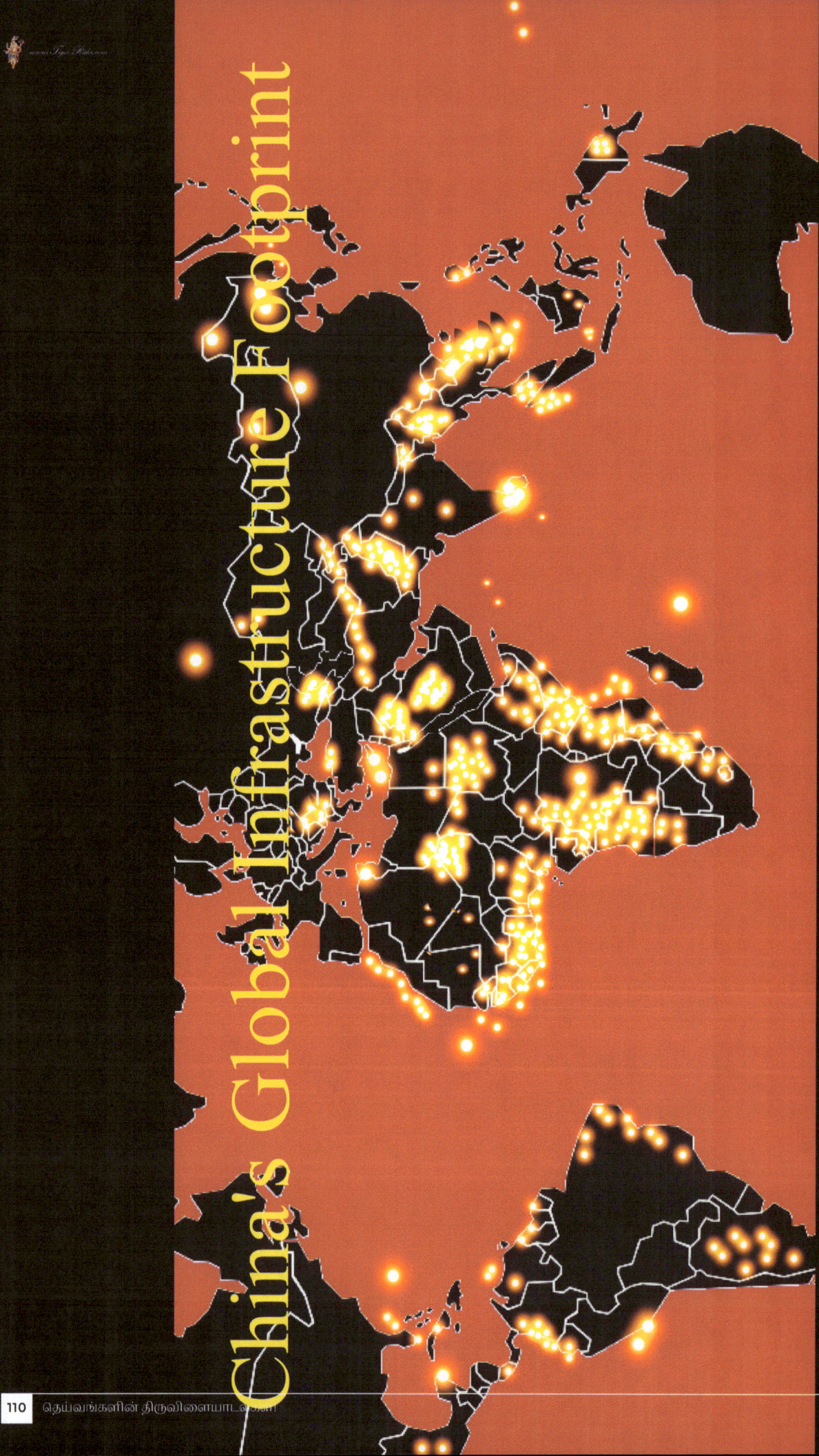

China's Global Infrastructure Footprint

அறிவுசார் ஆதாரவளங்கள் நிறுவனங்களின் முதுகெலும்பாகும் —கடமைப்பாடுகள் அல்ல.

> "திறமையான முதலாளி, புத்திசாலியை, தைரியமான மனிதரை,
> பேராசை கொண்ட வரை மற்றும் முட்டாளை வேலைக்கு அமர்த்துவார்.
> புத்திசாலி அவர் தகுதியை மேம்படுத்துவதில் மகிழ்ச்சி கொள்கிறார்,
> தைரியசாலி செயலில் அவர் தைரியத்தைக் காட்ட விரும்புவார்,
> பேராசைக்காரர் பலன்களைக் கைப்பற்றுவதில் வேகமாக
> செயல்படுவார், முட்டாளுக்கோ மரண பயம் இருக்காது."
> **சன் சூ எழுதிய போர்க் கலை நூலில் இருந்து (கி.மு. 476-221)**

2030 க்குள், வளர்ந்த நாடுகளின் தொழிலாளர்களில் 30 முதல் 40 சதவீதம் பேர் புதிய தொழில்களுக்கு மாற வேண்டி-யிருக்கும் அல்லது அவர்களின் திறன்களைக் கணிசமாக மேம்படுத்த வேண்டியிருக்கும் என்று மெக்கின்சி மாடலிங் காட்டுகிறது. சுமார் 60% வேலைகளால் நாம் இடம் விட்டு இடம் பெயர்வது இருக்கும்; ஒதுக்கப்பட்ட வேலைகளில் 30% க்கு அதிகமானவைத் தானியங்கி முறையில் மாற்றப்பட்டு விடும். அதிருஷ்டவசமாக, தொழில்திறன்சார் தொழிலாளர்களின் பற்றாக்குறை இன்னும் மோசமாக இருக்கும் என்றும் அவர்கள் அறிவுறுத்துகிறார்கள். கோவிட்-19 தொற்று-நோய் ஏற்கனவே டிஜிட்டல்மயமாக்கம் மற்றும் ஆட்டோமேஷன் நோக்கிய மாற்றத்தை வேகப்படுத்தி வருகிறது.

விவசாயம் முதல் சுகாதாரம், பாதுகாப்பு, எரிசக்தி என பல துறைகளில், அமெரிக்கா உலகளாவிய அறிவுசார் துறையின் ஜாம்பவானாக இருந்து வந்துள்ளது. துரதிருஷ்டவசமாக, கீழே உள்ள வரைபடம் எடுத்துக்காட்டும் விதத்தில், பெடரல் முதலீடுகள் உள்நாட்டு உற்பத்தியில் நீண்ட காலமாக ஒரே சீராக வீழ்ச்சியைக் கண்டுள்ளன. இவ்வாறு அமெரிக்க முதலீடுகள் மங்கி வருவது, பொருளாதார மற்றும் மூலோபாய சரிவின் குறிப்புகளாகும். இதற்கிடையே, சீனாவோ அதன் பொறுப்புகளை வேகப்படுத்தி அதன் பலன்களை அறுவடை செய்து வருகிறது.

★★★

Evolution of Knowledge Enterprise

> *"90% of the knowledge in the organization is in the heads of the people. Management spends75 % of their time on the knowledge that is written down."*
> **- Bob Buckman**

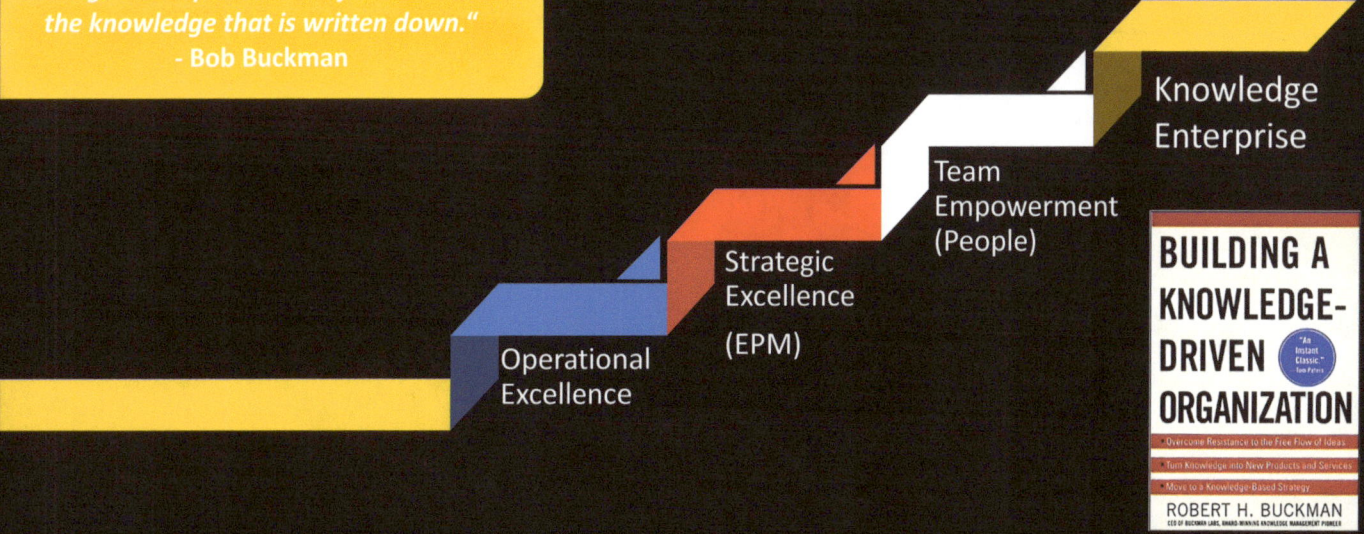

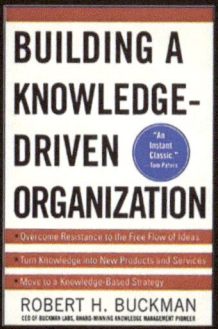

- Operational Excellence
- Strategic Excellence (EPM)
- Team Empowerment (People)
- Knowledge Enterprise

BUILDING A KNOWLEDGE-DRIVEN ORGANIZATION
"An Instant Classic."
ROBERT H. BUCKMAN

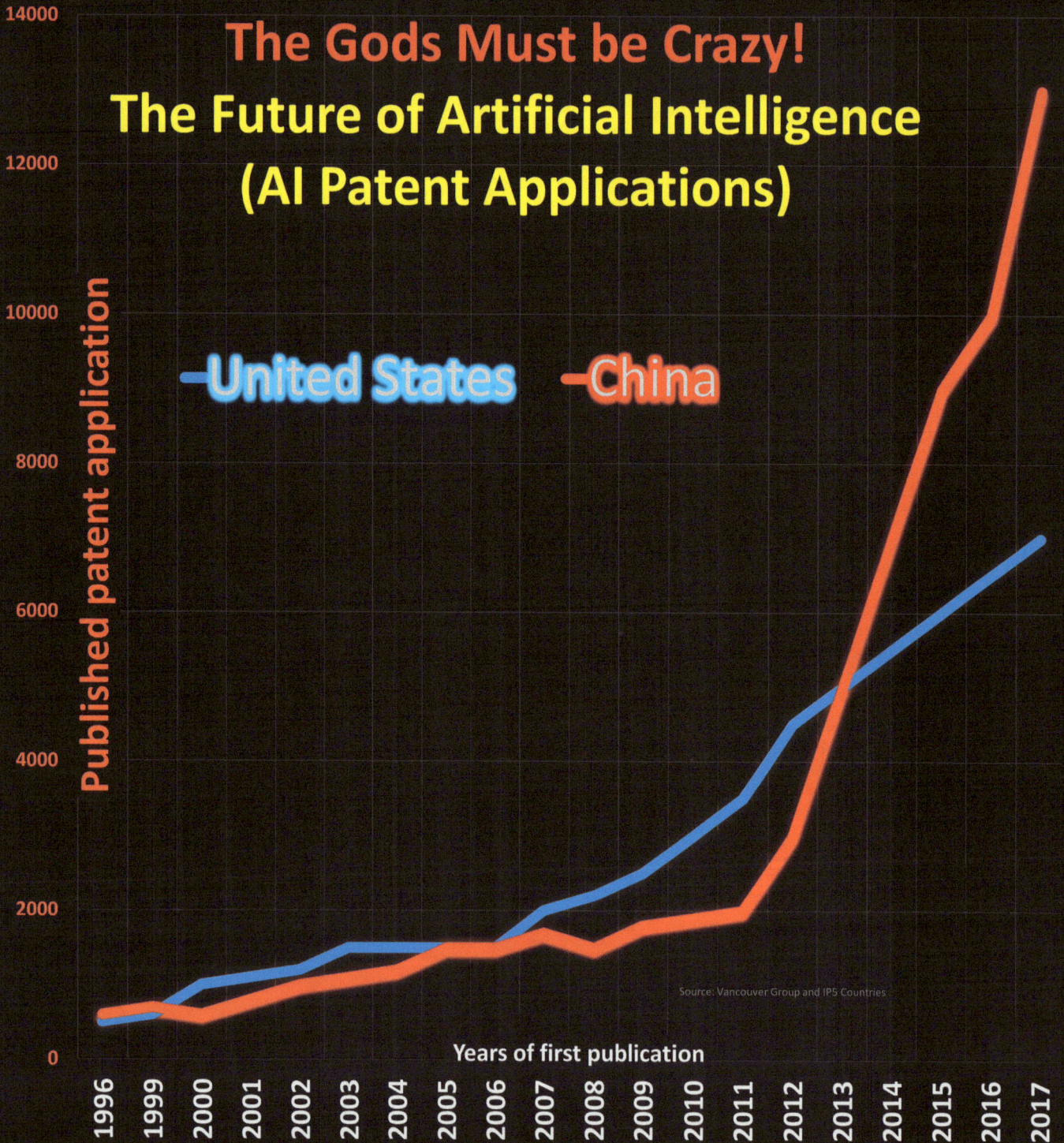

The Gods Must be Crazy!
The Future of Artificial Intelligence
(AI Patent Applications)
United States
China
Published patent application
14000
12000
10000
8000
6000
4000
2000
0
Source: Vancouver Group and IP5 Countries
Years of first publication
1996
1999
2000
2001
2002
2003
2004
2005
2006
2007
2008
2009
2010
2011
2012
2013
2014
2015
2016
2017

7. இராஜாங்க உறவுகள்

"உங்கள் நண்பர்களை நெருக்கமாகவும் உங்கள் எதிரிகளை இன்னும் நெருக்கமாகவும் வைத்திருங்கள்."
சன் சூ எழுதிய போர்க் கலை நூலில் இருந்து (கி.மு. 476-221)

இன்று, நாம் இராஜாங்க உறவுகளுக்குக் குறுக்கே சுவர்களை அல்ல, அவற்றை இடித்து விட்டு, இராஜாங்க உறவுகளுக்கான பாலங்களைக் கட்ட வேண்டும். நாம் பின்வாங்கி சீனா முன்னிலை எடுப்பதற்கு மாறாக, இரண்டாம் உலகப் போருக்குப் பின்னர் ரூஸ்வெல்ட் நிறுவிய உலக வர்த்தக அமைப்பு, உலக வங்கி, சர்வதேச நாணய நிதியம், ஐக்கிய நாடுகள் சபை, மற்றும் உலக சுகாதார அமைப்பு போன்ற நமது வர்த்தகக் கூட்டணிகளை முழுவதுமாக சீரமைத்து, மீண்டும் நாம் முன்னிலை எடுக்க முன்னோக்கி முன்னேற வேண்டும். நாம் பசிபிக் நாடுகளுக்கு இடையிலான பங்காண்மையின் (Trans-Pacific Partnership - TPP) தலைமையைப் பாதுகாத்து, சீனாவுக்கு எதிராக நடவடிக்கைகள் எடுக்க அதை தயார் செய்ய வேண்டியுள்ளது. இந்த பசிபிக் நாடுகளுக்கு இடையிலான பங்காண்மை உடன்படிக்கை என்பது ஆஸ்திரேலியா, புரூனே, கனடா, சிலி, ஜப்பான், மலேசியா, மெக்சிகோ, நியூசிலாந்து, பெரு, சிங்கப்பூர், வியட்நாம் மற்றும் அமெரிக்காவுக்கு இடையே முன்மொழியப்பட்ட ஒரு வர்த்தக ஒப்பந்தமாகும், அது 2016 இல் கையெழுத்தாகி நடைமுறைக்கு வந்தது. துரதிருஷ்டவசமாக, 2017 இல் தற்போதைய நிர்வாகம் அந்த பங்காண்மையில் இருந்து விலகியது, அமெரிக்கா வெளியேறியதில் இருந்து சீனா ஆதாயம் எடுத்துக் கொண்டது.

ரூஸ்வெல்ட் ஆண்டுகளின் போது, (மொத்த உள்நாட்டு உற்பத்தி சதவீத அடிப்படையில்) அதிக நிகர சர்வதேச முதலீட்டு நிலைமைகளுடன் சேர்ந்து, உலகளவில் அமெரிக்கா மிகவும் மரியாதைக்குரிய நாடாக மதிக்கப்பட்டது. சுமார் 1980 களுக்கு முன்பு வரை, அமெரிக்காவின் சொத்திருப்புகளை வெளிநாட்டவர்கள் வைத்திருந்ததை விட வெளிநாடுகளின் சொத்திருப்புகள் அதிகமாக அமெரிக்கா வசம் இருந்தன. 1990 களுக்குப் பின்னர், அமெரிக்கா அதன் விலை மதிப்பான சொத்துக்களை வெளிநாட்டவர்களுக்கு விற்று வருகிறது, இதற்காக அதன் சீரழிந்த ஆடம்பர வாழ்க்கை முறைக்குத் தான் நன்றி கூற வேண்டி இருக்கும்.

2016 நிலவரப்படி, சீனா தான் பெரும்பாலான நாடுகளின் (124) முன்னணி வர்த்தகப் பங்காளியாக உள்ளது. இது அமெரிக்காவை விட (56) இரண்டு மடங்கு அதிகம். கவலைக்குரிய விதத்தில், அமெரிக்க தூதரக கப்பல்களே கூட செல்வந்த நன்கொடையாளர்களுக்கு விற்கப்படுகின்றன. வழக்கமான ஜனாதிபதி பிரச்சாரங்களுக்குப் பில்லியன் கணக்கில் செலவிடப்படுகின்றன, பணக்காரர்களுக்கும் சக்தி வாய்ந்தவர்களுக்கும் அனைத்தும் விற்கப்படுகின்றன. அரசு துறைக்குச் செலவிட்டதை விட நாம் சுமார் 5000% அதிகமாக இராணுவ பட்ஜெட்டுக்குத் தான் செலவிடுகிறோம். முன்னாள் பாதுகாப்பு செயலர் ராபர்ட் கேட்ஸ் கூறியதைக் கூறுவதானால், "ஒட்டுமொத்த அமெரிக்க வெளியுறவு சேவையில் இருப்பவர்களை விட அதிகமானவர்கள் இராணுவ அணுவகுப்பு இசைக்குழுவில் இருக்கிறார்கள்."

"சந்தர்ப்பவாத உறவுகளை நிலையாக வைத்திருக்க முடியாது. கௌரவமான மனிதர்களின் தொடர்பு, தொலைவில் இருந்தாலும், காலத்திற்கு ஏற்ப மாறுவதில்லை: அது நான்கு பருவங்களிலும் மங்காமல் தொடர்கிறது, ஆபத்து காலத்திலும் சரி சமாதானக் காலத்திலும் சரி அது நிலையாக நீடிக்கிறது."
சன் சூ எழுதிய போர்க் கலை நூலில் இருந்து (கி.மு. 476 – 221)21 BC)

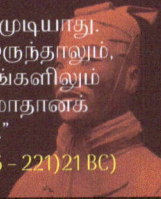

உலகின் மற்ற பகுதிகள் அமெரிக்காவை வர்த்தக உறவுகளின் பாதுகாவலனாக நம்பியதால் அது மிகவும் சக்தி வாய்ந்ததாக இருந்தது. இதற்காக, அவை நமக்கு கையிருப்பு செலாவணி அச்சிடும் தனிச்சலுகையை வழங்கின. அந்த வர்த்தக உறவுகளை நாம் சிதறடித்தால், மத்திய சாம்ராஜ்யம் அதன் சொந்த தனிச்சலுகைக்காக விரைவிலேயே அதை கைப்பற்றி விடும்.

அமெரிக்கா உலகளவில் நல்லுறவுகளை ஏற்படுத்தி இருந்ததுடன், 1970 கள் வரை இறக்குமதி செய்ததை விட அதிகமான பொருட்கள் மற்றும் சேவைகளை ஏற்றுமதி செய்தது. வருந்தத்தக்க வகையில், கடந்த இரண்டு தசாப்தங்களில், நாம் நமது வர்த்தக இராஜதந்திர மாய சக்தியை இழந்து, இந்த வரைபடத்தில் இருப்பதைப் போல, குறிப்பாக சீனாவுக்காக, தனிமைப்படுத்தப்பட்ட ஒரு குப்பைக் கூலமாக மாறிவிட்டோம்.

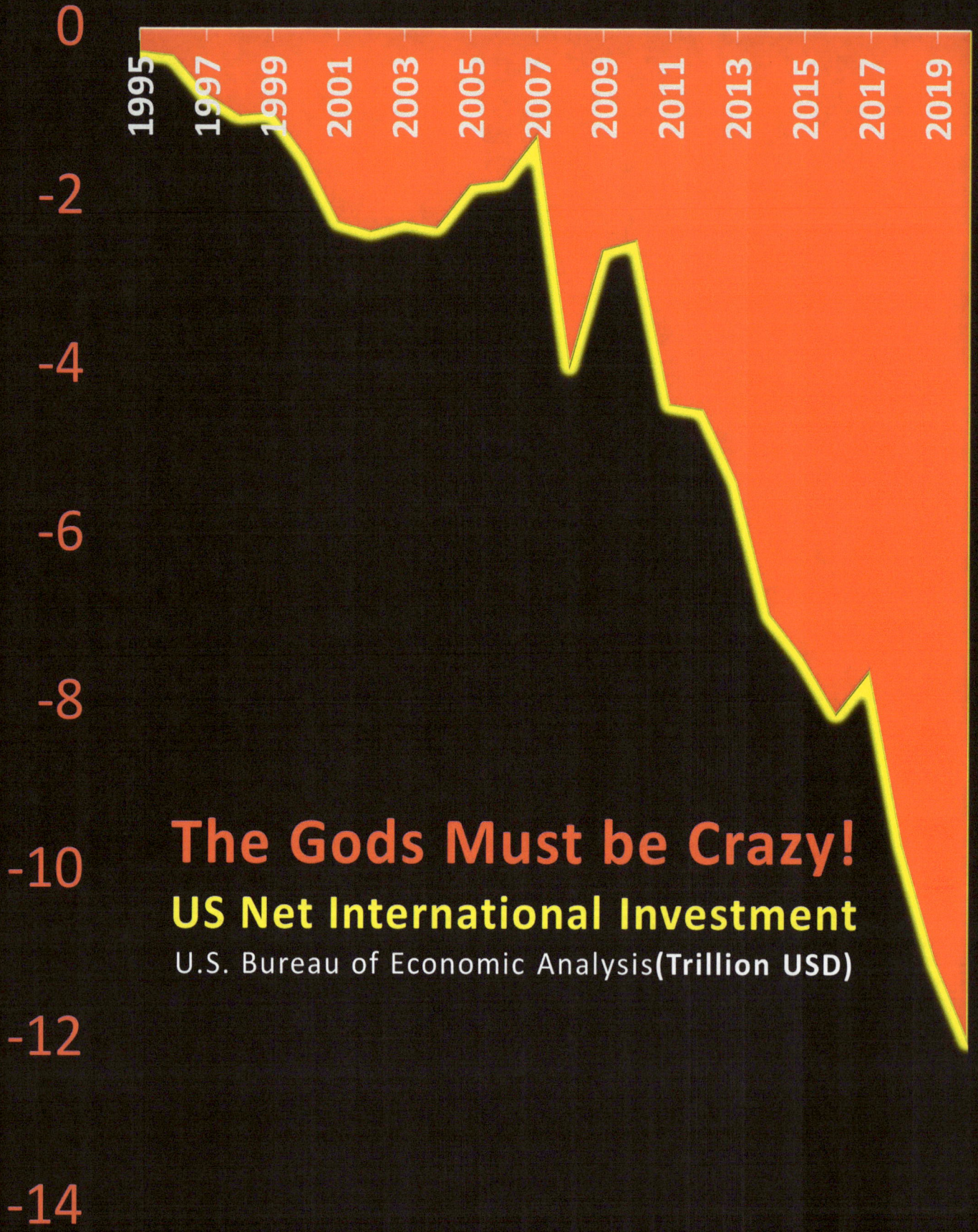

The Gods Must be Crazy!
US Net International Investment
U.S. Bureau of Economic Analysis(Trillion USD)
0
-2
-4
-6
-8
-10
-12
-14
1995
1997
1999
2001
2003
2005
2007
2009
2011
2013
2015
2017
2019

8. உலக செலாவணியாக தங்கத்தின் தரநிலை

> “ஜெயிக்கும் போரை உருவாக்குவது வெள்ளி நாணயத்திற்கு எதிராக தங்க நாணயத்தை வைப்பது போன்றது.
> தோற்கும் ஒரு போரை உருவாக்குவது தங்க நாணயத்திற்கு எதிராக வெள்ளி நாணயத்தை வைப்பது போன்றது.”.
> சன் சூ எழுதிய போர்க் கலை நூலில் இருந்து (கி.மு. 476-221)

கையிருப்பு செலாவணிகள் (ரிசர்வ் கரன்சி), நம் நிறுவனத்திற்கு, குறைந்த செலவில் அதிக பணம் கடன் வாங்கும் "தெய்வீக சலுகையை" அளிக்கின்றன. இது ஈரான், வெனிசுவேலா மற்றும் வட கொரியா பிராந்தியங்களின் ஆட்சிகளைக் கட்டுப்பாட்டில் வைப்பது போன்ற, உலகளவில் அமெரிக்க டாலரில் நடக்கும் எல்லா நிதி பரிவர்த்தனைகள் மீதும் மகத்தான சக்தியை செலுத்த நம்மை அனுமதிக்கிறது. அமெரிக்க டாலர் 1944 இல் உலகின் கையிருப்பு செலாவணியாக மாறியது, இதற்காக ரூஸ்வெல்ட்டுக்குத் தான் நன்றி கூற வேண்டும். அந்த நேரத்தில், பொருளாதார ரீதியிலும், நிதிய ரீதியிலும் மற்றும் இராணுவ ரீதியாகவும் அமெரிக்கா மிகவும் செல்வாக்கு மிக்க நாடாக இருந்தது. இருப்பினும், கையிருப்பு செலாவணி மூலமாக கிடைக்கும் கூடுதல் அதிகாரம் இன்னும் கூடுதலான பொறுப்புகளுடன் சேர்ந்து வருகிறது.

எழுபத்தைந்து ஆண்டுகளுக்கு முன்னர், அமெரிக்க பொருளாதாரம் உலகின் மொத்த உள்நாட்டு உற்பத்தியில் 40% ஆக இருந்தது. ஆனால், இன்றோ அது PPP இல் 15% க்கும் குறைவாக குறைந்து விட்டது. இதே நேரத்தில், சீனா 20% க்கும் அதிகமாக சீறிப் பாய்ந்து முன்னேறிக் கொண்டிருக்கிறது. கையிருப்பு செலாவணியின் பாதுகாவலராக நம் தனியந்தஸ்தை நாம் துஷ்பிரயோகம் செய்ததால், நம் மீதான நல்லெண்ணம் சிதைத்து விட்டது. ஆகவே தற்போதைய அணுகுமுறைகளை மறுபரிசீலனை செய்ய வேண்டும், இல்லையெனில் நமது பேரரசின் நாட்கள் எண்ணப்படும்.

அதிர்ஷ்டவசமாக, இன்னமும் கூட உலக வர்த்தகத்தில் 79.5% அமெரிக்க டாலர்களில் தான் மேற்கொள்ளப்படுகின்றன, அதன் கையிருப்பு செலாவணி அந்தஸ்துக்கு நன்றி[56] . கையிருப்பு செலாவணியை ஓர் அரசியல் கருவியாக துஷ்பிரயோகம் செய்து வரம்பில்லாமல் அதை அச்சிடுவதற்கு பதிலாக, ரென்மின்பி (Renminbi) மற்றும் அதன் கிரிப்டோகரன்சியிடம் அமெரிக்க டாலர் அதன் அந்தஸ்தை இழப்பதற்கு முன்னர், கையிருப்பு செலாவணியாக அதன் மீதான நம்பிக்கையை நாம் மீட்டமைக்க வேண்டும். சீன நிதி மையங்கள் மற்றும் அவற்றின் கிரிப்டோகரன்ஸிகளின் எழுச்சிக்கு நிகராக நாம் சர்வதேச நாணய நிதியம், உலக வங்கி மற்றும் நமது வங்கி அமைப்பு முறையை நவீனப்படுத்த வேண்டும். பெரிதும் உலகளாவிய மொழியாக ஆங்கிலம் இருப்பதைப் போலவே, கையிருப்பு செலாவணிகளும் நிலையான கூடுதல் அதிகாரம் வழங்குகின்றன, ஏனெனில் பழக்கத்தை மாற்ற காலம் எடுக்கும். இருப்பினும், உடனடியாகவோ அல்லது தாமதமாகவோ, உலகின் பிற பகுதிகள் சீன யுவானைக் கொண்டு வர்த்தகம் செய்வதற்குத் தயங்கும் போது, அதன் பளபளப்பு மங்கிவிடும். பேஸ்புக்கும், அதன் எலக்ட்ரோ-டாலர் (லிப்ரா கிரிப்டோகரன்சி) மூலம் டிஜிட்டல் ரீதியாக காலனித்துவப்படுத்த நாவில் எச்சில் ஊற காத்துக் கொண்டிருக்கிறது.

9. எலக்ட்ரோ-டாலர்

> “பெருங்குழப்பங்களுக்கு மத்தியிலும், வாய்ப்பு உள்ளது”
> சன் சூ எழுதிய போர்க் கலை நூலில் இருந்து (கி.மு. 476-221)

75 ஆண்டுகளுக்கும் மேலாக, நேரடியாகவும் மறைமுகமாகவும், அமெரிக்கா தான் பெரும்பாலான பொருளாதாரத்தைக் கட்டுப்பாட்டில் வைத்துள்ளது. நம் கையிருப்பு செலாவணி அந்தஸ்து மற்றும் உலகளவில் வங்கிகளுக்கு இடையிலான நிதி பரிவர்த்தனை சமூகம் (SWIFT) போன்ற அமைப்புகள் மீது நமக்கிருக்கும் கட்டுப்பாடு ஆகியவற்றால் இந்த செல்வாக்கு நமக்கு கிடைத்திருந்தது.

The Gods Must Be Crazy!
US Trade In Goods With China
U.S. Department of Commerce (Billion USD)

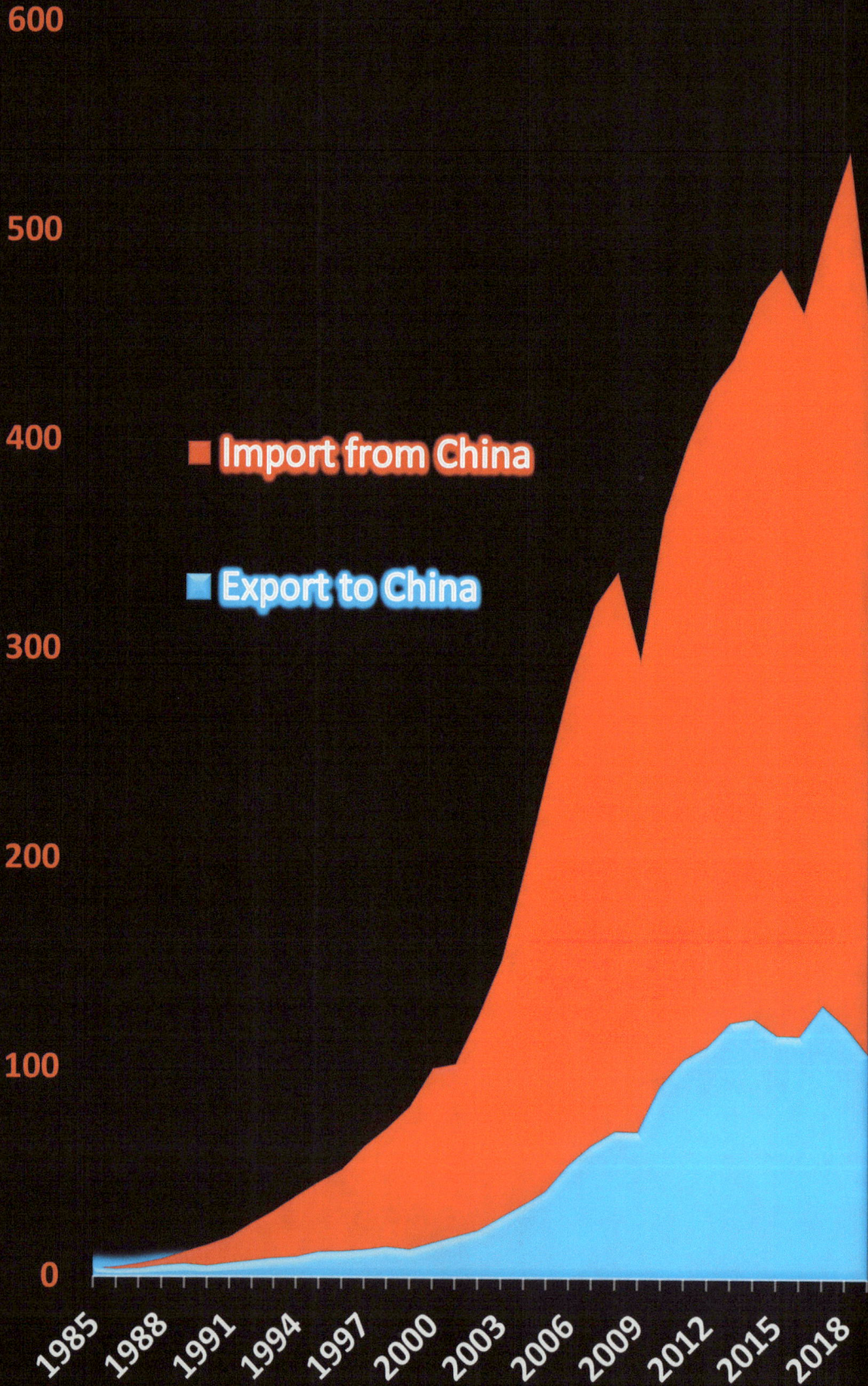

■ Import from China

■ Export to China

2019 இல், அமெரிக்க தடுப்பாணைகளை மீறுவதைத் தவிர்ப்பதற்காக, அமெரிக்க டாலர் அல்லாத மற்றும் SWIFT அமைப்பைத் தவிர்த்த பரிவர்த்தனைகளை எளிதாக்குவதற்காக, ஐரோப்பிய சேய் நிறுவனங்கள் (SPV) ஈரானுடன் வர்த்தக பரிவர்த்தனை அமைப்பை (INSTEX) அமைத்தன. INSTEX என்பது பண்டமாற்று முறையின் ஒரு வடிவம், அது ஐரோப்பிய ஒன்றிய நிறுவனங்களையும், சாத்தியமானளவுக்கு உலகின் பிற பகுதிகளையும், எல்லைக் கடந்து அமெரிக்க டாலரில் பரிவர்த்தனை செய்யும் அடிப்படையில் அமைந்த SWIFT ஐ கைவிட்டு அமெரிக்க நிதி அமைப்பைத் தவிர்க்க அனுமதிக்கிறது. ஈரானுடன் வர்த்தகம் செய்வதற்காக அமெரிக்காவின் மூன்று முக்கிய நீண்ட கால கூட்டாளிகளான (ஜெர்மனி, பிரான்ஸ் மற்றும் இங்கிலாந்து) தற்போது இதை பின்பற்றும் போது, இது வரப்போகும் ஆபத்துக்கான ஓர் எச்சரிக்கையாக உள்ளது. இதை நாம் அமெரிக்க கொள்கைகளுக்கு எதிரான அச்சுறுத்தலாக மட்டமல்ல, நம் கையிருப்பு செலாவணி அந்தஸ்து கையை விட்டுப் போக இருப்பதன் ஒரு வெள்ளோட்டமாகவும் பார்க்க வேண்டும். சீனாவுக்கும் ஈரானுக்கும் இடையே ரென்மின்பியில் வர்த்தக ஒப்பந்தம் கையெழுத்தாகி உள்ளது, மேலும் இந்தியா போன்ற இன்னும் பல நாடுகளும் இந்த வழியை விரைவில் பின்பற்றும். சீனா ஒரு மூடிய சமூக அமைப்பாக இருந்தாலும் திறந்த வணிக அணுகுமுறையைக் கொண்டுள்ளது, மேலும் அது அதன் மூலோபாய நகர்வுகளை மேற்கொள்வதற்கு முன்னால் அது அமெரிக்க அமைப்புமுறையை விரிவாக ஆராய்கிறது. நம் திறந்த முதலாளித்துவ சமூகம் தீவிரமாக மூடிய மனநிலையை நோக்கி நகர்வதாக தெரிகிறது. நம் தனித்துவத்தின் மீது நாம் பொறுப்பின்றி இருக்கிறோம், நம்மிடம் முற்றிலுமாக நீண்டகால மூலோபாய சிந்தனை இல்லை. நாம் ஒரு வல்லரசாக மாற உதவிய நம் மூலோபாய பங்காளிகளை அங்கீகரிக்க வேண்டிய நேரம் இது.

2008 ஆம் ஆண்டு பொருளாதார சுனாமியிலிருந்து, சீனா மேற்கத்திய அமைப்புகள் மீது நம்பிக்கை இழந்து, மாற்று தீர்வுகளை ஆராயத் தொடங்கி உள்ளது. அவர்கள் வங்கிகளுக்கு இடையிலான எல்லைக் கடந்த பணப் பரிமாற்ற முறையை (Cross-Border Interbank Payment System – CIPS) உருவாக்கினர். அமெரிக்கா நிறுவிய சர்வதேச நாணய நிதியம் மற்றும் உலக வங்கிக்கு மாற்றாக ஆசியா உள்கட்டமைப்பு முதலீட்டு வங்கி (AIIB) மற்றும் முன்னர் பிரிக்ஸ் வங்கி (BRICS) என்று அழைக்கப்பட்ட புதிய வளர்ச்சி வங்கி (NDB) போன்ற சீனாவை மையமாக கொண்ட மிகப்பெரிய நிதி அமைப்புகளை சீனா நிறுவியது. WeChat மற்றும் Alipay போன்ற அதிநவீன டிஜிட்டல் பணப்பரிமாற்ற முறைகளையும் சீனர்கள் உருவாக்கியுள்ளனர், இவை சுமார் இரண்டு பில்லியன் பயனர்களின் செயல்பாடுகளைக் கொண்டுள்ளதுடன், இது டிஜிட்டல் சில்க் சாலை (DSR) பிளாட்பார்ம் வழியாக இயங்கத் தொடங்கியதும் அதிவேகமாக விரிவடையும்.

நாம் கோவிட்-19 மற்றும் உள்நாட்டு அமைதியின்மையோடு மல்லுக்கட்டிக் கொண்டிருந்த போது, சீனர்கள் பிளாக்செயின் சேவை நெட்வொர்க்கை (BSN) தொடங்கினார்கள். உலகின் மிகப்பெரிய பிளாக்செயின் தொழில்நுட்ப சூழலில் அமைந்துள்ள இந்த "டிஜிட்டல் யுவான்", சீனாவைத் தேசிய எலக்ட்ரோ-டாலர் (டிஜிட்டல் நாணயம்) வெளியிட்ட முதல் மிகப் பெரிய பொருளாதாரமாக ஆக்கியது. பிளாக்செயின் சேவை நெட்வொர்க் (BSN) உள்கட்டமைப்புகளுக்கான உள்கட்டமைப்பு என்று அழைக்கப்படுகிறது. அனுமதி தேவையற்ற இந்த பிளாக்செயின் சூழல், மிகப் பெரியளவில் டேட்டா, 5ஜி தகவல் தொடர்புகள், தொழில்துறை IoT, க்ளாவ்ட் கம்ப்யூட்டிங் மற்றும் செயற்கை நுண்ணறிவு ஆகியவற்றை ஒட்டுமொத்தமாக ஒருங்கிணைத்து செயல்படுத்துகிறது. இந்த நிதிய தொழில்நுட்பம் ஏனைய பல்வேறு பயன்பாட்டு சேவைகளையும் வழங்கும். சீனாவின் பெல்ட் மற்றும் ரோட் திட்டத்தின் எல்லா பங்காளிகளை இந்த பிளாட்பார்மில் இணைப்பதன் மூலம் டிஜிட்டல் சில்க் சாலையை (DSR) நிதிய நரம்பு மண்டலமாக செயல்பட வைக்க, பிளாக்செயின் சேவை நெட்வொர்க் (BSN) முக்கிய இலக்காக இருக்கும்.

ஜேபிமோர்கன் அறிக்கையின் அடிப்படையில், "சீர்குலைக்கும் டிஜிட்டல் நாணயத்தின் ஆற்றலுக்கு அமெரிக்கா அளவுக்கு வேறெந்த நாடும் இழப்பைச் சந்திக்க போவதில்லை." துரதிர்ஷ்டவசமாக, வால் ஸ்ட்ரீட்டால் இயக்கப்படும் நம் காலாவதியான நிதிய பிளாட்பார்ம், டிஜிட்டல் சீர்குலைவுக்குத் தயாராக உள்ளது. நாம் உடனடியாக நடவடிக்கை எடுக்காவிட்டால், 75 ஆண்டுகளுக்கு முன்னர் கட்டப்பட்ட நம் காலாவதி.

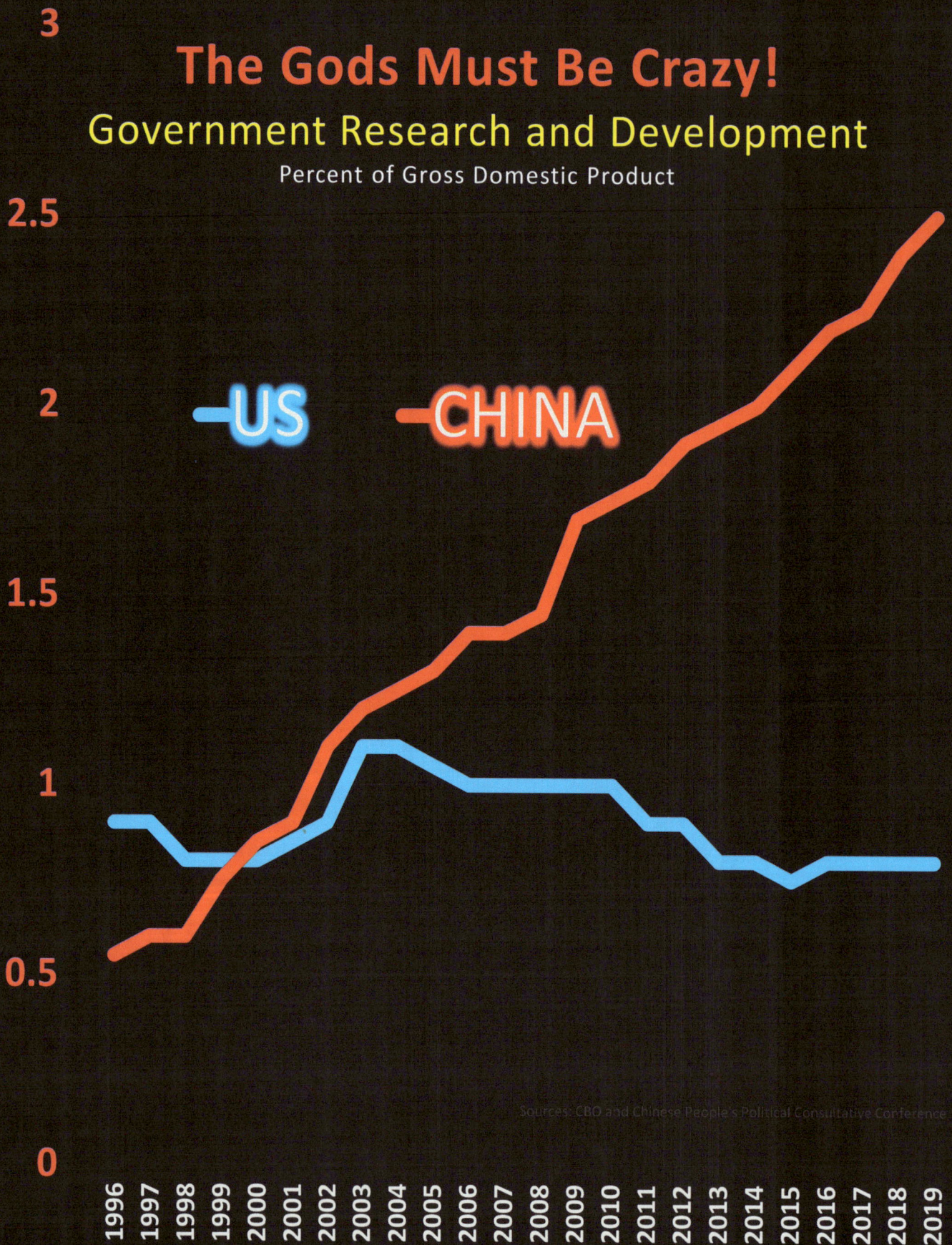

The Gods Must Be Crazy!
Government Research and Development
Percent of Gross Domestic Product
US
CHINA
3
2.5
2
1.5
1
0.5
0
1996
1997
1998
1999
2000
2001
2002
2003
2004
2005
2006
2007
2008
2009
2010
2011
2012
2013
2014
2015
2016
2017
2018
2019
Sources: CBO and Chinese People's Political Consultative Conference

The Gods Must be Crazy!
Global Reserve Currencies since 1400

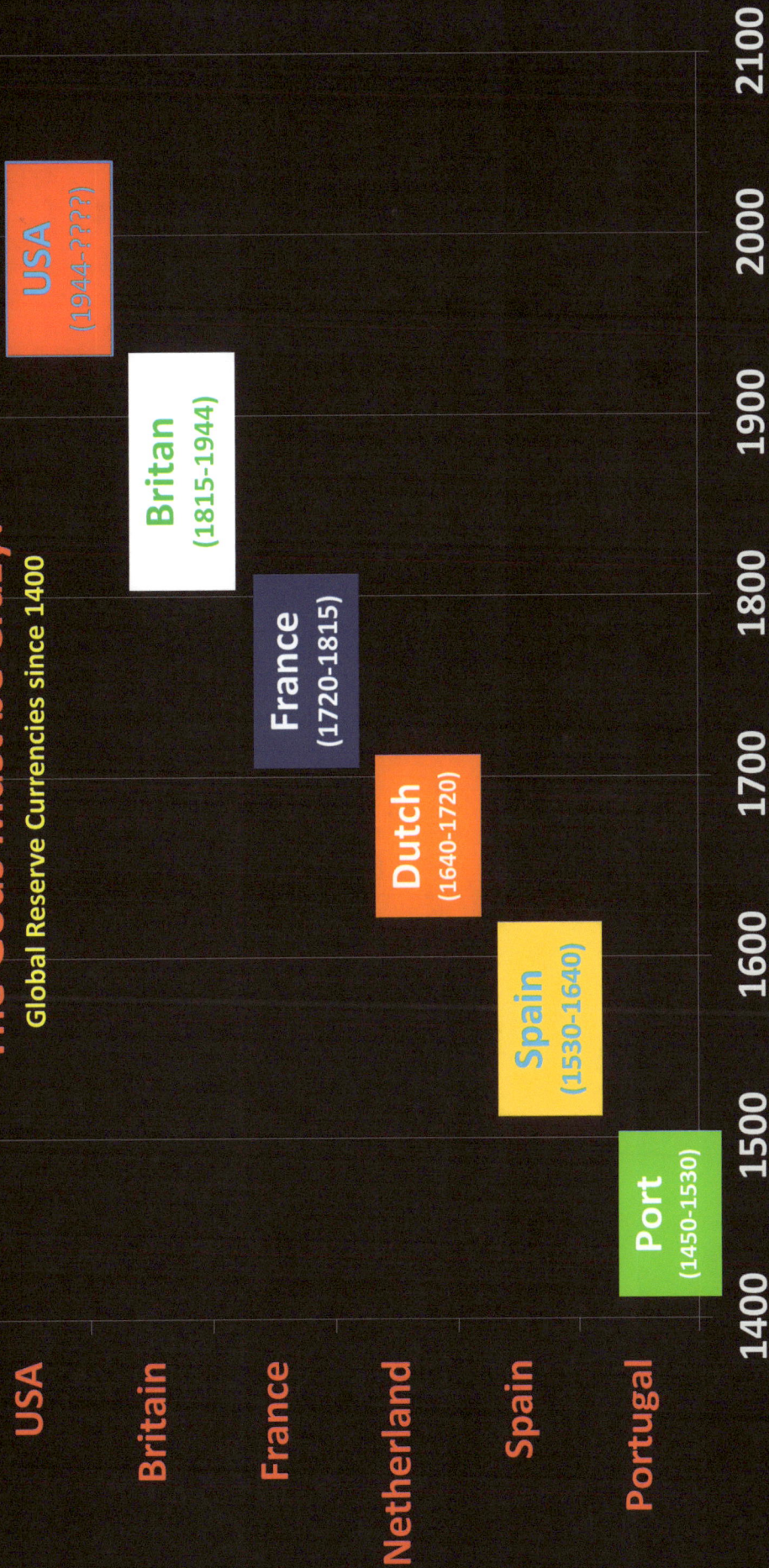

USA (1944-????)

Britan (1815-1944)

France (1720-1815)

Dutch (1640-1720)

Spain (1530-1640)

Port (1450-1530)

USA	Britain	France	Netherland	Spain	Portugal

1400 1500 1600 1700 1800 1900 2000 2100

10. நிதி மூலதனம்

போராட விரும்புபவர் முதலில் அதற்கு கொடுக்க இருக்கும் விலையைக் கணக்கிட வேண்டும்"
சன் சூ எழுதிய போர்க் கலை நூலில் இருந்து (கி.மு. 476-221)

நியூயார்க் நகரம் ஒரு காலத்தில் சுதந்திர உலகின் பொறுப்பான வடிவமைப்பாளர்கள் சேவையாற்றிய, உலகின் நிதித்துறை நரம்பு மண்டலமாக விளங்கியது. அதீத பொருளாதார உபாயங்களினால், துரதிருஷ்டவசமாக, அது முதலாளித்துவத்தின் கல்லறையாக மாறி வருகிறது.

மறுபுறம், சீனா அதன் நிதி மையத்தை வேகமாக ஷாங்காய்க்கு வெளியே அபிவிருத்தி செய்து வருவதால், இது படிப்படியாக அமெரிக்காவின் செல்வாக்கைக் குறைத்து வருகிறது. 90 களின் பிற்பகுதியில் உச்சத்தில் இருந்த, பொது நிறுவனங்களின் எண்ணிக்கை அமெரிக்காவில் படிப்படியாக குறைந்து வருகிறது. இந்த எண்ணிக்கை இன்று 7,000 இல் இருந்து 3,000 க்கும் குறைவாக சுருங்கி விட்டது.[57] மீண்டும் இந்த எண்ணிக்கையும், தனியார் பங்கு நிறுவனங்கள், இணைப்புகள் மற்றும் கையகப்படுத்துதல்கள் மற்றும் மூலதன வெளியேற்றங்கள் போன்ற நமது நிதி உபாயங்களின் விளைவாகும்.

இதற்கிடையில், அதே காலகட்டத்தில், சீன பங்குச்சந்தைப் பூஜ்யத்திலிருந்து 5000 க்கு நெருக்கமாக வளர்ந்தது. அமெரிக்காவில், இந்த எண்ணிக்கை 50% க்கும் அதிகமாக குறைந்தது. இதற்கிடையில், கடந்த 25 ஆண்டுகளில் சீனா 1000% வளர்ச்சி விகிதத்தைக் கண்டுள்ளது.

நான் போற்றிப் பாதுகாத்து வைத்திருக்கும் மூன்று பொக்கிஷங்கள்: ஒன்று கருணை, இரண்டாவது சிக்கனம், மூன்றாவது மற்றவர்களை விட முன்னுரிமை பெற விரும்பாத நிலை. கருணையின் மூலம் ஒருவன் மிகவும் தைரியசாலியாக மாறலாம், சிக்கனத்தின் மூலம் உயர்நிலையைத் தொடலாம், முன்னுரிமை பெற விரும்பாத நிலையால் ஒருவர் திறம்பட உயிர் வாழலாம். ஒருவர் கருணையையும் தைரியத்தையும் விட்டு விட்டால், சிக்கனத்தையும் பரந்த சிந்தனையையும் விட்டு விட்டால், ஆக்ரோஷத்திற்காக அடக்கத்தை விட்டு விட்டால், அவர் இறந்து விடுவார். போரில் கருணையைப் பயிற்சி செய்தால் அது வெற்றிக்கு வழி வகுக்கும், தற்காப்பில் கருணையைப் பயிற்சி செய்தால் பாதுகாப்புக்கு வழி வகுக்கும்."
சன் சூ எழுதிய போர்க் கலை நூலில் இருந்து (கி.மு. 476-221)

தன் இனத்தை தானே கொல்லும் நம் தற்போதைய முதலாளித்துவ அமைப்புமுறை, வாஷிங்டன் டிசி இல் உள்ள அரசியல் நடவடிக்கை குழுக்கள் மற்றும் தரகர்களின் காலடியில் விழுந்து கிடக்கிறது. பல தனியார் பங்கு நிறுவனங்கள் மற்றும் பிற முதலீட்டு நிறுவனங்கள் சீனாவிடம் இருந்தும் மற்றும் பிற வெளிநாடுகளிடம் இருந்தும் இறையாண்மை செல்வ நிதிகள் மூலமாகவும் நிதியுதவி பெறுகின்றன, அவர்கள் நம் நலன்களை மனதில் கொண்டிருக்க மாட்டார்கள். கார்பரேட் வேட்டைக்காரர்களும் கோர்டன் கெக்கோ பருந்துகளும் வேகமாக பணம் சேர்க்க நாடுகிறார்கள். இந்த வர்த்தகங்களில் பெரும்பாலானவைக் கணினிகளுக்கு இடையே எந்த அடிப்படையும் இல்லாமல் அல்காரிதம்கள் அடிப்படையில் நடக்கின்றன. அவை அவமானமானகரமானவை. நீடித்து தக்க வைத்துக் கொள்ள, முதலில், நாம் அரசியல் நடவடிக்கை குழுக்களைத் தடை செய்ய வேண்டும். இந்த அமைப்புமுறையை ஊழல் மற்றும் துஷ்பிரயோகத்தில் மூழ்கடிக்கும், அரசியல் சதுப்பு நிலத்தின் (வாஷிங்டன் டிசி) அரசியல்வாதிகளுக்கும் அரசியல் தரகர்களுக்கும் இடையே ஆடிக் கொண்டிருக்கும் கதவு விசாரணைக்கு உட்படுத்தப்பட வேண்டும்.

- ★ சீனாவின் $10 ட்ரில்லியன் டாலர் மதிப்பிலான இராஜதந்திர கடன்-வலைப்பொறி, அடுத்த தலைமுறை பெல்ட் & சில்க் ரோட் திட்டம் மற்றும் பிற உயர்-தொழில்நுட்ப உட்கட்டமைப்பு திட்டங்களை எதிர்கொள்ள ஆசிய உட்கட்டமைப்பு முதலீட்டு வங்கிக்கு (AIIB) நிகராக, பன்முக நிதிய அமைப்புகளை நாம் கட்டமைக்க வேண்டும். சீன நிறுவனங்கள் செய்வது போல, உள்முகமாக கவனம் செலுத்துவதற்குப் பதிலாக, நாம் நமது உச்சபட்ச வசதியுள்ள கனவுலக மாளிகையிலிருந்து வெளியேறி, நம் உயிர் பிழைப்புக்காகவே கூட, புதிய எல்லைகளில் கால் பதிக்க வேண்டும், குறிப்பாக வளர்ந்து வரும் நாடுகளில்.

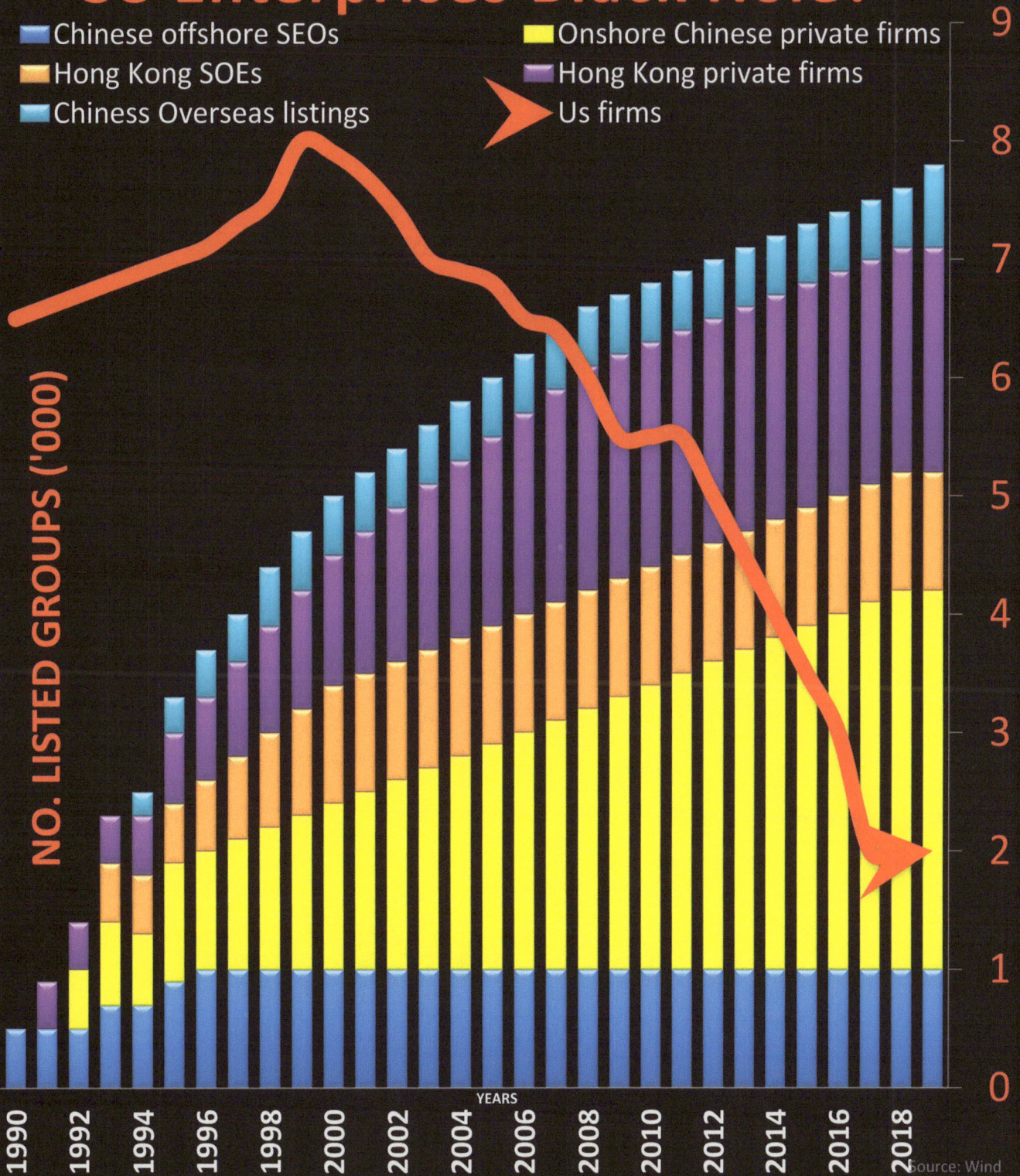

The Gods Must be Crazy!
Catacomb of Capitalism?
US Enterprises Black Hole?
Chinese offshore SEOs
Hong Kong SOEs
Chiness Overseas listings
Onshore Chinese private firms
Hong Kong private firms
Us firms
NO. LISTED GROUPS ('000)
0
1
2
3
4
5
6
7
8
9
YEARS
1990
1992
1994
1996
1998
2000
2002
2004
2006
2008
2010
2012
2014
2016
2018
Source: Wind

- ★ வால் ஸ்ட்ரீட் காலாண்டு முடிவுகள், பங்கு வாங்கி விற்றல்கள் மற்றும் கோர்டன் கெக்கோ தன்மையிலான முதலீட்டு வங்கிகள் மற்றும் தனியார் பங்கு ஒப்பந்தங்களின் தாக்கத்தை நாம் ஆராய வேண்டும். இது போன்ற புற்றுநோய் நடவடிக்கைகளை அரசு உன்னிப்பாக கண்காணிக்க வேண்டும்.

- ★ மிகச் சிறந்த இருப்புநிலைக் கணக்கின் அடித்தளத்தையே குலைக்கக்கூடிய குறுகிய கால பங்கு விலையின் அடிப்படையில் இல்லாமல், நீண்ட கால, செயல்திறன் அடிப்படையிலான போனஸை நிர்வாகிகளுக்கு அறிமுகப்படுத்துங்கள்.

- ★ தனியார் ஈக்விட்டி நிறுவனங்கள், மற்றும் அபாயகரமான இறையாண்மை செல்வ நிதியங்கள் அவற்றின் குறுகிய கால பேராசைக்காக சிறந்த இருப்புநிலை கணக்குகளை இரையாக்கி விடுகின்றன என்பதால், அவை தடை செய்யப்பட வேண்டும்.

11. பாதுகாப்பு

"வெற்றி பெற அத்தியாவசியமானவை ஐந்து:
1. எப்போது போராட வேண்டும் எப்போது போராடக்கூடாது என்பதைத் தெரிந்தவரே வெற்றி பெறுவார்.
2. அதிக பலத்தையும் குறைந்த பலத்தையும் இரண்டையும் கையாளத் தெரிந்தவரே வெற்றி பெறுவார்.
3. எல்லா மட்டங்களிலும் ஒரே விதமான உணர்வினால் தூண்டப்பட்ட இராணுவத்தைக் கொண்டவரே வெற்றி பெறுவார். 4. தன்னைத் தயார்படுத்தி கொண்டு, எதிரி தயாரில்லாத வரை தாக்க காத்திருப்பவரே வெற்றி பெறுவார்.
5. இராணுவத்திறன் கொண்ட ஆனால் இறையாண்மையால் குறுக்கிடப்படாத நபரே வெற்றி பெறுவார்."

சன் சூ எழுதிய போர்க் கலை நூலில் இருந்து (கி.மு. 476-221)

நாம் இன்னமும், ஆடம்பரமான ஆடைகளையும் பளபளப்பான காலணிகளையும் அணிந்த பழங்குடியின போர் வீரர் கூட்டம் போல் தான் இருக்கிறோம். 195 நாடுகளுக்கு இடையேயான ஆட்சி நிர்வாகம் என்பது சவாலானது, ஐக்கிய நாடுகள் சபை, உலக வர்த்தக அமைப்பு மற்றும் பல அமைப்புகள் பெரும்பாலும் அதிகாரமில்லாத தலைமையாக இருக்கின்றன. துப்பாக்கியின் பலமும், உடல் பலமும் இரண்டுமே பெரும்பாலும் அவசியமானவை தான். நம் வல்லரசு அந்தஸ்து மற்றும் இராணுவ-தொழில்துறை கூட்டு, நம் வர்த்தக பாதைகளையும் மற்றும் நிறுவனங்களையும் உலகெங்கிலும் விண்வெளியிலும் கூட அன்னிய நாட்டு மேலாதிக்கத்திலிருந்து பாதுகாக்க அதிமுக்கியமானவை ஆகும். அமெரிக்க இராணுவத்திற்கு 70 நாடுகளில் இராணுவத் தளங்கள் உள்ளன, இது நம் நிறுவன நலன்களைப் பாதுகாக்கவும் அவசியமானது.

இரண்டு சிறிய நாடுகளில் இருந்து வந்த டச்சு மற்றும் பிரிட்டிஷ் கிழக்கிந்திய கம்பெனிகள், நான்கு நூற்றாண்டுகளாக, துப்பாக்கியின் வலிமையால் தான் உலகையே ஆட்சி செய்தன.

"மேற்கு அதன் கருத்துக்கள் அல்லது மதிப்புகள் அல்லது மதத்தின் மேன்மையால் உலகை வெல்லவில்லை... மாறாக ஒழுங்குபடுத்தப்பட்ட வன்முறையைப் பயன்படுத்தும் அதன் மேதைமையால் உலகை வென்றது.
மேற்கத்தியர்கள் இந்த உண்மையை அடிக்கடி மறந்து விடுகிறார்கள்;
ஆனால் மேற்கத்தியர் அல்லாதவர்கள் இதனை மறக்கவில்லை."

சாமுவேல் பி. ஹன்டிங்டன்,
நாகரிகங்களின் மோதலும் உலக ஒழுங்கை மறுசீரமைத்தலும்er

The Gods Must Be Crazy!
US Defense Budget/Spending

Billions of US $ (Source: SIPRI)

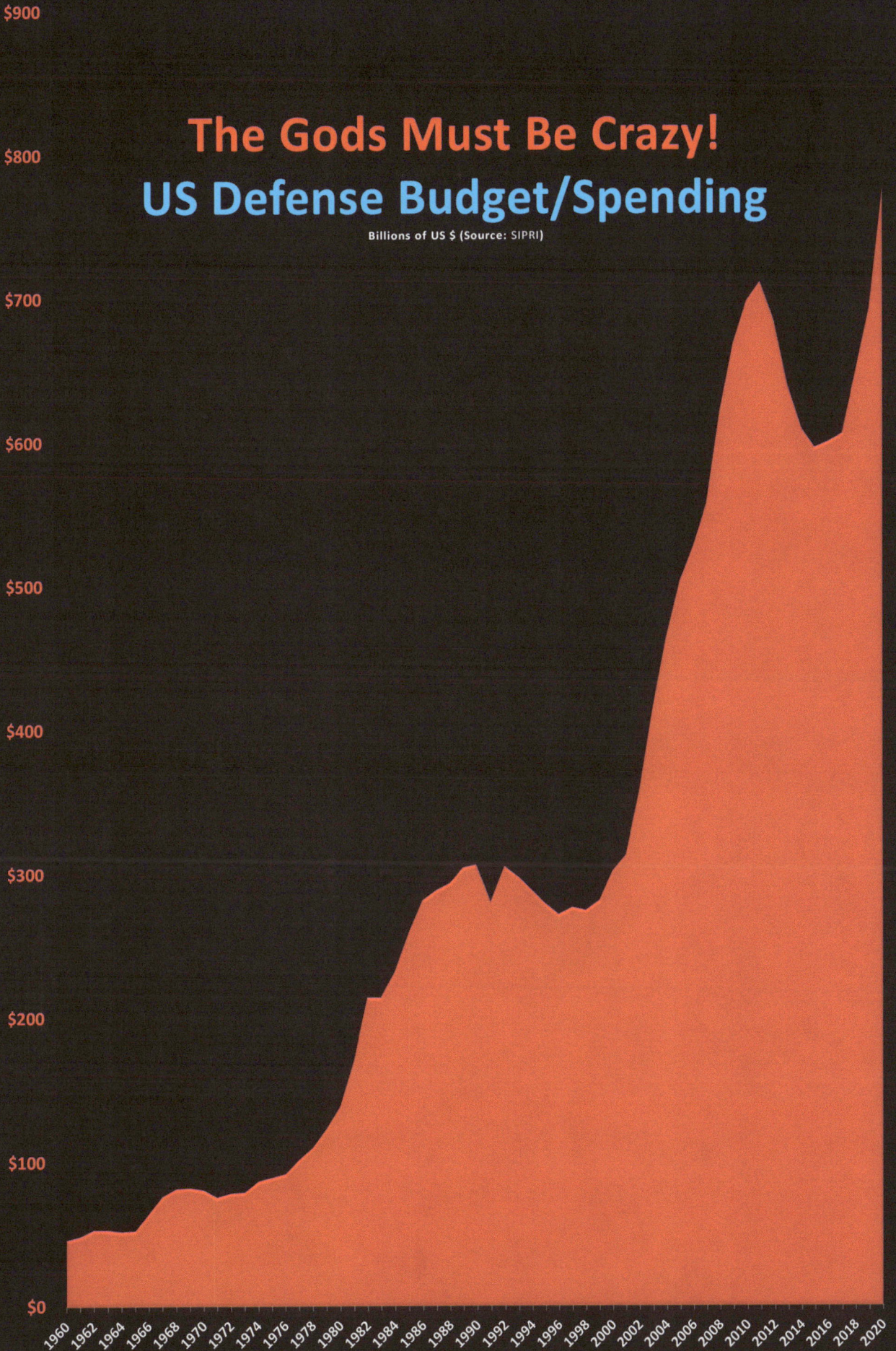

நான் இராணுவத்துறையில் நிபுணர் இல்லை என்றாலும், கடந்த பல ஆண்டுகளாக, நான் விண்வெளி பாதுகாப்பு துறையில் ஆலோசகராக இருந்தேன். அமெரிக்க அரசாங்கம் பாதுகாப்புக்காக ஒவ்வொரு ஆண்டும், ஒரு ட்ரில்லியன் டாலர்களைச் செலவிடுகிறது, இது அதற்கடுத்துள்ள பத்து நாடுகளும் செலவிடும் மொத்த தொகையை விட அதிகம். இருந்தும், நம் பாதுகாப்பு அமைப்புகள் பல காலாவதியானவை என்பதோடு, அவற்றில் பல தற்போது செயல்பாட்டுக்கு உரியவையாக இல்லை. உதாரணமாக, ஆயிரக் கணக்கில் இல்லையென்றாலும், நூற்றுக் கணக்கான விமானப்படை விமானிகள் அவர்கள் பிறப்பதற்கு முன்னர் உருவாக்கப்பட்ட விமானங்களையே ஓட்டிக் கொண்டிருக்கிறார்கள், அவற்றில் பல ஓட்டுவதற்குக் கூட தகுதியற்றவை.

"அமெரிக்க கடற்படையின் அரசியும், உலகம் இதுவரை கண்டிராத மிக சக்தி வாய்ந்த கடற்படையின் முக்கிய போர்க்கருவியுமான, விமானம் தாங்கி போர்க்கப்பல், உண்மையில் உதவிக்காக வடிவமைக்கப்பட்ட சாதாரண போர்க் கப்பல்களைப் போல ஆகிவிடும் ஆபத்தில் உள்ளது: மிகப் பெரியதாக உள்ளது, விலை அதிகமாக உள்ளது [10 பில்லியன் டாலருக்கு அதிகமாக], தாக்குதலுக்கு உள்ளாகக் கூடியதாக, மேலும் ஆச்சரியப்படும் வகையில் சந்தர்ப்ப மோதல்களுக்குப் பொறுத்தமற்றதாக ஆகி வருகிறது.

...

அதில் அண்மித்து 6,700 ஆண்களும் பெண்களும் பணியாற்றலாம், அதிலுள்ள ஒவ்வொரு தாக்கும் குழுவையும் செயல்படுத்த சுமார் $6.5 மில்லியன் செலவாகிறது."

கேப்டன் ஹென்றி ஜே. ஹென்றிக்ஸ், USN (Ph.D.), மார்ச் 2013

அதற்கு நேர்மாறாக, சீனா அதன் மதிப்பார்ந்த டாலர்களை அதி நவீன ஹைப்பர் சோனிக் ஏவுகணைகளைத் தயாரிப்பதில் செலவிடுகிறது, அவை அமெரிக்காவின் அலங்கார பொம்மைகளைப் பாதுகாப்பற்றவையாக ஆக்கிவிடுகின்றன. வெறும் நூறாயிரம் டாலர்கள் மதிப்புள்ள சீனாவின் DF-26 தாக்கும் ஏவுகணை போர் விமானங்கள் அமெரிக்காவின் $10 பில்லியன் மதிப்புள்ள "நகரா வாத்துக்களை" மூழ்கடித்து விட முடியும்.

பகுத்தறிவின்றி செயல்படும் அமெரிக்கா, $2 ட்ரில்லியன் தொழில்துறை மற்றும் பாரம்பரிய பெடோயின் பிரிவுகளைச்[58] சேர்ந்த சில சிறப்பு நலன் கொண்ட செல்வாக்கான குழுக்களால் இயக்கப்பட்டு, கடைசி கால கோட்பாட்டுடன் இருந்த சோவியத் யூனியனைப் பிரதிபலிக்கிறது. அமெரிக்க பாதுகாப்புத்துறை செலவுகள் அமெரிக்க குடிமக்களுக்குப் பயன் தரும் சிறந்த பகுத்தறிவார்ந்த மூலோபாயத்தின் அடிப்படையில் இல்லை. அதற்கு பதிலாக, அவற்றில் பல பாதுகாப்பு ஒப்பந்ததாரர்களின் தரகு வேலைகளின் விளைவாக ஏற்பட்டிருக்கலாம். இந்த ஒப்பந்ததாரர்கள் உற்பத்தி ஆலைகளை ஒதுக்கீடு செய்வதிலும் அவர்களின் மாவட்டங்களில் தளங்களை அமைப்பதற்கும் காங்கிரஸ் பிரதிநிதிகள் மீது செல்வாக்கு செலுத்துகிறார்கள் (அவ்விதத்தில் வேலைவாய்ப்பிலும் பாதிப்பு ஏற்படுத்துகிறார்கள்.) சீனர்கள், அவர்களிடமிருந்து கடன் வாங்கிய பணத்தில் நாம் செய்யும் இந்த ஊதாரித்தனமான செலவினங்களைக் கண்டு சிரிக்கக்கூடும். அதுவும் அவர்களை (முதல் எதிரியாக) பெயரிட்டு ஆயுதமயப்படுத்தி, ஆனால் அவர்களுக்கு எதிராக ஒருபோதும் பயன்படுத்தப்படாமல் இதெல்லாம் செய்யப்படுகிறது. பாதுகாப்பு ஒப்பந்ததாரர்களை உள்ளடக்கி உள்ள தனியார் பங்கு நிறுவனங்கள் உட்பட பல முதலீட்டு நிறுவனங்களுக்கு சீனாவின் அரசு கட்டுப்பாட்டிலான தனியார் நிறுவன முதலீட்டாளர்களே கணிசமான பங்களிப்புகளைச் செய்துள்ளனர். முற்றிலும் முரண்நகையாக, மிகவும் நட்பல்லாத இறையாண்மை செல்வ நிதிய அமைப்புகளில் சில, குறைந்தபட்சம் நம் பிரதான பாதுகாப்பு ஒப்பந்த நிறுவனங்களையும் கூட சொந்தமாக்கி வைத்திருக்கின்றன.[59]

"முதலாளித்துவவாதிகளை நாம் தூக்கிலிடும் போதும், நாம் பயன்படுத்தும் கயிறை அவர்கள் விற்பார்கள்".

ஜோசஃப் ஸ்டாலின்

சோவியத் யூனியன் தேவையற்ற அரசியல் மோதல்களில் ஒருதலைப்பட்சமாக சிக்கி அவர்களின் பேரரசின் முடிவைக் கண்டது போல, நாமும் நமது விலை மதிப்பற்ற இரத்தத்தையும் செல்வங்களையும் வீணடித்துக் கொ- ண்டிருக்கிறோம். ஆஃப்கானிஸ்தானில் ரஷ்யர்கள் செய்த அதே தவறுகளை, நாமும் செய்து கொண்டிருக்கிறோம். ஆப்கானிஸ்தானை வெல்வது சாத்தியமில்லை; பாரசீகர்கள், அலெக்சாண்டர் தி கிரேட், செங்கிஸ்கான், பிரிட்டிஷ் மற்றும் ரஷ்யர்கள் அனைவருமே தோல்வி அடைந்தார்கள். மிக சமீபத்தில், மத்திய கிழக்கின் போரால் சின்னாபி- ன்னமாக்கப்பட்ட பாலைவனங்களில், பழங்குடியின பெடோயின் போர்களில் ஈடுபட்டதன் மூலம் நாம் 5 ட்ரில்லியன் டாலர்களை வீணடித்தோம்.

★★

The Gods Must be Crazy!
2020 Defence Spending
US > next 10 countries combined(Source: SIPRI)

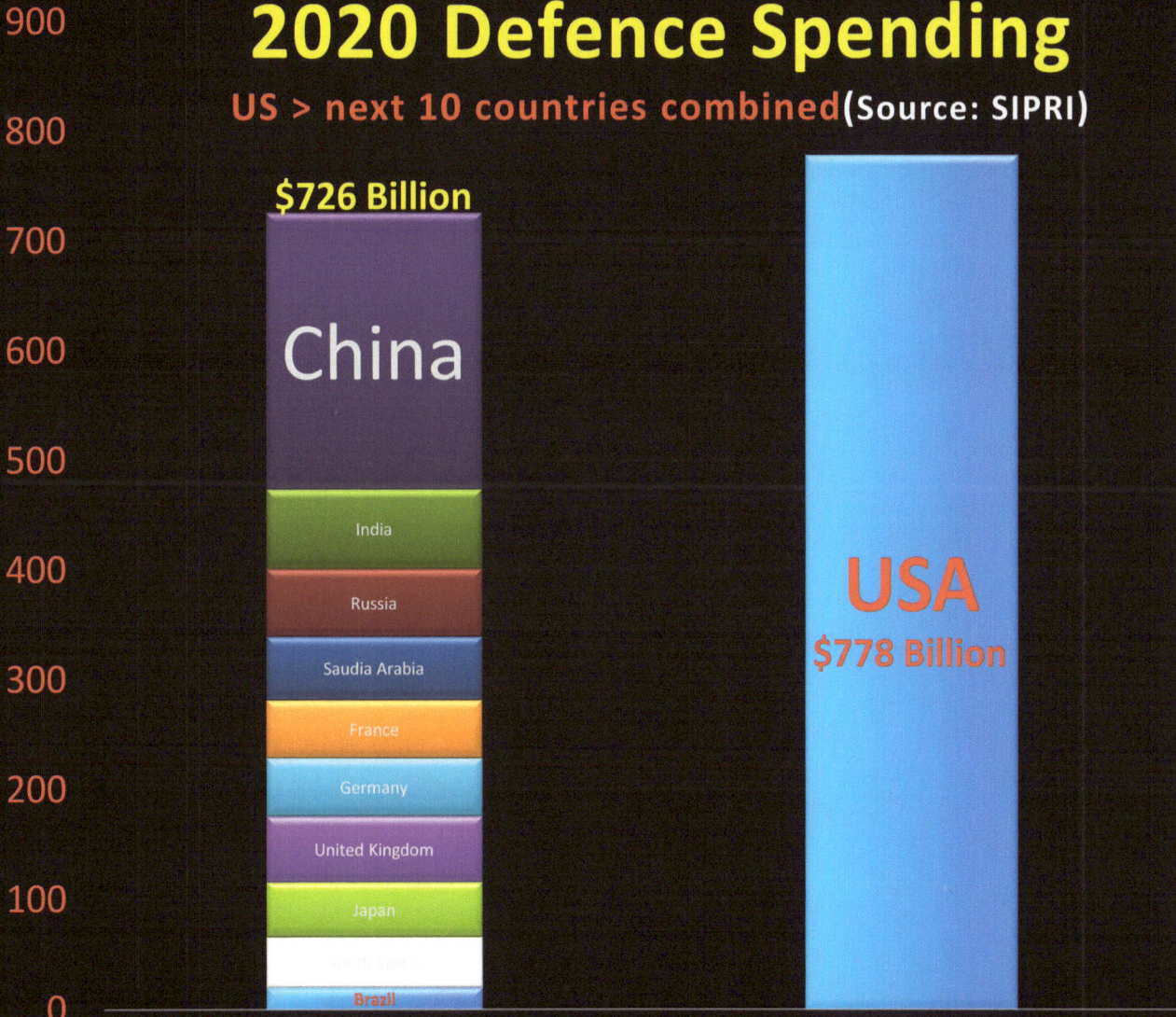

$726 Billion

China
India
Russia
Saudia Arabia
France
Germany
United Kingdom
Japan
South Korea
Brazil

USA
$778 Billion

900
800
700
600
500
400
300
200
100
0

Next 10 Countries   **USA**

இந்த பகுத்தறிவற்ற வீராவேச சாகசம் சீனாவுக்கு கிடைத்த ஒரு பரிசாக ஆகி விட்டது. சீனா மூலோபாய ரீதியாக கவனம் செலுத்துகிறது, மேலும் நம் முட்டாள்தனத்தால் நாம் வீழ்ச்சியடைந்த காலங்களில் சீனா மிகவும் அற்புதமாக வளர்ந்தது. அமெரிக்கா எண்ணெய் ஏற்றுமதி செய்யும் நாடு என்பதால், விலைமதிப்பற்ற இரத்தம் மற்றும் செல்வங்க-ளை இழந்ததைத் தவிர மத்தியக் கிழக்கில் நமக்கு வேறெந்த மூலோபாய மதிப்புகளும் கிடைக்கவில்லை. சுருக்கமாக சொன்னால், ஆப்கானிஸ்தான் மற்றும் பாகிஸ்தானில் நடந்ததைப் போல, சீனர்களின் வர்த்தக நலன்களை அவர்கள் ஜெயிக்க உதவியதன் மூலமாக, சீனாவுக்கான எண்ணெய் விநியோகங்களை நாம் பாதுகாத்து வந்துள்ளோம்.

இதற்கிடையில், ரூஸ்வெல்ட் காலத்தில் (அல்லது பனிப்போர் காலத்திலும் கூட) அமெரிக்கா செய்தது போல, சீனா உலகளாவிய கூட்டணிகளைக் கட்டமைத்து பகுத்தறிவுடனும் புத்திசாலித்தனமாகவும் செயல்படுகிறது. சீனாவில் அரசியல் தரகர்கள் இல்லை, அவர்கள் நீண்ட கால பாதுகாப்பு மற்றும் வணிக நலன்களுக்காக பகுத்தறிவார்ந்த முடி-வுகளை எடுக்கிறார்கள்.

★★★

The Gods Must be Crazy!
2020 US Defense Spending
Catacomb of Capitalism: Little R&D?

Source: OMB (Office of Management and Budget)

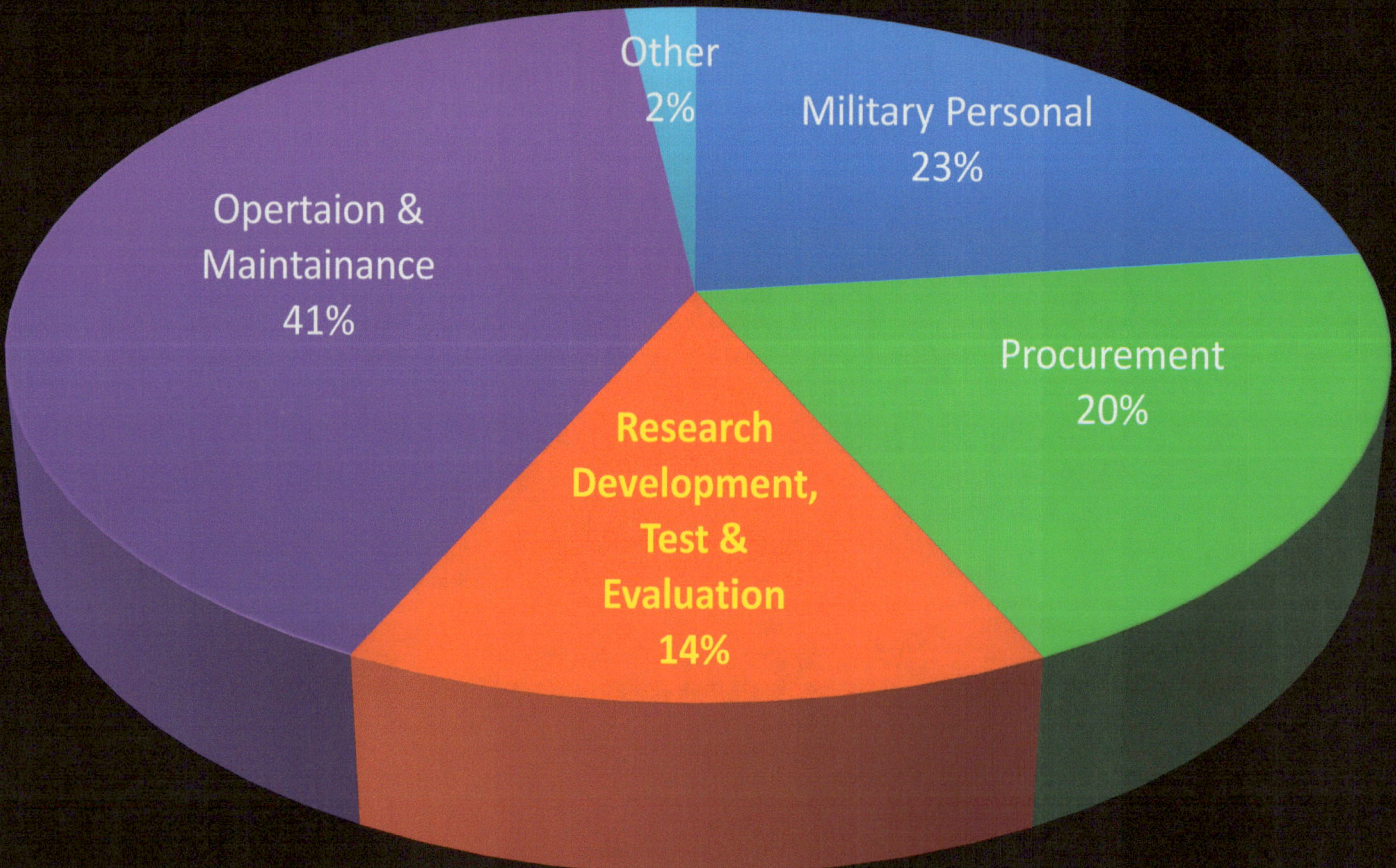

Other
2%

Military Personal
23%

Opertaion &
Maintainance
41%

Procurement
20%

Research
Development,
Test &
Evaluation
14%

கடந்த காலத்தின் வரலாற்றுக்கு முந்தைய வழக்கமான போர்களைப் போல அல்லாமல், நாளைய போர்களுக்காக, பிராங்க்ளின் ரூஸ்வெல்ட் செய்தது போல் பொது-தனியார் பங்காண்மைகளைக் கொண்டு, நாம் இராணுவத்தை முழுமையாக நவீனப்படுத்த வேண்டும். 1942 இல் இரண்டாம் உலகப் போரை ஜெயிக்க பிராங்க்ளின் டெலானோ ரூஸ்வெல்ட் செய்ததைப் போல, இப்போது வளர்ந்து வரும் மூன்றாம் உலகப் போருக்குத் தயாரிப்பு செய்ய மற்றும் வெற்றி பெற, அவரைப் போன்ற தொலைநோக்குச் சிந்தனையாளர்கள் நமக்குத் தேவைப்படுகிறார்கள்.

நாம் மூலோபாய ரீதியாக மற்றும் புத்திசாலித்தனமாக இல்லா விட்டால், நவீன சீனப் பாதுகாப்பு ஸ்தாபனங்களுக்கு எதிராக நம்மால் எதிர்த்து நிற்க முடியாது. டிராகனிடம் இருந்து உயிர் பிழைக்க எதிர்கால ஆராய்ச்சி மற்றும் மேம்பாட்டுக்கு அமெரிக்கா எந்தப் பணத்தையும் செலவழிக்கவில்லை என்பதை கீழே உள்ள படம் எடுத்துக்காட்டுகிறது. நாம் கவனமாகவும் மூலோபாய ரீதியாகவும் இல்லாவிட்டால், நம்முடைய வெறித்தனமான இராணுவ சாகசங்களும் தனித்துவங்களும் மத்திய சாம்ராஜ்யத்தின் பின்வாசலில் நமக்கு அவமானத்தையே கொண்டு வரும். கூறுவதற்கு வருத்தமாக இருந்தாலும், நாம் நாளைய போர்களை நேற்றைய மூலோபாயங்களைக் கொண்டு போரிட்டு வருகிறோம்.

12. டிஜிட்டல் மூலோபாயங்களும் மாற்றத்திற்கான திட்டமும்:

வெற்றி பெற நாம் விரிவான பிரமாண்டமான மூலோபாய உத்வேகத்தை மனதில் கொண்டிருக்க வேண்டும். பிரமாண்டமான மூலோபாயம் என்பது நெறிமுறைகளின் பலம் (தார்மீக ரீதியில் சரியானத்தன்மை), இருப்பிடம், பூமி (ஸ்தூலமான சூழ்நிலைகள்), தலைமை மற்றும் இறுதியாக அணுகுமுறை மற்றும் ஒழுக்கநெறி (இராணுவத் திறன் மீதான மதிப்பீடு, சார்புரீதியில் சாத்தியமாகும் பலம்) ஆகியவற்றில் திருப்தியை உள்ளடக்கியது. அனைத்து கூறுகளையும் ஒன்றிணைத்து, ஓர் அரசு வெற்றிக்கான ஒரு பிரமாண்ட மூலோபாயத்திலிருந்து பயனடையலாம்.

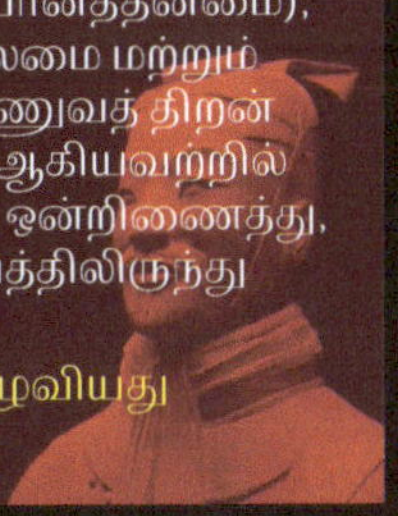

சன் சூ எழுதிய போர்க் கலை நூலில் இருந்து தழுவியது
(கி.மு. 476-221)BC)

ரூஸ்வெல்ட் பதவி காலத்தின் முதல் 100 நாட்களில், அவர் 'புதிய உடன்படிக்கை' ஏஜென்சிகள் எனப்படும் அகரவரிசை நிறுவனங்களை உருவாக்கினார். ரூஸ்வெல்ட்டின் வெவ்வேறு பதவி காலங்களின் போது குறைந்தது 69 அலுவலகங்கள் "புதிய உடன்படிக்கையின்" பகுதியாக உருவாக்கப்பட்டன. அரசின் மூன்று பிரிவுகள் உள்ளன, அதில் நிர்வாகக் கிளையே பெரும்பாலான பெடரல் ஏஜென்சிகளைக் கட்டுப்படுத்துகிறது. நிர்வாகப் பிரிவின் கீழ், 15 நிர்வாகத் துறைகள் மற்றும் சுமார் 254 துணை ஏஜென்சிகள் உள்ளன. சுமார் 67 சுதந்திரமான ஏஜென்சிகள் மற்றும் ஒரு டஜனுக்கும் அதிகமான சிறு வாரியங்கள், ஆணைக்குழுக்கள் மற்றும் குழுக்களை காங்கிரஸும் நிறுவியது.

அடி வேர் அழுகி வருகிறது. ஊழல் பெருச்சாளிகள் இப்போது பெரும்பாலான அமெரிக்க அரசுத் துறைகளிலும் அதன் அஸ்திவாரத்தில் உள்ள 19 ஆம் நூற்றாண்டு அமைப்புகளிலும் ஊடுருவி விட்டன. வேலையில் ஈடுபாட்டோடு களம் இறங்கியுள்ள அரசியல் தரகர்களின் எண்ணிக்கை 100,000 க்கு நெருக்கமாக இருப்பதாகவும், இந்த ஊழல் துறை ஆண்டுக்கு 9 பில்லியன் டாலர் ஈட்டுவதாகவும் பகுப்பாய்வாளர் ஜேம்ஸ் ஏ. துர்பெர் மதிப்பிட்டார். இது ஐக்கிய நாடுகள் சபை கொடிக்கம்பத்தின் கீழ் உள்ள 50 க்கும் அதிகமான நாடுகளது 2018 மொத்த உள்நாட்டு உற்பத்தியை விட அதிகம். சமீபத்தில், அரசியல் தரகு வேலைகள் அதிகரித்து வருவதுடன், அரசியல் தரகர்கள் அவர்களின் நடவடிக்கைகளை மறைக்க "அதிகரித்தளவில் அதிநவீன தந்திரங்களை" பயன்படுத்துவதால் அது "நிழலுலகத்திற்குள் சென்று" கொண்டிருக்கிறது. பல மில்லியன் நிழலுலக பண பங்களிப்புகள்[60] மூலமாக நீதித்துறையும் கூட விற்பனைக்கு வந்துவிட்டது. ஜனவரி 2010 இல் உச்ச நீதிமன்றத்தின் சிட்டிசன்ஸ் யுனெட்டெட் தீர்ப்பு பிரமாண்டமான பிரச்சார செலவு அலையைக் கட்டவிழ்த்து விட்டது, அது நீதித்துறையின் எந்தவொரு தரமுறையின்படி பார்த்தாலும் நெறிமுறை பிறழ்ந்த அசாதாரணமான ஊழலாக இருந்தது. அமெரிக்காவில் 2016 ஜனாதிபதி தேர்தலில் செல்வாக்கு செலுத்தும் முயற்சியில் வால் ஸ்ட்ரீட் மிக அதிகபட்சமாக 2 பில்லியன் டாலர் செலவிட்டது. அரசியல் தரகு வேலைகள், கையூட்டு வழங்குவதற்கும் அல்லது மிரட்டிப் பணம் பறிப்பதற்கும் ஓர் அலங்காரமான சட்ட வடிவமாக ஆகியுள்ளது, உலகின் மற்ற பகுதிகளில் அது ஊழல் என்று நான் அழைக்கப்படுகிறது.

எப்போதுமே அதன் நோக்கத்திற்காக சேவையாற்றும் தற்போதைய அதிகாரத்துவ அமைப்புமுறை, குறிப்பாக ஒரு நூற்றாண்டுக்கு முன்னர் ரூஸ்வெல்ட்களின் கீழ் சிறந்த நோக்கங்களைக் கொண்டிருந்தது. துரதிருஷ்டவசமாக, நல்ல அர்த்தமுள்ள அமைப்புகள் பல வாஷிங்டன் டி.சி. அரசியல் சதுப்பு நிலத்தின் சேற்றுக் (Snake Oil[6]) குளியலில் நீந்தும் அரசு தவளைகளாக மாறியுள்ளன. சமீபத்திய புவிசார் அரசியல் மற்றும் பொருளாதார பேரிடர்கள் அடிப்படையிலேயே இத்தகைய அமைப்புமுறைகள் பலவற்றை பலவீனப்படுத்தி உள்ள நிலையில், நமது மூலோபாயங்களும் கொள்கைகளும் தான் என்ன? மாறி வரும் இந்த உலக ஒழுங்கை முகங்கொடுக்க நமக்கு மூலோபாய தொலைநோக்கு பாதை இருக்கிறதா? கடந்த கால காலாவதியான நெறிமுறைகள் பலவற்றை 22 ஆம் நூற்றாண்டு டிஜிட்டல் உலக ஒழுங்குக்கு ஏற்ப மாற்ற வேண்டிய ஒரு புதிய பல்நோக்கு பரிமாணத்தில் நாம் வாழ்கிறோம்.

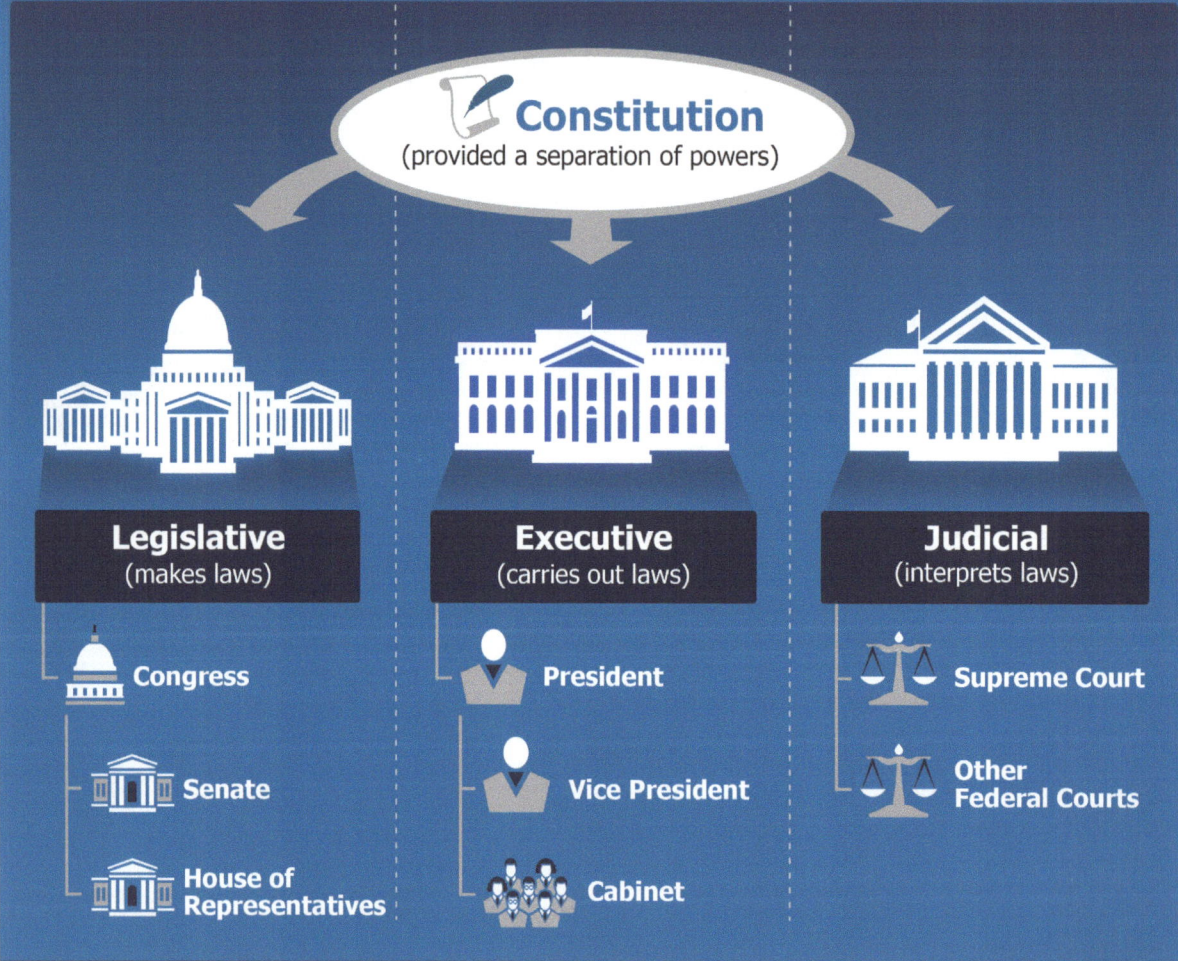

3 BRANCHES of U.S. GOVERNMENT
Constitution
(provided a separation of powers)
Legislative
(makes laws)
Congress
Senate
House of Representatives
Executive
(carries out laws)
President
Vice President
Cabinet
Judicial
(interprets laws)
Supreme Court
Other Federal Courts
Brought to you by
usa gov

"எல்லா தருணத்திலும் உங்கள் எதிரி தற்காப்புடன் இருந்தால், அவர் பொருட்டு தயாரிப்புடன் இருங்கள். அவர் பெரும் பலசாலியாக இருந்தால், அவரிடமிருந்து ஒதுங்கிக் கொள்ளுங்கள். எதிராளி எளிதில் கோபமடைபவராக இருந்தால், அவரை எரிச்சலூட்ட முயலுங்கள். அவர் கர்வத்துடன் வளர, நீங்கள் பலவீனராக காட்டிக் கொள்ளுங்கள். அவர் ஓய்வில் இருந்தால், அமைதி இழக்கச் செய்யுங்கள். அவர் படைகள் ஒன்று திரண்டு இருந்தால், அவற்றைப் பிளவுபடுத்துங்கள். அவர் தயாரிப்பின்றி இருக்கும் போது அவரைத் தாக்கி, உங்களை எதிர்பார்க்காத போது அவர் முன் தோன்றுங்கள்."

சன் சூ எழுதிய போர்க் கலை நூலில் இருந்து (கி.மு. 476-221)

சீனா மட்டுந்தான் நான்கு முறை வீழ்ந்து ஒவ்வொரு முறையும் மீண்டும் துள்ளியெழுந்த ஒரே புத்துயிர் பெற்ற பண்டைய நாகரீகமாக உள்ளது. முதலாம் அபினி போரில் (First Opium War - 1839-1842) ஏகாதிபத்தியத்திடம் தோல்வி மற்றும் அதனுடன் சேர்ந்து வந்த அவமானத்திற்குப் பின்னர், ஒவ்வொரு சீனத் தலைவரும் உள்நாட்டிலும் சரி வெளிநாடுகளிலும் சரி முன்னர் இழந்த பெருமைகளை மீண்டும் கைவரப் பெற முனைந்தனர். சீனக் கம்யூனிஸ்ட் கட்சியின் (சிசிபி) தொலைநோக்குப் பார்வையில் எந்த இரகசியமும் இல்லை, அதுவாவது: அந்த மத்திய சாம்ராஜ்யத்தை மீண்டும் தலையாயதாக ஆக்க ஜி ஜின்பிங் தீர்மானமாக உள்ளார். "புவிசார் தொழில்நுட்ப" மூலோபாயங்கள் மற்றும் கொள்கைகளைச் சீனக் கம்யூனிஸ்ட் கட்சி பயன்படுத்தி வருகிறது. ஆசியா, மத்தியக் கிழக்கு, ஆபிரிக்கா மற்றும் ஐரோப்பாவைக் காலனித்துவப் படுத்தும் நோக்கில், பல ட்ரில்லியன் டாலர் மதிப்பிலான புதிய சில்க் சாலைத் திட்டம் (பெல்ட் அண்டு ரோட் முன்முயற்சி (BRI) மற்றும் டிஜிட்டல் சில்க் சாலை (DSR)) மூலம் சீனா உலகளாவிய மேலாதிக்க பாதையில் சென்று கொண்டிருக்கிறது. சீனப் பண்டங்களுக்கு ஒரு விரிவான வர்த்தக உள்கட்டமைப்பை வடிவமைக்கும் BRI, அதிநவீன தொழில்நுட்பங்கள் மற்றும் இராணுவ நலன்களைச் சுற்றி சீனாவுக்கு நீண்டகால மூலோபாய மாற்றத்தை வழங்குகிறது. 5ஜி தொலைதொடர்பு, ரோபோடிக்ஸ், செயற்கை நுண்ணறிவு (Artificial Intelligence - AI), பாதுகாப்பு நலன்களுக்கான கடற்போக்குவரத்து உபாயங்கள் ஆகியவையும் அதில் உள்ளடங்கும்.

அதீத நிதி உபாய தந்திரங்களுக்குப் பதிலாக, நாம் மதிப்பார்ந்த நீண்டகால உபாய உத்திகளில் (Value Engineering) கவனம் செலுத்த வேண்டும். "உலகிற்கான ஒளிச்சுடராக" விளங்க வேல்யூ இன்ஜினியரிங் விருப்பத்தேர்வாக ஆக வேண்டும். நிதிய செல்வவளம் வெறும் துணை விளைப்பொருள் தான். என் தலைமுறை இளமையை இழந்துவிட்டது. அவர்கள் டிஜிட்டல் சகாப்தத்திற்குத் தயாரிப்பு செய்யப்படவில்லை, அதுவும் STEM துறையில் அவர்களுக்கு சுத்தமாக திறமைகள் இல்லை. மண்ணில் தலை புதைத்து அழிந்து போகும் நீர்க்கோழி மாதிரியான அணுகுமுறைகளை விட்டுவிட்டு உலகளாவிய உலக ஒழுங்கின் மாறி வரும் இயக்கவியலைப் புரிந்து ஏற்றுக் கொள்ள வேண்டும். அவ்வாறு நாம் செய்யவில்லை என்றால், ஹுவாய், அலிபாபா, டென்சென்ட் மற்றும் பைடு (Baidu) போன்ற டிஜிட்டல் டிராகன்கள், மத்திய சாம்ராஜ்யம் பொருளாதார ரீதியில் காலனித்துவப்படுத்திய நாடுகளில் அவற்றின் காலடிகளைப் பதிக்கும்.

இன்றைய வெகுஜனவாத சூழலில், அமெரிக்காவின் வீழ்ச்சியைத் தலைகீழாக மாற்றக் கூடிய ரூஸ்வெல்ட்கள் போன்ற தலைவர்களைக் காண்பது சவாலானது தான். ஆனால் குழப்பத்தில் வீழ்வதற்குப் பதிலாக குண்டாந்தடியைத் தூக்கி நம்மிடம் கொடுத்து விட்டு நகர்ந்த பிரிட்டிஷ்காரர்களைப் போல நாமும் கருணையோடு யதார்த்தங்களை ஏற்றுக் கொண்டால், பாதிப்புகள் குறைவாக இருக்குமென நம்புகிறேன்.

"ஸ்டீவ் ஹில்டன்: வல்லரசாக அமெரிக்காவின் இடத்தில் சீனா இடம் பெற விரும்புவதாக நிறைய பேர் கூறுகிறார்கள்..., அது தான் அவர்கள் நோக்கமென்று நினைக்கிறீர்களா?'
ட்ரம்ப்: ஆம். நானும் அப்படி தான் நினைக்கிறேன். அப்படி ஏன் இருக்கக்கூடாது? அவர்கள் மிகவும் பேராசைக்காரர்கள். அவர்கள் மிகவும் புத்திசாலிகள். அவர்கள் தலைச்சிறந்தவர்கள். அதுவொரு தலைச்சிறந்த கலாச்சாரம்."

ஃபாக்ஸ் நியூஸ் நேர்காணலில் (05-19-19)

முடிவுரை

"சண்டையிடாமலேயே, நீங்கள் எதிர்கொள்ளும் ஒவ்வொரு எதிராளியையும் அழிக்காமலேயே, ஜெயிப்பது தான் மிக மிக புத்திசாலித்தனம். அழிப்பது உங்களின் இலக்கோ வெற்றியோ அல்ல என்பதால், பொருட்களைச் சேதமின்றி வைத்திருப்பதே பலனைப் பலமடங்கு அதிகரிக்கிறது, எதிராளி உடனான உங்கள் தடைகளைச் சீர் செய்ய உதவுகிறது."

சன் சூ எழுதிய போர்க்கலை நூலில் இருந்து (கி.மு. 476-221)

World External Debt to China (2017, Direct Loans)

(Source: Data based on CHINA'S OVERSEAS LENDING, Sebastian Horn, Carmen Reinhart and Christoph Trebesch(KIEL WORKING PAPER NO. 2132))

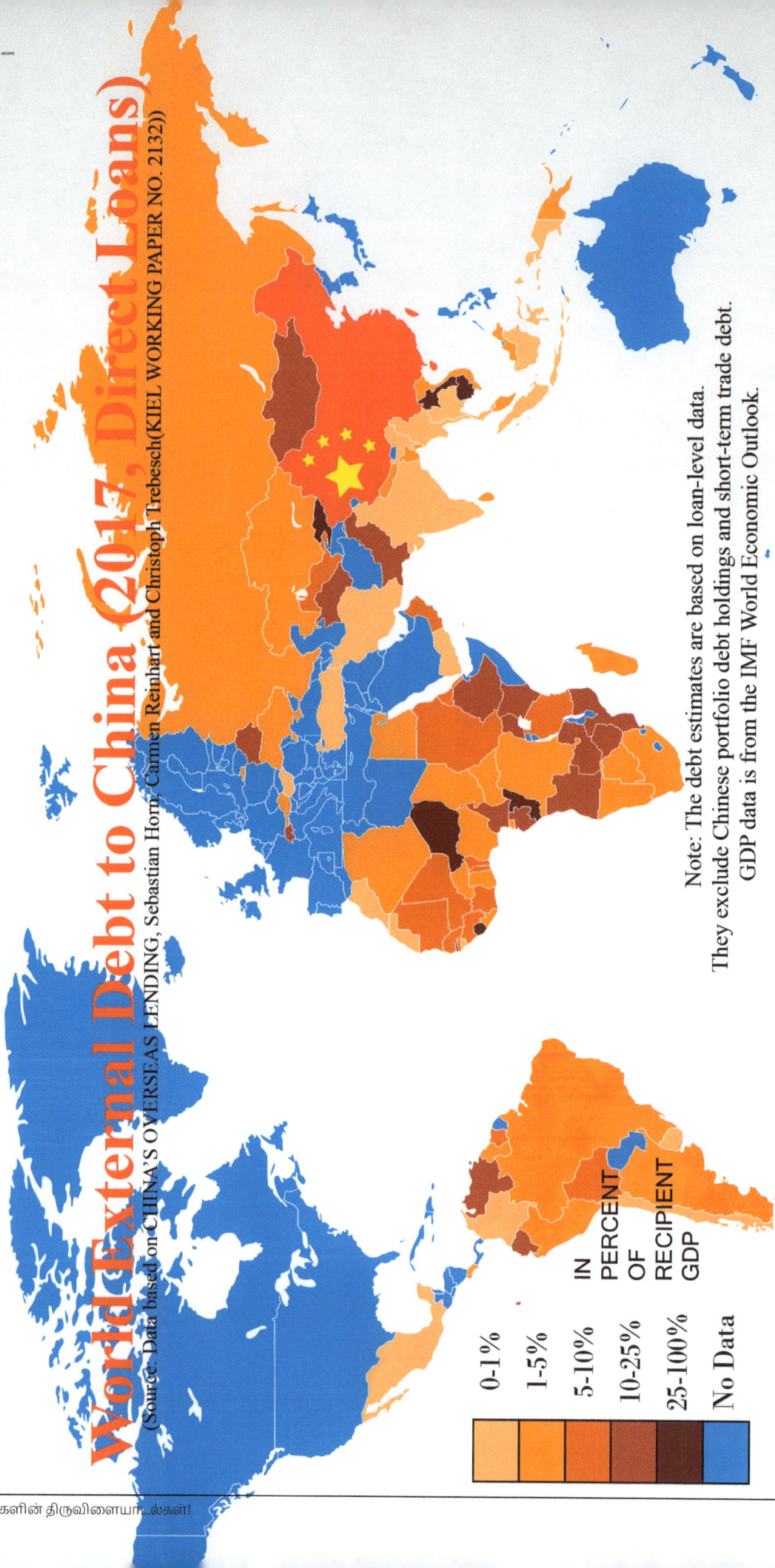

Note: The debt estimates are based on loan-level data.
They exclude Chinese portfolio debt holdings and short-term trade debt.
GDP data is from the IMF World Economic Outlook.

IN
PERCENT
OF
RECIPIENT
GDP

- 0-1%
- 1-5%
- 5-10%
- 10-25%
- 25-100%
- No Data

நம் துருப்புச்சீட்டை நாம் விரைவில் பயன்படுத்தாவிட்டால், கைக்கட்டி வேடிக்கைப் பார்த்துக் கொண்டிருந்தால், சீனா அமெரிக்காவிடம் இருந்தும் மற்றும் 2008 நிதியியல் சுனாமிக்குப் பின்னர் பொருளாதார ரீதியாக மற்றும் டிஜிட்டல் ரீதியாக அது காலனித்துவப்படுத்திய சுமார் 100 நாடுகளிடம் இருந்தும் தொகைகளை வசூல் செய்ய அதன் தண்டல்காரர்களை அனுப்பும்.

இந்த கோவிட்-19 நம் குறைபாடுகளை அம்பலப்படுத்தி உள்ளது; ஜனாதிபதியின் பாதுகாப்பு தளவாடங்கள் உற்பத்தி சட்டம் இருந்தும் கூட, நாம் 3M ரக முகக்கவசங்களுக்காகவும் தனிநபர் பாதுகாப்பு உபகரண (PPE) தேவைகளுக்காகவும் சீனாவிடம் கையேந்தி இருந்தோம்.

ரூஸ்வெல்ட் கட்டமைத்த அமெரிக்க பொருளாதாரம் (1960 இல்) உலகின் மொத்த உள்நாட்டு உற்பத்தியில் சுமார் 40 சதவீதமாக இருந்தது. அது இப்போது தனியார் பொதுத்துறை பங்காண்மையில் 15% க்குக் குறைவாக சரிந்துள்ளது. அதேவேளையில் சீனாவோ அதன் பங்கை 20% க்கு அதிகமாக வேகமாக அதிகரித்து வருகிறது. மொத்த உலக வர்த்தகத்தில் 79.5% இப்போதும் அமெரிக்க டாலர்க்களில் தான் நடக்கின்றன, அதன் கையிருப்பு செலாவணி அந்தஸ்துக்குத் தான் நன்றி கூற வேண்டும். நமது அதீத நிதி உபாயங்களுடன், நாம் நம்முடைய நல்லெண்ணத்தை சீரழித்துவிட்டோம். நம் நடவடிக்கையை ஒருங்கிணைத்து, விரைவாக செயல்படாவிட்டால், நம் பேரரசு மற்றும் நிறுவனங்களின் நாட்கள் ஆபத்திற்கு உள்ளாகி விடும்.

இதில் நாம் தோல்வியடைந்தால், சில அதீத இடது வெகுஜனவாதிகள் கம்யூனிசத்தில் (கூடக்குறைய இருந்தாலும் செல்வவளத்தைச் சமமாக பங்கிடுவதில்) தஞ்சமடைவார்கள், வலதின் பெரும்பாலானவர்கள் பாசிசவாத போராளிகளாக (எதேச்சதிகார அரசு-கட்டுப்பாட்டிலான முதலாளித்துவவாதிகளாக) ஆகிவிடுவார்கள். அமெரிக்க நிறுவனங்களின் உயிர்வாழ்வு, அதை வளர்த்தெடுத்த தலையாய அமெரிக்க பேரரசின் வளர்ச்சி மற்றும் வீழ்ச்சியோடு பின்னிப் பிணைந்துள்ளது. இதை நாம் கடந்த நான்கு நூற்றாண்டுகளில், டச் (~$10 ட்ரில்லியன்) மற்றும் பிரிட்டிஷ் கிழக்கு இந்திய நிறுவனங்கள் (~$5 ட்ரில்லியன்) போன்ற மிகப்பெரிய நிறுவனங்களில் பார்த்துள்ளோம். துரதிருஷ்டவசமாக, அதீத நிதி உபாயங்களைக் கையாளும் நமது நிறுவன திமிங்கலங்களில் பல (பெரும்பாலும் சீனாவின்) அறிவுசார் சொத்துரிமை கழுகுகளுக்கு இரையாகி விடும்.

ஒரு நூற்றாண்டில் முக்கால்வாசி காலம் நீடித்த நமது தலைச்சிறந்த முதலாளித்துவ அஸ்திவாரங்களைக் கட்டமைத்த ரூஸ்வெல்ட்களிடம் இருந்து நாம் பாடங்களைக் கற்றுக் கொள்ள வேண்டும். காலம் கடந்து போவதற்கு முன்னர் பொருளாதார ரீதியாக மற்றும் டிஜிட்டல் ரீதியாக சீனா காலனித்துவப்படுத்தி உள்ள நாடுகளைப் பாதுகாக்க நாம் புதிய "மார்ஷல் திட்டங்களை" உருவாக்கும் கூட்டணிக்குத் தலைமை கொடுக்க வேண்டும்.

இந்த அஸ்திவார கட்டமைப்பு பின்வருவனவற்றை அடித்தளத்தில் கொண்டிருக்க வேண்டும்:

1. தலைமை
2. விஞ்ஞானம், தொழில்நுட்பம், பொறியியல், மற்றும் கணிதக் கல்வி (STEM)
3. ஆராய்ச்சி மற்றும் மூலோபாய தொழில்நுட்பம்
4. உள்கட்டமைப்புக்கான வடிவமைப்பு
5. டிஜிட்டல் வடிவமைப்பு
6. அறிவுசார் மேலாண்மை
7. இராஜாங்க உறவுகள்
8. உலக செலாவணியாக தங்கத்தின் தரநிலை
9. எலக்ட்ரோ-டாலர்
10. நிதி மூலதனம்
11. பாதுகாப்பு
12. மாற்றத்திற்கான மாபெரும் டிஜிட்டல் மூலோபாயங்களும் நெறிமுறைகளும்

நான் பொதுவாக வெகுஜனப் பொதுக்கருத்துடன் முரண்படுபவன், 2008 பொருளாதார சுனாமியை முன்கணித்தேன், அது பெரும்பாலும் அமெரிக்காவை மையமிட்டிருந்ததால் ஒப்பீட்டளவில் சுலபமாக முன்கணிக்க முடிந்தது. இந்த முறை, நிலைமை இன்னும் மிக மோசமாக, கோவிட்-19 ஆல் பன்முக பரிமாணங்களில் உள்ளது, மக்கள் அமைதியின்மையோ தலைமுறை தலைமுறையாக இருந்து வந்துள்ள உலகளாவிய அஸ்திவாரத்தையே அசைத்துக் கொண்டிருக்கிறது. இந்த முறை என் பகுப்பாய்வு தவறாகி விடலாம் என்று நினைக்கிறேன். ஆகவே என்னுடைய பிரத்யேக முன்னோக்கைச் சவால் செய்யவும் மற்றும் அதை அழுத்தமான-பரிசோதனைக்கு உள்ளாக்கவும் இந்த ஆராய்ச்சி மற்றும் பகுப்பாய்வை நான் உங்களிடம் ஒப்படைக்கிறேன்.

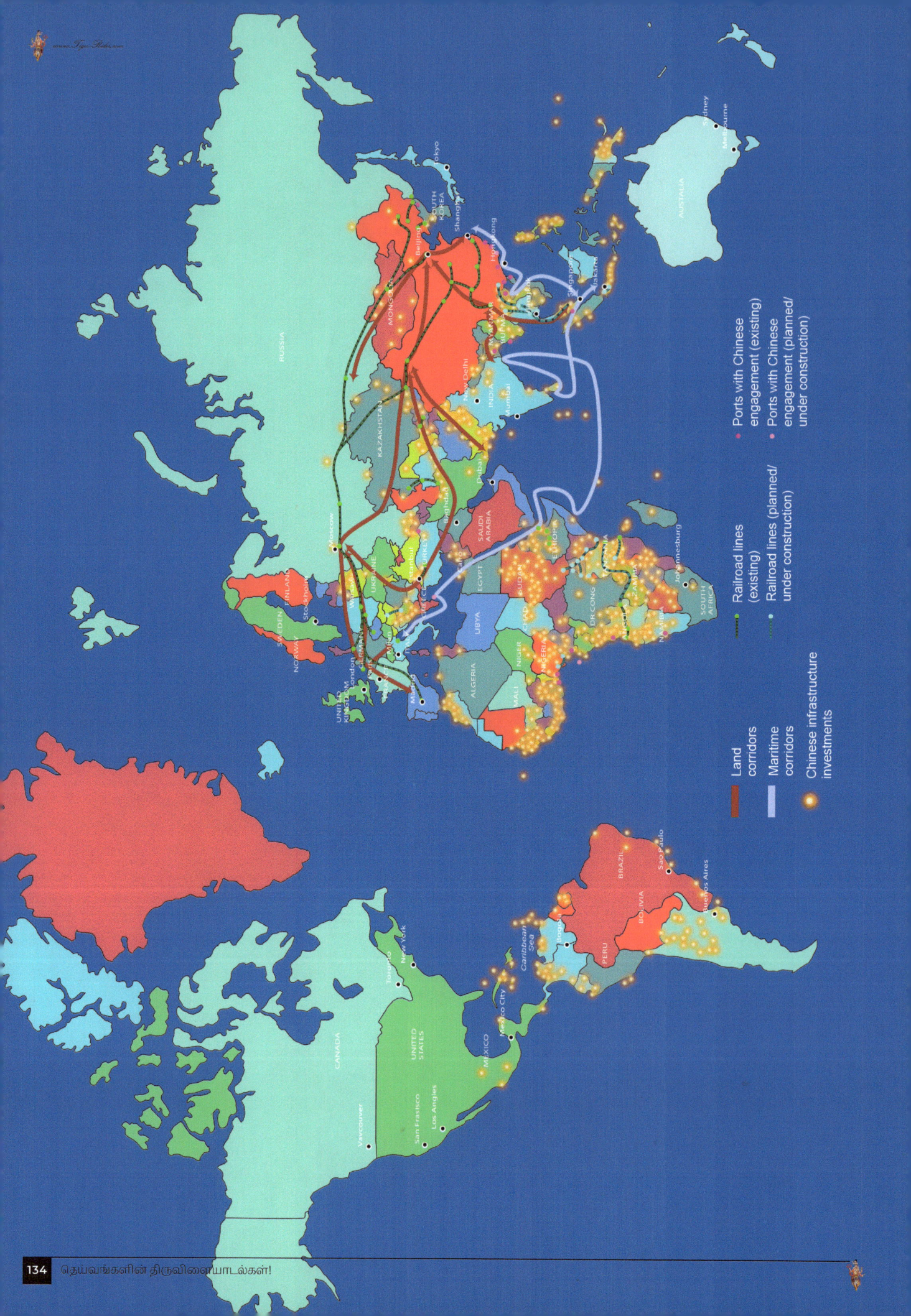

Legend:
- Ports with Chinese engagement (existing)
- Ports with Chinese engagement (planned/under construction)
- Railroad lines (existing)
- Railroad lines (planned/under construction)
- Land corridors
- Maritime corridors
- Chinese infrastructure investments

இதுவரை, அமெரிக்கா அதன் அதீத நிதிய-உபாயங்கள் மூலமாக பொன் முட்டையிடும் வாத்தை வெட்டி (அதாவது, ஒரு சில சுயநல டாலர் சலுகைகளுக்காக தங்களின் இலாபகரமான நிறுவனங்களைக் காட்டிக்கொடுத்து) மத்திய சாம்ராஜ்யத்திற்கு வியக்கத்தக்க பரிசுகளை வாரி வழங்கியுள்ளது. 22 ஆம் நூற்றாண்டு டிஜிட்டல் யுக புதிய இயல்புக்கான நோவாவின் நிறுவனப் பேழையை நாம் திட்டமிடாவிட்டால், நெட்பிளக்ஸ் ஆவணப்படமான அமெரிக்கன் பேக்டரியை[62] நினைவூட்டும் வகையிலும், The Man in The High Castle[63] தொடரின் அடிமைகளைப் போல சேவையாற்ற செய்ய, எதிர்காலத்தில் நான்காம் ரீஹ்ஹின்[64] நகல்கள் உருவாகுமென எதிர்நோக்குகிறேன்.

ஆம்! இடைவேளை முடிந்து விட்டது, அமெரிக்கா![65]

★ ★

The Gods Must be Crazy!
US vs China Competitiveness Dashboard
(Representative Example scores)
CHINA

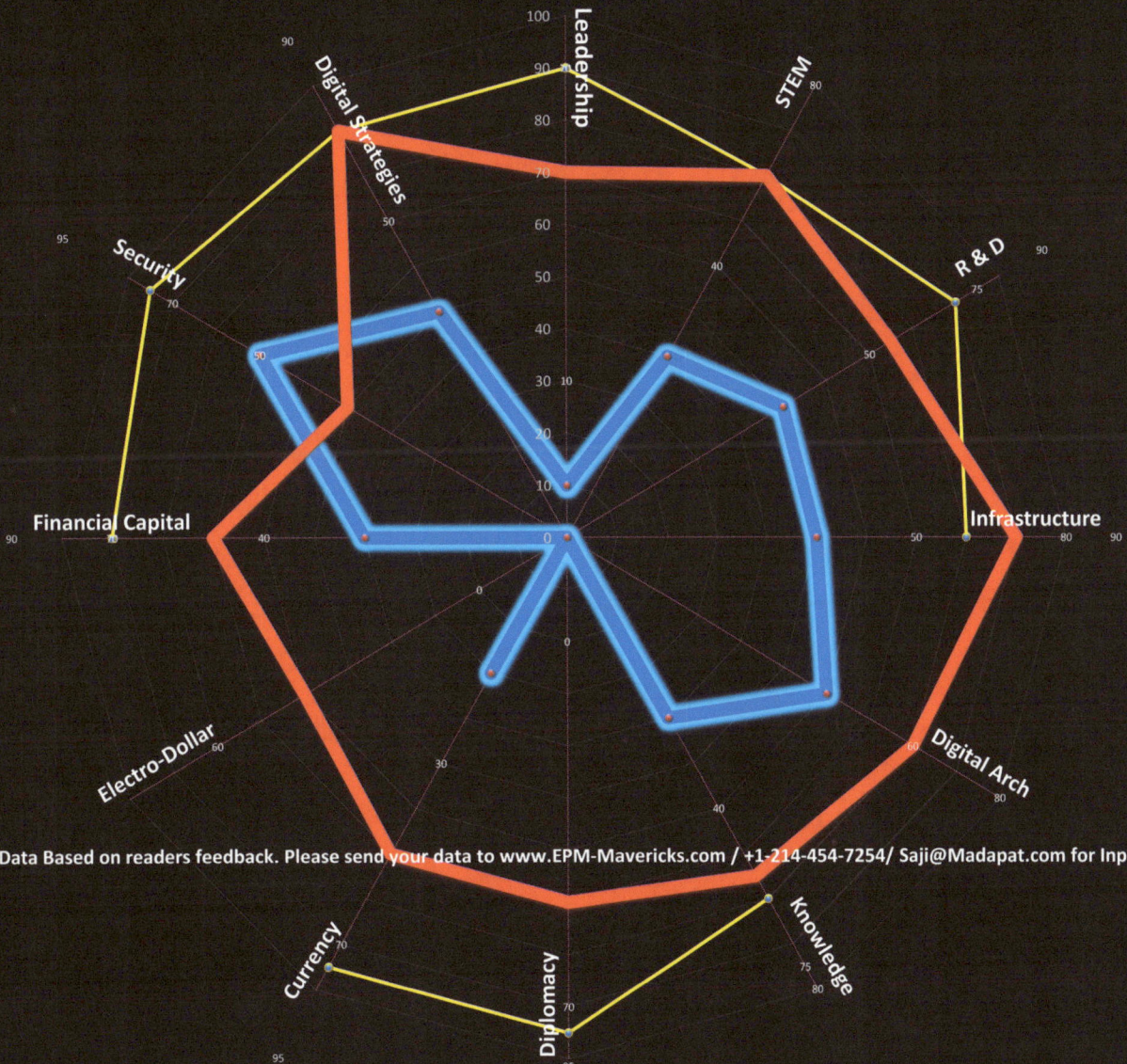

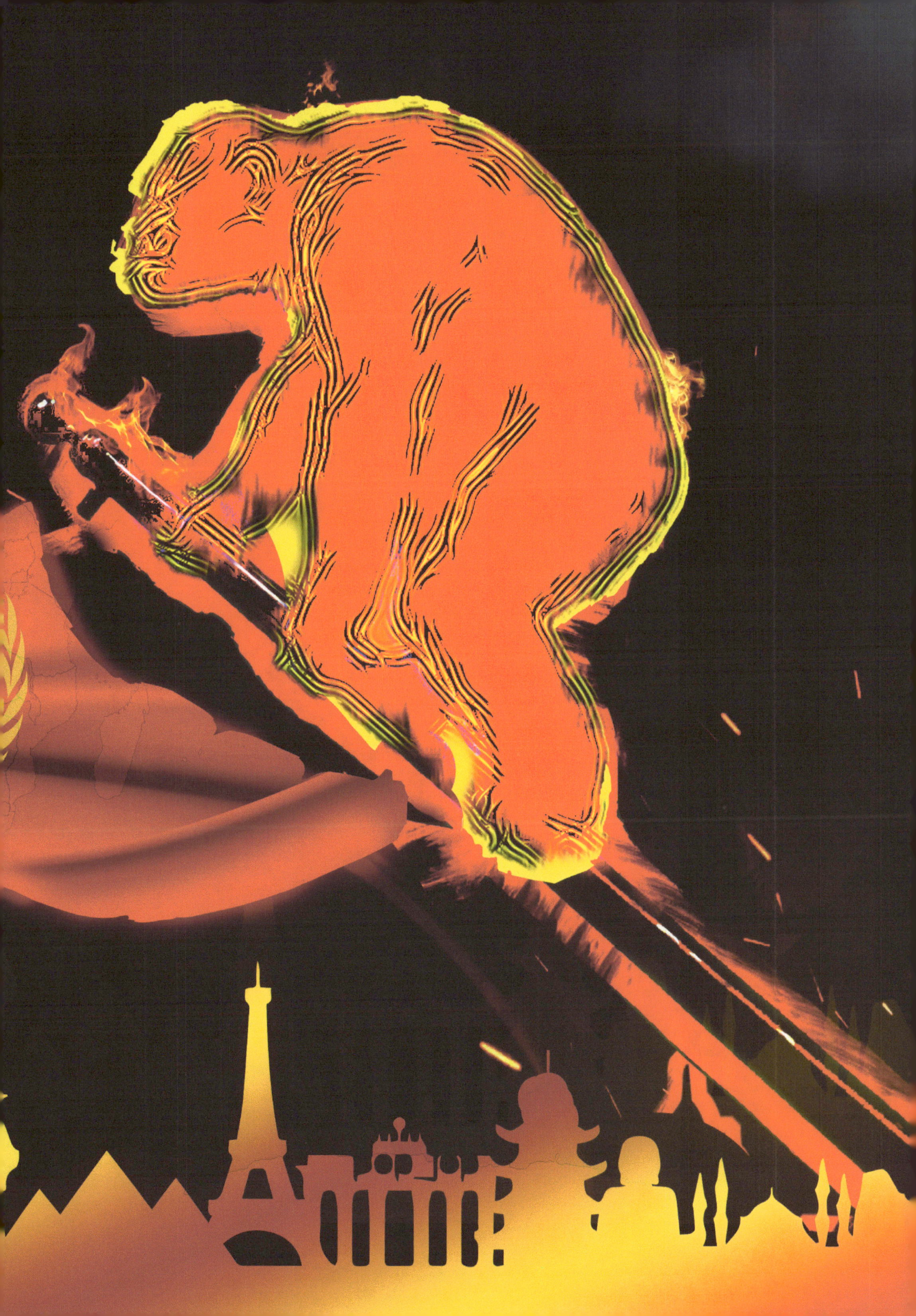

ஆம்! இடைவேளை முடிந்து
விட்டது, அமெரிக்கா!

Ay Yi Yai Yi! We are in the middle of The New World Order!

ஆசிரியரைப் பற்றி

என் நாடோடி அவதாரங்களின் சுருக்கமான வரலாறு

★★★★★★★★★★★★★★★★★★★★★★★★★★★★★★★★★★★★★★

> "நமது எல்லா போர்களங்களிலும் சண்டையிட்டு ஜெயிப்பது தலைச்சிறந்த மேதமை இல்லை; சண்டையிடாமலேயே எதிரியின் எதிர்ப்பை முறிப்பதில் தான் தலைச்சிறந்த மேதமை தங்கியுள்ளது."
>
> சன் சூ எழுதிய போர்க் கலை நூலில் இருந்து (கி.மு. 476-221)

நான் இந்தியாவின் வெப்ப மண்டல சொர்க்க பூமியாக கருதப்படும் கேரளாவில் பிறந்து வளர்ந்தேன். கேரளாவில், நாங்கள் இறைத்தூதர் புனித தாமஸைப் பின்பற்றி வந்தோம், போர்ச்சுகல், பிரான்ஸ் மற்றும் பிரிட்டன் காலனித்துவவாதிகள் நிறுவிய கிறிஸ்தவ தொண்டு நிறுவனங்கள் மூலமாக கல்வியூட்டப்பட்டேன். கேரளாவில் 100% கல்வியறிவும் தரமான உயர் கல்வியும் இருந்ததால், அவை கம்யூனிசம் உட்பட பல்வேறு முற்போக்கு இயக்கங்களுக்கு வழிவகுத்தன. கோவிட்-19 மீட்பு விகிதத்தில் பெரும்பாலான மேற்கத்திய நாடுகளை விட அம்மாநிலம் அதிக மீட்பு விகிதத்துடன் ஒரு முன்மாதிரியாக இருந்தது என்பது போன்ற பல பிரத்யேக சாதனைகளைக் கேரளா கொண்டுள்ளது. உலக வரலாற்றிலேயே ஜனநாயகரீதியில் கம்யூனிஸ்டுகள் ஆட்சிக்குத் தேர்ந்தெடுக்கப்பட்ட முதல் இடமாக கேரளா விளங்குகிறது, சுமார் 1957 முதல் ஆட்சி செய்யப்பட்டது. இதன் விளைவாக கம்யூனிசம் ஏற்படுத்திய தொழில்துறை வறட்சியால், நான் (Total Quality Management சிறப்பு நிபுணத்துவத்துடன்) தொழில்துறை பொறியியல் பட்டம் பெற்றதும் அங்கிருந்து மூட்டைக் கட்ட நிர்பந்திக்கப்பட்டேன், (இந்தியாவின் வர்த்தக தலைநகரமான) பம்பாயில் வேலை தேடினேன்.

(லுங்கி அணிந்த கருப்பு நிற மதராசியாக) என் கருப்பு தோல் நிறத்தால் தொழிற்சாலைத் தளத்திற்கு அப்பால் என் வாய்ப்புகள் மட்டுப்பட்டு இருந்ததை என்னால் விரைவிலேயே புரிந்து கொள்ள முடிந்தது. என் எதிர்காலம் குறித்த பயத்தில், தொழில்ரீதியான இனவெறி குடுமிப்பிடி சண்டையைத் தவிர்க்க நான் தெற்கு நோக்கி ஓடினேன். தேசிய ஒருங்கிணைப்புக்கான மாணவனாக நிதியியல் துறையில் என் MBA பட்டம் பெற்றேன். என்னைப் பொறுத்த வரை, அரை நூற்றாண்டு கால பழமையான இந்திய உரிம ராஜ்ஜிய சுமையினால், 1990 இல், மொத்த இந்தியப் பொருளாதாரமும் சரிந்தது. இதன் விளைவாக இந்தியப் பொருளாதாரம் தாராளமயமாக்கப்பட்டது. காலநேரம் சரியாக அமைந்திருந்தால், முதலீட்டு வங்கி பகுப்பாய்வாளராக என் தொழில்வாழ்வைத் தொடங்க அது எனக்கு சந்தர்ப்பத்தை வழங்கியது. இந்தியாவில் 1996 பங்குச் சந்தை சரிவு என் முதலீட்டு வங்கி தொழில் வாழ்விலிருந்து வெளியே வர அனுமதித்த போது, அதிர்ஷ்டம் என்னை மீண்டும் புன்சிரிப்புடன் வரவேற்றது.

இந்தியா சோசலிச வழியைத் தேர்தெடுத்திருந்தது, பாகிஸ்தான் உடனான 1970 களின் மோதலின் போது, அது அவசரகால நெருக்கடி நிலை பிரகடனம் செய்தது. பாகிஸ்தானிய போர் மற்றும் ஏனைய அணிசேரா நிலைப்பாடுகளின் போது, அமெரிக்கா மற்றும் இந்தியாவின் நல்லுறவு மோசமடைந்த நிலையில், IBM இந்தியாவைக் கைவிட்டது. (நிரப்பட வேண்டிய) வெற்றிடத்திற்குத் தான் வாழ்த்து கூற வேண்டும், TCS மற்றும் பிற இந்திய தகவல் தொழில்நுட்ப குழுமங்கள் பெரும் பிரயத்தனத்துடன் முளைத்தன. அவை IBM விட்டுச் சென்ற பழைய கணினிகள் மற்றும் மெயின்பிரேம்களை மீண்டும் தொடங்க தகவல் தொழில்நுட்பத்தில் எங்களை ஆட்படுத்தின. வணிக வரலாற்றில் மிகப்பெரிய தவறுக்கு (Y2K) நன்றி கூற வேண்டும், ஏனென்றால் இறுதி நாளுக்கு முன்னதாக ஆர்மகெடொன் குறியீட்டைச் சரி செய்வதற்கான சிக்கன தீர்வாக, IBM மற்றும் பிற மேற்கத்திய நிறுவனங்கள் எங்களை ('சைபர் கூலிகளாக') பார்த்தன.

இந்த நேரத்தில் நான் பெருநிறுவன நிதித்துறையில் இருந்து ERP (Enterprise Resource Planning) தீர்வுத் துறைக்கு மாறியதுடன், முதலாளித்துவத்தின் எழுத்துச் சுருக்கமாக விளங்கிய USA க்கு என் பாஸ்போட்டில் இடம் கொடுத்தேன். இருப்பினும், 2000 இல், (நெதர்லாந்தை மையமாக கொண்ட) BaaN Brothers நிறுவனம் டச்சு ஊழலில் சம்பந்தப்பட்டதால், நான் சவாரி செய்த #3 ERP நிறுவனமான BaaN செத்த குதிரைக்குச் சமமாக ஆகிவிட்டது.

அப்போதிருந்து, ஒரு தசாப்தத்திற்கும் மேலாக நான் திட்ட மேலாண்மை அமைப்புக்கு (PMI) தன்னார்வத்துடன் தொண்டு செய்கிறேன். PMI இன் முக்கிய தரமுறைகளில் (PMBOK, OPM3, PP&PM, மற்றவை உள்ளடங்கலாக இவற்றில்) என் பெயரைப் பதிந்துள்ளேன், என் PMI ஆய்வறிக்கைகள், வெளியீடுகள் மற்றும் புத்தகங்களுக்கு (குறிப்பாக திட்ட இலாகா மேலாண்மை தரநிலை நூல்களுக்கு) நன்றி. நான் Gartner நிறுவன PPM பொதுக்குழுவிலும் சேவையாற்றினேன், பின்னர் E&Y இல் மூன்று PM Methodology SME களில் ஒருவராக ஆனேன். 2008 இல், அந்த பொருளாதார சுனாமிக்கு மத்தியில், ஃபார்ச்சூன் 10 இல் உள்ள உலகின் மிகப் பிரபல நிறுவனத்திற்கான திட்ட இலாகா மேலாண்மை அலுவலகம் (Project Portfolio Management Office) அமைத்து, தலைமை நிதியியல் அதிகாரியின் அலுவலக ஆலோசகராக சேவையாற்றினேன். அவர்களுக்கு ஓர் அரை பில்லியன் டாலர்களைச் சேமித்து கொடுத்தேன் என்றாலும், எனது குறுகிய-கால நிதி உபாயங்களுக்கு நானே பலிக்கடா ஆனேன். 90 களின் மரபார்ந்த Hyperion நிறுவனத்தில் முதலீடு செய்த நான், BIG4 ஆலோசனை உலகில் இன்னும் முக்கிய நிதி உபாயங்களுக்கான CFO தயாரிப்பு சேவைகளைக் கொண்ட ஆடம்பர உலகுக்குள் நகர்ந்தேன்.

2009 இல், கிளிண்டன் குளோபல் இளைஞர் நிர்வாக தலைமை திட்டமான (YLP) சீனாவிலுள்ள GIFT (Global Institute for Tomorrow)[66] அமைப்பு மூலமாக இந்த கோபுரத்தின் அடியில் இருக்கும் பதில்களைத் தேடும் முயற்சியில் கம்போடிய காடுகளில் இறங்க மூட்டைக் கட்டினேன். மேற்கின் நிதி உலகை நான் எவ்வளவு அதிகமாக ஆராய்கிறேனோ, அவ்வளவு அதிகமாக ஏமாற்றமடைந்தேன். அலங்காரச் சந்தை இராட்டினங்களில் நம்பிக்கை போய்விட்டது. நீண்டகால அடிப்படை மதிப்புகள் இன்றி இன்றைய பங்குச் சந்தைகள், 90% பங்கு வாங்கிவிற்றல்களையும், ட்வீட்கள், QE[67] நடைமுறை, உடனுக்குடனான டாலர்கள், BOT கள் நடத்தும் அதிவேக அல்காரித அலங்கார சூதாட்டங்களைப் பிடித்துத் தொங்கிக் கொண்டிருக்கின்றன. ஹெர்னான்டோ டி சோடொவுக்குத் தான் எல்லா புகழும், நான் மூலதனத்தின் மர்மம் குறித்த உபதேசத்தால் மீண்டும் பிறப்பெடுத்தேன். 9/11 க்குப் பின்னர், வழிவழியான மேற்கத்திய சந்தை அறிவுக்கு எதிராக பெட்ரோ சீனா[68] மற்றும் டொட்டல்[69] நிறுவனங்களில் பந்தயம் கட்டி என்னால் சில டாலர்களை ஜெயிக்க முடிந்தது.

கம்போடிய கொலைக்களங்களின்[70] பயங்கர கொடூரங்களில் இருந்து திரும்பிய பின்னர், என் தொழில் வாழ்வுக்குப் புத்துயிரூட்டினேன், BIG4 உலகின் 2008 பொருளாதார சுனாமியில் ஒரு EPM ஆலோசகராக ஆனேன். பழைய சாதுர்யத்திற்கு எதிராக பந்தயம் கட்டி என் மொத்த செல்வ வளத்தில் 95% ஐ 2008 மற்றும் 2011 க்கு மத்தியில் தான் சம்பாதித்தேன். மொத்த உலகமும் சொத்துக்களை விற்றுக் கொண்டிருந்த போது, உலகின் மிகவும் பிரபல ரியல் எஸ்டேட் சிலவற்றை அடிமட்ட விலைக்கு என்னால் வாங்க முடிந்தது. வரி சேமிப்பு வினியோக சங்கிலி நிர்வாகம் (TESCM), வணிகம்/ நிதி/ தகவல் தொழில்நுட்ப மாற்றம், BPR, சிக்ஸ் சிக்மா, விலை நிர்ணயம் மற்றும் இலாபத்திற்கான மூலோபாயம் போன்ற (செலவு குறைப்பு) அலங்கார வார்த்தைகளைக் கொண்டு மூளையில்லாமல் EPM நிதி உபாயங்களைச் செய்ததில் என் கரங்களிலும் கறை படிந்துள்ளது.

என் குற்றத்தைத் துடைக்க, நான் ஒரு தசாப்தத்திற்கும் மேலாக மிகவும் பரந்த தொழில்முறை இலாப நோக்கமற்ற அமைப்புக்காக (PMI [திட்ட மேலாண்மை அமைப்பு]) கௌரவத்துடன் தன்னார்வ சேவை செய்துள்ளேன். இந்த அமைப்பு உலகம் முழுவதும் 208 நாடுகளில் 500,000 உறுப்பினர்களை உள்ளடக்கி ~3 மில்லியன் தொழில் வல்லுனர்களுக்கு உதவி வருகிறது. நான் சுமார் அரை டஜன் புத்தகங்கள் மற்றும் ~50 வெளியீடுகள்/ விளக்கக்காட்சிகளில் பங்களிப்பு செய்துள்ளேன். ஏர்ன்ஸ்ட் & யங் இல் இந்தாண்டு தொழில்முனைவோர் (EOY) விருதுகள் பலவற்றில் என்னை ஈடுபடுத்திக் கொள்ள தொடங்கி உள்ளேன்.

துயரகரமாக, இரண்டுக்கும் அதிகமான தசாப்தங்களுக்குப் பின்னர், மேட் மேக்ஸ் திரைப்பட பாணியில் சீற்றத்துடன் பின்னோக்கி சவாரி செய்து, பழைய ஏக்கமான நினைவுகளுடன் ரூஸ்வெல்ட் முதலாளித்துவ யுகத்தின் பேரழிவு இடிபாடுகளினூடாக ஏறி இறங்க வேண்டியிருக்கும் என்பது போல் தெரிகிறது.

இந்நூலைத் திறனாய்வு செய்ய என் தாழ்மையான கோரிக்கை

★★★★★★★★★★★★★★★★★★★★★★★★★★★★★★★★★★★★★

நீங்கள் இந்த புத்தகத்தைப் படித்து மகிழ்ந்திருப்பீர்கள் என்று நம்புகிறேன். உங்கள் கருத்துக்களைத் தெரிந்து கொள்ள விரும்புகிறேன், ஆகவே அமேசனில் உங்கள் கருத்துக்களை இடுகையிட சில நிமிடங்கள் எடுத்துக் கொ-ள்ளுமாறு தாழ்மையுடன் கேட்டுக் கொள்கிறேன். உங்கள் பின்னூட்டமும் ஆதரவும் எதிர்கால புத்தகங்களுக்கான எனது எழுத்துத் திறனைக் கணிசமாக மேம்படுத்தும் என்பதோடு, இந்தப் புத்தகத்தை இன்னும் பாராட்டத்தக்கதாக ஆக்கும். இந்த நூல் உங்கள் ஆக்கப்பூர்வமான கருத்துக்கள் மற்றும் அபிப்ராயங்களின் அடிப்படையில் தொடர்ந்து மாற்றப்பட்டு பரிணமிக்கும் நூலாகும். www.Epm-Mavericks.com தளத்தில் நேரடியாகவும் தொடர்பு கொள்ளலாம். மு-ன்கூட்டிய என் நன்றியைத் தெரிவித்துக் கொள்கிறேன்!

சுருக்கெழுத்துக்கள்

- அறிவுசார் சொத்துரிமை (IP)
- பெல்ட் அண்ட் ரோட் திட்டம் (BRI)
- டிஜிட்டல் சில்க் சாலை (DSR)
- இணைய வழி செயல்பாட்டு உபகரணங்கள் (IoT)
- மத்திய சாம்ராஜ்யம் (சீனா)
- ஒரே பாதை, ஒரே இணைப்பு (OBOR)
- ஆசிய உள்கட்டமைப்பு முதலீட்டு வங்கி (AIIB)
- வாங்கும் திறன் சமநிலை (PPP)
- மொத்த உள்நாட்டு உற்பத்தி (GDP)
- கருப்பினத்தவர் உயிரும் மதிப்புடையதே அமைப்பு (பிளாக் லிவ்ஸ் மேட்டர் - BLM)
- ஜோர்ஜ் ஃப்ளோய்டு கலகங்கள் (FLOYD)
- அரசியல் நடவடிக்கை குழு (PAC)
- அரசியல் சதுப்பு நிலம் (Washington DC)
- இணைப்புகளும் கையகப்படுத்தல்களும் (M&A)
- பேஸ்புக், அமேசன், ஆப்பிள், நெட்பிளக்ஸ், கூகுள் (FAANG)
- குளோபல் இன்ஸ்டிடியூட் ஆஃப் டுமாரோ
- (GIFT - https://global-inst.com/learn/)
- விஞ்ஞானம், தொழில்நுட்பம், பொறியியல், கணிதக் கல்வி (STEM)
- வரி சேமிப்பு வினியோக சங்கிலி மேலாண்மை (TESCM)
- க்ளாவ்ட் துறையில் ரோபாடிக் ஆட்டோமேஷன் (BOTs)
- வணிக நடைமுறைகளை ஒப்பந்த அடிப்படையில் வெளிநிறுவனங்களிடம் ஒப்படைத்தல் (BPO)
- சீனக் கம்யூனிஸ்ட் கட்சி (CCP)
- பிராங்க்ளின் டி. ரூஸ்வெல்ட் (FDR)
- தியொடோர் ரூஸ்வெல்ட் (TR)
- பொருளாதார கூட்டுறவு மற்றும் அபிவிருத்தி அமைப்பு (OECD)
- செயற்கை நுண்ணறிவு (AI)
- பசிபிக் நாடுகளுக்கு இடையிலான பங்காண்மை (TPP)
- உலகந்தழுவிய பணப் பரிவர்த்தனைக்கான வங்கி இணைப்பு சமூகம் (SWIFT)
- சேய் நிறுவனம் அல்லது துணை நிறுவனம் (SPV)
- பிளாக்செயின் சேவை நெட்வொர்க் (BSN)
- நியூ டெவலெப்மென்ட் பேங்க் (NDB)
- எல்லைக் கடந்த வங்கிகளுக்கு இடையிலான பணப்பரிவர்த்தனை முறை (CIPS)

இந்நூலில் பயன்படுத்தப்படும் கலைப் படங்கள்

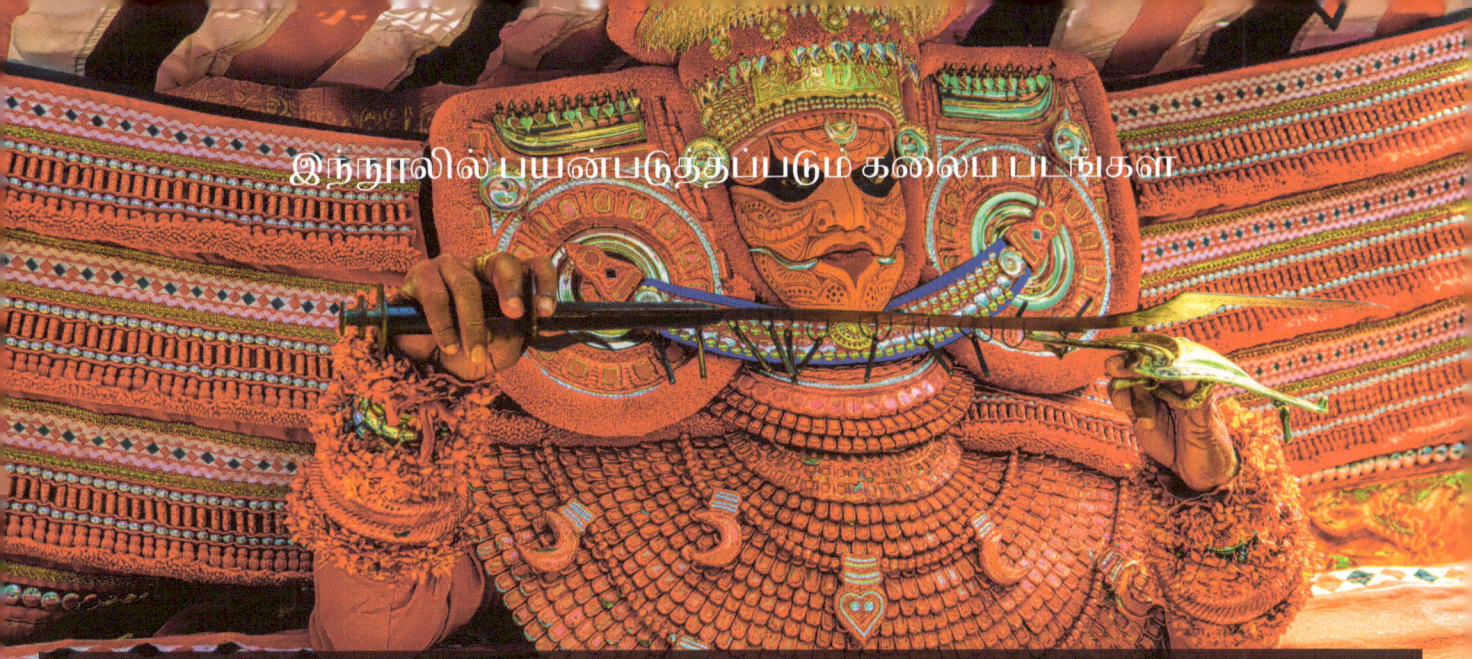

தெய்யம், 'தெய்வங்களின் நடனம்': உலகின் வேறெந்த பகுதிகளை விட ஆசிர்வதிக்கப்பட்ட கேரள மாநிலம் மிகுந்த கலாச்சார பாரம்பரிய செல்வங்களைத் தன்னகத்தே வைத்துள்ளது. தெய்யம் என்பது 'தெய்வங்களின் நடனம்'. அற்புதமான இந்த நடனம் வரலாற்றுக்கு முந்தைய காலத்திலிருந்த கூறுபாடுகளையும் மற்றும் சடங்குகளையும் உள்ளடக்கியது. என் பிறப்பிட பகுதியான இந்தியாவின் வட மலபார் பிராந்தியத்தில் சுமார் 456 வகையான தெய்ய நடனங்கள் (தெய்யக்கோலங்கள்) நடத்தப்படுகின்றன. .

https://www.tiger-rider.com/Client-Galleries/Rvhodes/
https://ml.wikipedia.org/wiki/തെയ്യം

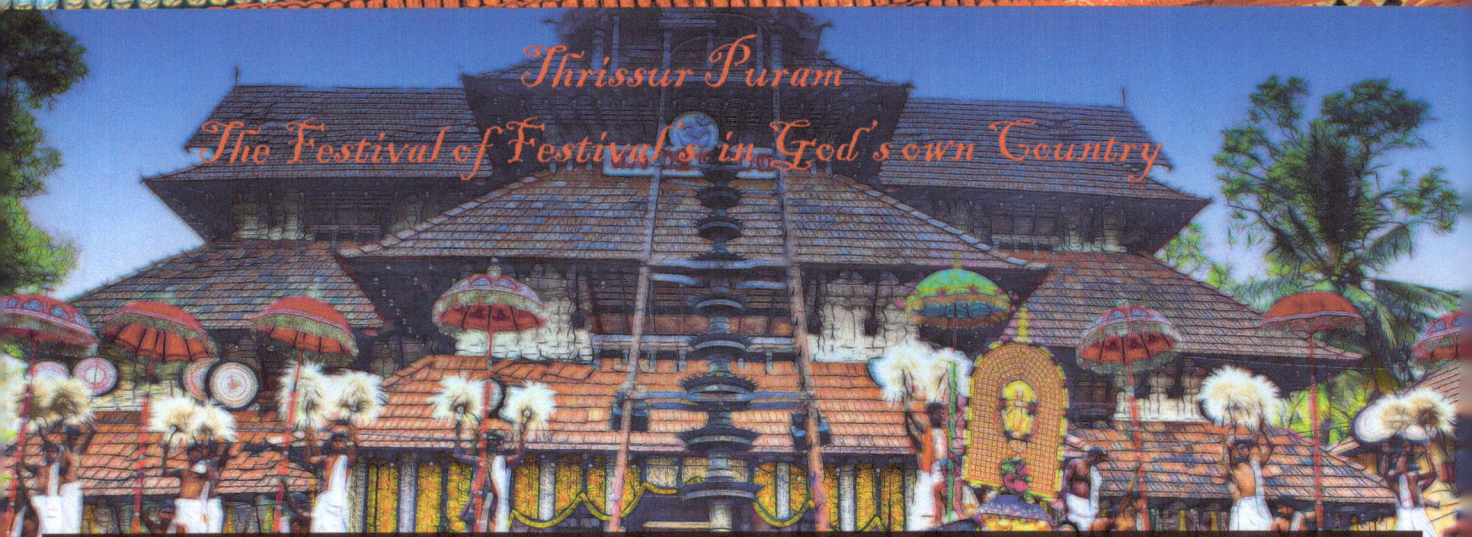

Thrissur Puram
The Festival of Festival's in God's own Country

திருச்சூர் பூரம் திருவிழா, பண்டிகைகளின் திருவிழா: இந்தியாவின் கலாச்சார தலைநகரான திருச்சூர் என் சொந்த ஊர் ஆகும் - இங்கே பொறியியல் படித்துக் கொண்டிருந்த போது 4 முறை பூரம் திருவிழாவைக் கண்டுள்ளேன். பூரம் திருவிழாவை நான் எப்போதும் நெருக்கமாக இருந்து பார்க்க விரும்பினேன் - ஆனால் அங்கே ஒவ்வொரு ஆண்டும் இலட்சக்கணக்கான பார்வையாளர்கள் வருவதால் அது சாத்தியமற்ற கனவாகவே இருந்தது. இறுதியில், தெய்வாதீனமாக ஒருமுறை திருச்சூர் கலெக்டர் வழங்கிய விருந்தினர் அனுமதிச்சீட்டுடன் சிறப்பு மேடையில் இடம் பிடித்தேன், திருவம்பாடி மற்றும் பரமக்காவு தேவஸ்தானத்தால் அனைத்தையும் (ஊடக அனுமதிச் சீட்டுடன்) தடையின்றி அணுக முடிந்தது. ..

https://www.tiger-rider.com/Client-Galleries/Puram/
http://en.wikipedia.org/wiki/Thrissur_Pooram

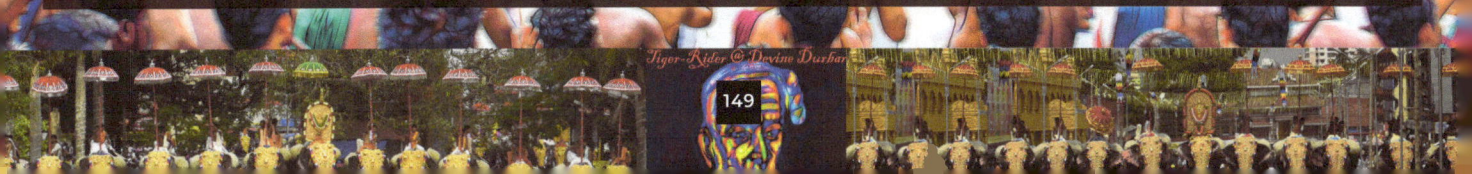

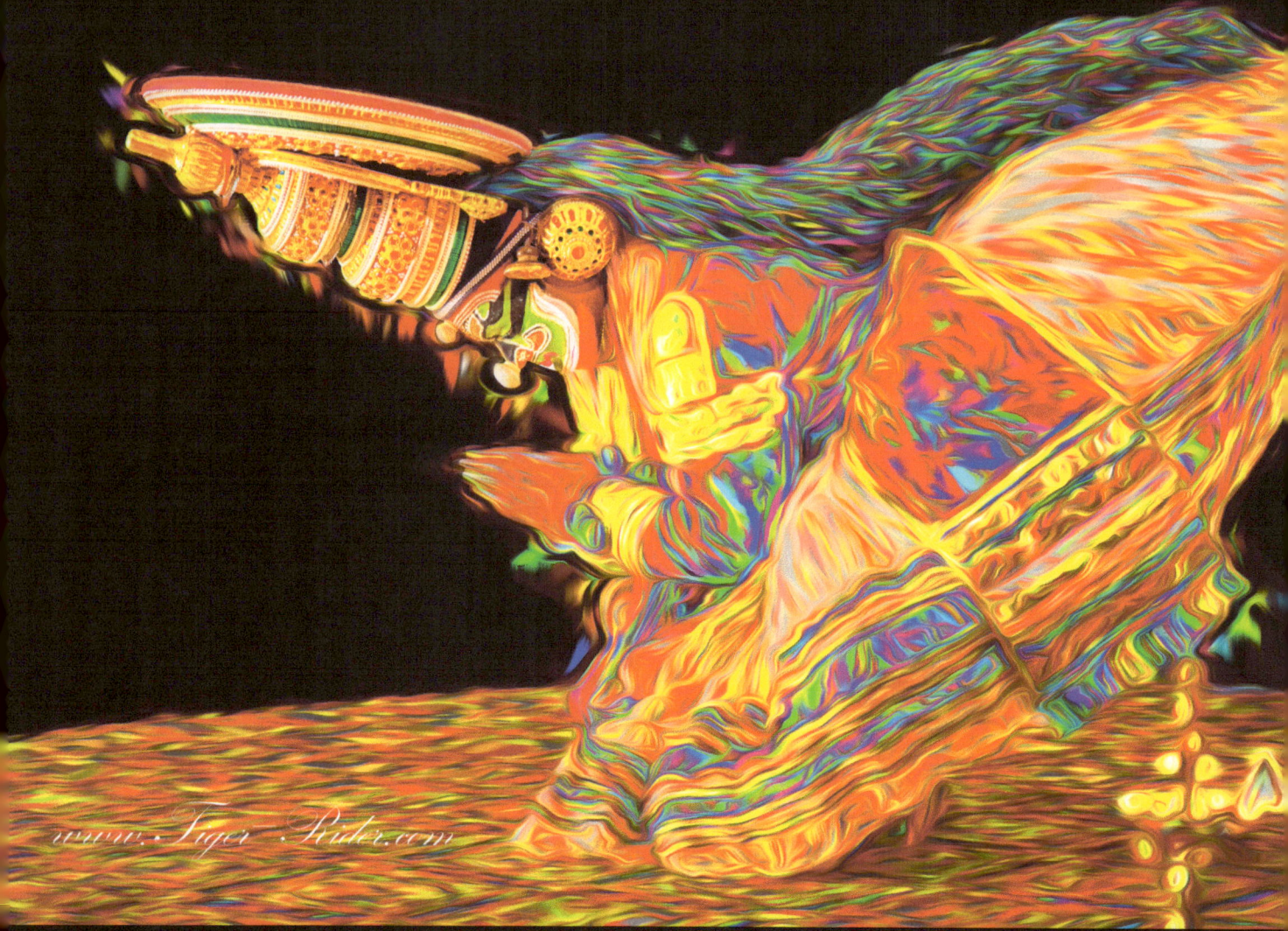

கதகளி, கதை கூறும் கலை: கதகளி (மலையாளம்: கமகளி) என்பது பாரம்பரிய இந்திய நடனத்தின் முக்கிய வடிவமாகும். இது ஒரு "கதை நாடக" கலை வகை என்றாலும், பாரம்பரியமாக ஆண் நடிகர்கள்-நடனக் கலைஞர்கள் அணியும் பெரிய வண்ணமயமான சிகையலங்காரம், உடைகள் மற்றும் முக வடிவங்களால் அதிலிருந்து சற்றே வேறுபடுகிறது. இந்தியாவின் மலையாளம் பேசும் தென்மேற்கு பிராந்தியத்தில் (கேரளாவில்) கதகளி ஓர் இந்து மதம் சார்ந்த நடிப்புக் கலையாக விளங்குகிறது.

https://www.tiger-rider.com/Client-Galleries/KathakaliICCT/ https://en.wikipedia.org/wiki/Kathakali

(முன் அட்டைப்படம்: ஜூன் 5, 2019, புதன்கிழமை, D-Day தேசிய நினைவுதின நிகழ்வில், இங்கிலாந்து, போர்ட்ஸ்மவுத் சவுத்ஸீ அவையில், ஜனாதிபதி டொனால்ட் ஜெ. ட்ரம்ப் டெலானோ ரூஸ்வெல்ட் படத்தின் முன்னால் உரையாற்றுகி-றார். (ஷியாலா கிரெய்க்ஹெட், இன் அதிகாரப்பூர்வ வெள்ளை மாளிகை புகைப்படம்))

(பின் அட்டைப்படம்: ஜனாதிபதி டொனால்ட் ஜெ. ட்ரம்ப் பிப். 6, 2020, வியாழக்கிழமை, வாஷிங்டன் டி.சி. இன் வாஷிங்டன் ஹில்டனில் 2020 தேசிய பிரார்த்தனை சிற்றுண்டி விருந்தின் போது வாஷிங்டன் போஸ்ட் நாளிதழை உயர்த்திக் காட்டுகிறது. (ஜாய்ஸ் என். போகோசியனின் அதிகாரப்பூர்வ வெள்ளை மாளிகை புகைப்படம்))

ENDNOTES

1. சிராக் என்பது இல்லினாய் மாநிலத்தில் உள்ள சிகாகோவின் புனைப்பெயராகும். இது சிகாகோவை ஈராக்கு-டன் சம்பந்தப்படுத்துவதுடன், சிகாகோவின் சில வன்முறைப் பகுதிகளைப் போர்க் களத்துடன் தொடர்புபடுத்திக் குறிக்கப் பயன்படுத்தப்படுகிறது. https://www.dictionary.com/e/slang/chiraq/#:~:text=Chiraq%20is%20a%20nickname%20for,likening%20them%20to%20a%20warzone

2. அரசியல் விஞ்ஞானத்தில், பனானா குடியரசு என்ற சொல் வாழைப்பழங்கள் அல்லது கனிம வளங்கள் போன்ற ஒரு சில ஆதாரவளங்களின் ஏற்றுமதியைச் சார்ந்த ஒரு பொருளாதாரத்துடன், அரசியல் ரீதியாக ஸ்திரமற்ற நாட்டை குறிக்கிறது. https://www.theatlantic.com/politics/archive/2013/01/is-the-us-on-the-verge-of-becoming-a-banana-republic/267048/

3. போர்டிங் அப் (boarding up) என்பது புயல் பாதிப்புகளில் இருந்து பாதுகாக்கவும், பயன்படுத்தப்படாத, காலியான அல்லது கைவிடப்பட்ட சொத்துக்களைப் பாதுகாப்பதற்கும், மற்றும்/அல்லது ஆக்கிரமிப்பாளர்கள், கொள்ளை-யர்கள் அல்லது நாசகாரர்கள் அனுமதியின்றி ஆக்கிரமிப்பதைத் தடுக்கவும், ஜன்னல்கள் மற்றும் கதவுகளில் மரப் பலகைகளை வைத்து அடைக்கும் நடைமுறையாகும். https://www.wbez.org/stories/protest-art-has-covered-boarded-up-businesses-will-it-be-preserved/e3db8017-a6ba-4dde-9bc3-3d17f6ee5392

4. கடந்த 5000 ஆண்டுகளாக, சீனா பல்வேறு பெயர்களால் அறியப்பட்டுள்ளது என்றாலும் சீனா தன்னை குறிப்பிட மிகவும் பாரம்பரியமாக சோங்கோ என்ற பெயரையே பயன்படுத்தி உள்ளது, இதன் அர்த்தம் மத்திய சாம்ராஜ்யம் (அல்லது சில வேளைகளில் மைய சாம்ராஜ்யம்) என்பதாகும். http://www.learnmartialartsinchina.com/kung-fu-school-blog/why-is-china-called-the-middle-kingdom/#:~:text=Throughout%20the%20last%205000%20years,sometimes%20translated%20as%20Central%20Kingdom)

5. https://www.britannica.com/place/Third-Reich

6. ஒருங்கிணைந்த கிழக்கிந்திய கம்பெனி (United East India Company) என்ற டச்சு கிழக்கிந்திய கம்பெனி (Dutch Vereenigde Oost-Indische Compagnie) என்பது இந்திய பெருங்கடலில் அந்த அரசின் வர்த்தகத்தைப் பாதுகாக்கவும் மற்றும் ஸ்பெயினில் இருந்து டச்சு சுதந்திரப் போருக்கு உதவவும் 1602 இல் டச் குடியரசில் (இப்போதைய நெதர்லாந்து) நிறுவப்பட்ட வர்த்தக நிறுவனமாகும். https://www.pbs.org/wgbh/roadshow/stories/articles/2013/1/7/dutch-east-india-company-worlds-first-multinational/

7. கிழக்கிந்திய கம்பெனி என்பது கிழக்கு மற்றும் தென்கிழக்கு ஆசியா மற்றும் இந்தியாவுடனான வர்த்தக சுரண்ட-லுக்காக உருவாக்கப்பட்ட ஒரு பிரிட்டன் நிறுவனம் ஆகும். டிசம்பர் 31, 1600 இன் அரச சாசனத்தில் இணைக்கப்பட்-டு, இங்கிலாந்து கிழக்கிந்திய தானிய வர்த்தகத்தில் பங்கெடுக்கும் வகையில் ஏகபோக வர்த்தக அமைப்பாக அது தொடங்கப்பட்டது. https://www.bbc.co.uk/programmes/n3csxl34

8. புதிய உடன்படிக்கை (The New Deal) என்பது 1933 மற்றும் 1939 க்கு இடையே அமெரிக்காவில் ஜனாதிபதி பிரா-ங்க்ளின் டி. ரூஸ்வெல்ட் இயற்றிய பல்வேறு வேலைத்திட்டங்கள், பொது வேலை திட்டங்கள், நிதி சீர்திருத்தங்கள் மற்றும் நெறிமுறைகளாகும். இது பெருமந்தநிலையிலிருந்து மீட்க, சீர்திருத்த, புத்துயிரூட்ட வேண்டிய தேவைக-ளுக்காக கொண்டு வரப்பட்டது. https://www.fdrlibrary.org/great-depression-new-deal

9. https://www.npr.org/sections/codeswitch/2013/08/26/215761377/a-history-of-snake-oil-salesmen

10. 2008 உலகளாவிய நிதி நெருக்கடி மிகவும் பரந்த ஒரு பொருளாதார சுனாமியின் சமீபத்திய எடுத்துக்காட்டு-களில் ஒன்றாகும். மிகப்பெரும் முதலீட்டு வங்கிகள் சில குறிப்பிட்ட பிணைக் கடனுக்கான வழிவகைகளில் இருந்த அபாய அளவைத் தவறாக கணக்கிட்டதன் விளைவாக, இந்த விஷயத்தில் அமெரிக்க வீட்டு அடமான-க் கடன் சந்தை இந்த நெருக்கடியைத் தூண்டிவிட்டது. https://www.investopedia.com/terms/e/economictsunami.asp#:~:text=The%202008%20global%20financial%20crisis,in%20certain%20collateralized%20debt%20instruments.

11. கடன் வலைப் பொறிமுறை இராஜதந்திரத்திற்குப் பெரும்பாலும் எதிர்மறை கண்டனங்கள் இருந்தாலும், இது நா-டுகளுக்கு இடையேயான இருதரப்பு உறவுகளில் மேற்கொள்ளப்படும் கடனை அடிப்படையாகக் கொண்ட இரா-ஜதந்திரமாக விவரிக்கப்படுகிறது. இந்த வார்த்தை பல நாடுகளின் மற்றும் சர்வதேச நாணய நிதியத்தின் கடன் நடைமுறைகளுக்குப் பயன்படுத்தப்பட்டாலும், தற்போது இது பெரும்பாலும் பொதுவாக சீன மக்கள் குடியரசு-டன் தொடர்புபடுத்தப்படுகிறது. https://foreignpolicy.com/2020/03/23/china-coronavirus-belt-and-road-bri-boost-debt-diplomacy/

12 முன்னர் ஒரே பாதை ஒரே இணைப்பு (One Belt One Road - சுருக்கமாக OBOR) என்றழைக்கப்பட்ட பெல்ட் அண்ட் ரோட் திட்டம் (Belt and Road Initiative - BRI) பல்வேறு நாடுகள் மற்றும் சர்வதேச அமைப்புகளுக்கு முதலீடு செய்ய 2013 இல் சீன அரசாங்கம் ஏற்ற உலகளாவிய உள்கட்டமைப்பு அபிவிருத்திக்கான உத்தியாகும். https://www.oecd.org/finance/Chinas-Belt-and-Road-Initiative-in-the-global-trade-investment-and-finance-landscape.pdf

13 மார்ஷல் திட்டம் (Marshall Plan, அதிகாரப்பூர்வமாக ஐரோப்பிய மீட்பு திட்டம், ERP), 1948 இல் மேற்கு ஐரோப்பாவுக்கு வெளிநாட்டு நிதியுதவி வழங்குவதற்காக நிறைவேற்றப்பட்ட ஓர் அமெரிக்க முன்முயற்சியாகும். https://history.state.gov/milestones/1945-1952/marshall-plan

14 "டிஜிட்டல் சில்க் ரோடு" (DSR) என்பது பெய்ஜிங்கின் பெல்ட் அண்ட் ரோட் முன்முயற்சியின் (BRI) ஓர் அங்கமாக, சீன அரசாங்கத்தின் அதிகாரப்பூர்வ வெள்ளை அறிக்கையால் 2015 இல் அறிமுகப்படுத்தப்பட்டது. அது "BRI நாடுகளி-ன்" மையமாக விளங்கும் ஆபிரிக்கா, ஆசியா, ஐரோப்பா, இலத்தீன் அமெரிக்கா, அல்லது கரீபியாவின் 100 க்கு அதிகமான நாடுகளில் நடைமுறையளவில் சீன தொழில்நுட்ப நிறுவனங்களின் தொலைதொடர்பு அல்லது தக-வல்-சார்பு வணிக நடவடிக்கைகளுக்கான அல்லது தயாரிப்பு விற்பனைகளுக்கான ஒரு பிராண்டாக ஆவதற்கு முன்னர், பல ஆண்டுகளாக, அது பெரியளவில் பல்வேறு திட்டங்களின் தொகுப்பு திட்டமாக அடையாளம் காண-ப்பட்டிருக்கவில்லை." https://carnegieendowment.org/2020/05/08/will-china-control-global-internet-via-its-digital-silk-road-pub-81857

15 The Thousand Talents Plan (TTP) (சீன மொழியில்: 千人计划; பின்யின் மொழியில்: Qiānrénjìhuà) அல்லது Thousand Talents Program (சீன மொழியில்: 海外高层次人才引进计划; பின்யின் மொழியில்: Hǎiwàigāocéngcìráncáiánjìnjìhuà) என்பது விஞ்ஞான ஆராய்ச்சி, கண்டுபிடிப்பு மற்றும் தொழில்முனைவில் முன்னணி சர்வதேச நிபுணர்களை அங்கீகரித்து உள்ளீர்க்க சீன மத்திய அரசால் 2008 இல் கொண்டு வரப்பட்டது. https://www.hsgac.senate.gov/imo/media/doc/2019-11-18%20PSI%20Staff%20Report%20-%20China's%20Talent%20Recruitment%20Plans.pdf

16 வெளிநாடுவாழ் குடிமக்கள் (expatriate - பெரும்பாலும் சுருக்கமாக வெளிநாடுவாழ் மக்கள்) என்போர் தங்களி-ன் சொந்த நாட்டை விட்டு வேறொரு நாட்டில் வசிப்பவர் ஆவார். https://www.merriam-webster.com/dictionary/expatriate

17 https://itif.org/publications/2020/06/22/new-report-shows-unfair-chinese-government-support-huawei-and-zte-has-harmed

18 சமரசத்திற்கான பொருள்" என்பதன் சுருக்கமான கோம்ப்ரோமாட் (kompromat), ரஷ்ய கலாச்சாரத்தில், ஓர் அரசிய-ல்வாதியின், ஒரு வணிகர் அல்லது மற்ற பொது பிரபலங்களின் பெயரைக் கெடுக்கும் தகவல்களைப் பரப்புவதா-கும், இது அவதூறு பரப்புவதற்காகவும், அத்துடன் மிரட்டவும் மற்றும் பணம் பறிக்கவும் பயன்படுத்தப்படுகிறது. https://www.newyorker.com/news/swamp-chronicles/a-theory-of-trump-kompromat

19 ஆசியா, ஐரோப்பா மற்றும் ஆபிரிக்காவில் கடற்கரைத் தளங்களை அமைத்த பின்னர், சீனாவின் செயற்கை நு-ண்ணறிவுசார் நிறுவனங்கள் இப்போது இலத்தீன் அமெரிக்காவுக்குள் நகர்ந்து வருகின்றன, இந்த பிராந்தி-யத்தைச் சீன அரசாங்கம் "முக்கிய பொருளாதார நலன்களுக்கு" உரிய பகுதியாக விவரிக்கிறது. சமீபத்தில் வெனிசுலா ஒரு புதிய தேசிய அடையாள-அட்டை முறையை அறிமுகப்படுத்தியது, அது ZTE நிறுவனம் உருவா-க்கிய தரவுத்தளத்தில் குடிமக்களின் அரசியல் விபரங்களைப் பதிவு செய்கிறது. படுமோசமான ஒரு எதிர்முர-ணாக, உய்கூர் இன மக்கள் வாழ் மாகாணமான ஜின்ஜியாங்கில், பல ஆண்டுகளாக சீன நிறுவனங்கள் இந்த கண்காணிப்பு தயாரிப்புகளில் பலவற்றை பாதுகாப்புக்கான வெள்ளோட்டமாக வைத்து வேலை செய்திருந்தன. https://www.theatlantic.com/magazine/archive/2020/09/china-ai-surveillance/614197/

20 https://www.theatlantic.com/magazine/archive/2020/09/china-ai-surveillance/614197/

21 https://www.brookings.edu/opinions/the-aiib-and-the-one-belt-one-road/

22 https://en.wikipedia.org/wiki/List_of_countries_by_GDP_(PPP)

23 https://www.heritage.org/defense/commentary/chinas-defense-spending-larger-it-looks

24 https://fee.org/articles/the-medical-cartel-is-keeping-health-care-costs-high/#:~:text=Though%20few%20Americans%20realize%20it%2C%20health%20care%20is%20a%20monopoly.,-Cartels%20Protecting%20Doctors&text=Cartels%20Protecting%20Doctors-,Both%20directly%20or%20indirectly%2C%20the%20AMA%20also%20controls%20the%20prices,payment%20policies%20of%20insurance%20companies.

25 https://www.brennancenter.org/our-work/research-reports/citizens-united-explained

26 https://www.marketwatch.com/story/airlines-and-boeing-want-a-bailout-but-look-how-much-theyve-spent-on-stock-buybacks-2020-03-18

27 https://www.marketwatch.com/story/airlines-and-boeing-want-a-bailout-but-look-how-much-theyve-spent-on-stock-buybacks-2020-03-18

40 https://www.rottentomatoes.com/tv/the_man_in_the_high_castle/s01

41 https://en.wikipedia.org/wiki/Snake_oil

42 https://www.imf.org/en/Publications/GFSR/Issues/2019/10/01/global-financial-stability-report-october-2019

43 இந்த புத்தகத்தின் பெயர், "தி காட்ஸ் மஸ்ட் பி கிரேசி" (The Gods Must Be Crazy) என்ற 1980 நகைச்சுவை திரைப்படத்திலிருந்து வருகிறது. இந்த படத்தில் விமானத்திலிருந்து கீழே வீசப்படும் ஒரு வெற்று கோகா-கோலா பாட்டில் ஆபிரிக்க பழங்குடியின சமூகத்தினர் மத்தியில் விழுகிறது. தெய்வத்தின் பரிசாக பாவிக்கப்படும் அது, கிராமவாசிகள் மத்தியில் சண்டையை ஏற்படுத்துவதால், அந்த பழங்குடியின தலைவர் அதை உலகின் ஒரு மூலைக்குக் கொண்டு சென்று தெய்வத்திடமே திரும்ப ஒப்படைக்க முடிவெடுக்கிறார். நான் என்னுடைய சொந்த கோக்-பாட்டில் உருவகத்தின் வழியாக, புதிய பேரரசின் விடியலைப் பார்க்கிறேன். இன்னும் அதிக தாமதம் ஆவதற்குள் இப்போதைய இந்த பேரரசை (அதாவது முதலாளித்துவம் மற்றும் நிறுவனங்களை) மீட்டமைக்க இந்த புத்தகம் ஓர் ஒளிவிளக்காக சேவையாற்றும். https://www.rottentomatoes.com/m/the_gods_must_be_crazy

44 https://global-inst.com/

45 https://www.history.com/topics/cold-war/the-khmer-rouge

46 https://en.wikipedia.org/wiki/Snake_wine

47 https://www.cato.org/cato-journal/winter-2018/against-helicopter-money

48 https://www.investopedia.com/terms/g/gordon-gekko.asp

49 https://www.investopedia.com/terms/q/quantitative-easing.asp

50 https://youtu.be/8iXdsvgpwc8

51 "முத்தலாக்", அறியப்பட்டவாறு, ஒரு கணவன், மின்னஞ்சல் உட்பட எந்த வடிவத்திலாவது, "தலாக்" (விவாகரத்து) என்ற வார்த்தையை மூன்று முறை கூறி அவர் மனைவியை விவாகரத்து செய்ய அனுமதிக்கிறது. https://en.wikipedia.org/wiki/Divorce_in_Islam

52 https://en.wikipedia.org/wiki/List_of_countries_by_GDP_(PPP)

53 https://www.whitehouse.gov/presidential-actions/memorandum-order-defense-production-act-regarding-3m-company/

54 https://www.theatlantic.com/education/archive/2018/09/why-is-college-so-expensive-in-america/569884/

55 https://www.rcrwireless.com/20200609/5g/china-end-2020-over-600000-5g-base-stations-report

56 https://www.swift.com/sites/default/files/documents/swift_bi_currency_evolution_infopaper_57128.pdf

57 https://data.worldbank.org/indicator/CM.MKT.LDOM.NO?end=2018&locations=US&start=1996

58 https://en.wikipedia.org/wiki/Charlie_Wilson%27s_War_(film),
    https://www.pbs.org/wgbh/frontline/film/bitter-rivals-iran-and-saudi-arabia/,
    https://en.wikipedia.org/wiki/Syriana,
    https://www.pbs.org/frontlineworld/stories/r4.html,
    https://www.pbs.org/independentlens/films/shadow-world/

59 https://www.wsj.com/articles/saudi-sovereign-wealth-fund-buys-stakes-in-facebook-boeing-cisco-systems-11589633300

60 https://www.brennancenter.org/our-work/analysis-opinion/how-campaign-spending-judicial-elections-subverts-justice

61 https://en.wikipedia.org/wiki/Snake_oil

62 https://www.rottentomatoes.com/m/american_factory

63 https://www.rottentomatoes.com/tv/the_man_in_the_high_castle/s01

64 https://www.britannica.com/place/Third-Reich

65 https://youtu.be/8iXdsvgpwc8

66 https://global-inst.com/

67 https://www.investopedia.com/terms/q/quantitative-easing.asp

68 http://www.petrochina.com.cn/ptr/index.shtml

69 https://www.total.com/

70 https://www.history.com/topics/cold-war/the-khmer-rouge

நன்றியுரை

ஆக்கபூர்வமான விமர்சனங்கள் வழங்கியவர்களுக்கும் மற்றும் மூன்று தசாப்த கால நிலைகுலைந்த யதார்த்தங்களால் ஏற்பட்ட தோல்வியிலிருந்து நான் எழுந்திருக்க உதவிய ஒவ்வொருவருக்கும் என் நன்றியைத் தெரிவித்துக் கொள்கிறேன்.

ஃபாக்ஸ் நியூஸ், PBS, ரியல் விஷன், FT, HBR, ப்ளூம்பெர்க், ரே டாலியோ, ஹெர்னாண்டோ டி சோடொ, சாமத் பாலிஹாபிடியா, சார்லி ரோஸ், GIFT (www.global-inst.com) உட்பட எனக்கு வேறுவேறு விதமான கண்ணோட்டங்களை வழங்கிய அனைவருக்கும் என் பிரத்யேக நன்றியைத் தெரிவித்துக் கொள்கிறேன்...